மார்க் ஹெடன்

இரவில் நாய்க்கு நடந்த விநோத சம்பவம்

தமிழில்: ஸ்ரீதர் ரங்கராஜ்

இரவில் நாய்க்கு நடந்த விநோத சம்பவம்	:	நாவல்
ஆசிரியர்	:	மார்க் ஹெடன்
ஆங்கிலத்திலிருந்து தமிழில்	:	ஸ்ரீதர் ரங்கராஜ்
இரண்டாம் பதிப்பு	:	டிசம்பர் 2023
முதல் பதிப்பு	:	பிப்ரவரி 2021
வெளியீடு	:	வம்சி புக்ஸ், 19, டி.எம். சாரோன், திருவண்ணாமலை – 606 601 94458 70995, 04175-235806
வடிவமைப்பு	:	பா. ஜீவமணி
அச்சாக்கம்	:	மணி ஆப்செட், சென்னை 600 077
ISBN Number	:	978-93-93725-62-2
விலை	:	**ரூ. 300/-**

Iravil naykku nadantha vinotha sambavam	:	Novel
Author	:	Mark Haddon
Published in English by	:	Westland, 2003
Translated by	:	Sridhar Rangaraj
Second Edition	:	December 2023
First Edition	:	February 2021
Published by	:	Vamsi Books, 19, D.M. Saron, Thiruvannamalai – 606 601 94458 70995, 04175-235806
Layout	:	B. Jeevamani
Printed by	:	Mani Offset, Chennai – 600 077
ISBN Number	:	978-93-93725-62-2
Price	:	**₹ 300/-**

www.vamsibooks.com ▫ email: vamsibooks@yahoo.com

திவ்யன் ராஜ் மற்றும் புகழேந்திக்கு

நன்றி

நேசமித்ரன்
பவா செல்லதுரை
ஸ்ரீஷங்கர்
பயணி

2. அப்போது நள்ளிரவு கடந்து 7 நிமிடங்கள். திருமதி. ஷியர்ஸின் வீட்டு முன்பகுதியில் உள்ள புல்வெளியின் நடுவில் அந்த நாய் படுத்திருந்தது. அதன் கண்கள் மூடியிருந்தன. பார்ப்பதற்கு அந்த நாய் பக்கவாட்டில் ஓடிக்கொண்டிருப்பது போல இருந்தது, கனவில் பூனையைத் துரத்துவதாக நாய்கள் நினைக்கும்போது ஓடுமே, அதுபோல. ஆனால் அது ஓடிக்கொண்டோ அல்லது தூங்கிக்கொண்டோ இல்லை. அந்த நாய் இறந்துவிட்டது. நாயின் உடலில் இருந்து தோட்டத்தைக் கொத்தும் முள்கரண்டி ஒன்று நீண்டிருந்தது. கரண்டியின் முனைகள் நாயின் உடலைத் தாண்டி நிலத்திற்குள் சென்றிருக்க வேண்டும். ஏனெனில் அது கீழே விழவில்லை. அநேகமாக, அந்த நாய் கொலை செய்யப்பட்டிருக்கிறது என்ற முடிவுக்கு வந்தேன், ஏனென்றால் அதன் உடலில் வேறு காயங்கள் எதுவும் இல்லை. மேலும், நாய் ஒன்று வேறு காரணங்களால் இறந்தபின் — எடுத்துக்காட்டாக புற்றுநோய் அல்லது சாலைவிபத்து — யாரும் அதன் உடம்பில் முள்கரண்டியைக் குத்திவைக்க மாட்டார்கள். ஆனால் என்னால் அதை உறுதியாகச் சொல்ல முடியவில்லை.

திருமதி. ஷியர்ஸின் வாசல் கதவைக் கடந்து உள்ளேசென்று கதவை மூடினேன். அவர் வீட்டுப் புல்வெளியில் நடந்துசென்று நாய்க்குப் பக்கத்தில் புல்தரையில் மண்டியிட்டு உட்கார்ந்தேன். நாயின் முகவாயில் கைவைத்துப் பார்த்தேன். இன்னமும் கதகதப்பாக இருந்தது.

அந்த நாய் வெலிங்டன் என்று அழைக்கப்பட்டது. அது திருமதி. ஷியர்ஸுக்குச் சொந்தமான நாய், அவர் எங்கள் நண்பர். அவர் தெருவின் எதிர்வரிசையில் இடதுபக்கம் இரண்டு வீடுகள் தள்ளி வசிக்கிறார்.

வெலிங்டன், பூடில் வகையைச் சார்ந்த நாய். சிகை அலங்காரங்கள் வைத்திருக்கும் சிறியவகை இல்லை, பெரியது. அதற்குக் கறுப்பு நிறத்தில் சுருண்ட முடிகள் இருக்கும். ஆனால் பக்கத்தில்

சென்று பார்த்தால் அதற்கு அடியில் கோழிக்குஞ்சைப் போல வெளிர்மஞ்சள்நிறத்தில் தோல் இருப்பது தெரியும்.

வெலிங்டனை அசைத்துப் பார்த்தேன், யார் இவனைக் கொன்றிருப்பார்கள் என்று ஆச்சரியப்பட்டேன். ஏன், இவனைக் கொல்லவேண்டும்.

3. என் பெயர் க்றிஸ்டோஃபர் ஜான் ஃப்ரான்சிஸ் பூன். எனக்கு உலகின் அனைத்து நாடுகள் மற்றும் அதன் தலைநகரங்களின் பெயர் தெரியும். 7,057 வரை உள்ள அனைத்து பகா எண்களும் தெரியும்.

எட்டு வருடங்களுக்கு முன் ஷெவோனை முதன்முதலில் சந்தித்தபோது அவள் இந்தப் படத்தைக் காண்பித்தாள்.

இதன் பொருள் "வருத்தம்" என்று எனக்குத் தெரியும். இறந்த நாயைப் பார்த்தபோது அதை உணர்ந்தேன்.

பிறகு அவள் இந்தப் படத்தைக் காண்பித்தாள்.

இதன் பொருள் "மகிழ்ச்சி". அப்போலோ விண்வெளித் திட்டங்கள் பற்றிப் படிக்கும்போது அல்லது அதிகாலை 3 அல்லது 4 மணிவரை விழித்திருந்து, இந்த உலகத்தில் நான் மட்டுமே இருக்கிறேன் என்று நினைத்தபடி எங்கள் தெருவில் நடக்கும்போது இப்படி உணர்வேன்.

பிறகு அவள் மேலும், சில படங்களை வரைந்தாள்.

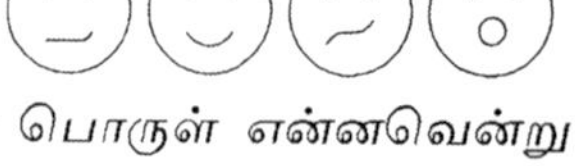

ஆனால் இவற்றின் பொருள் என்னவென்று என்னால் சொல்ல முடியவில்லை.

ஷெவோனிடம், இதைப்போன்று நிறைய படங்கள் வரைந்து, அவை குறிப்பிடும் உணர்ச்சி எது என்று எழுதித்தரச்

சொன்னேன். அதைச் சட்டைப்பையில் வைத்துக்கொண்டு, யாரேனும் சொல்வது புரியவில்லை என்றபோது எடுத்துப் பார்த்துக்கொண்டேன். ஆனால் எந்தப் படத்தில் உள்ள உணர்ச்சியை அவர்கள் முகம் காட்டுகிறது என்று கண்டுபிடிப்பது மிகவும் கடினமாக இருந்தது. ஏனென்றால் மனிதர்களுடைய முகங்கள் வேகமாக மாறுகின்றன.

நான் இப்படிச் செய்கிறேன் என்று ஷெவோனிடம் சொன்னதும், அவள் இன்னொரு தாளையும் பென்சிலையும் எடுத்து அநேகமாக நான் மற்றவர்களை இப்படி ஆக்குகிறேன்

என்று சொல்லிச் சிரித்தாள். எனவே, நான் வைத்திருந்த படங்கள் வரையப்பட்ட தாளைக் கிழித்து எறிந்தேன். ஷெவோன் என்னிடம் மன்னிப்புக் கேட்டாள். இப்போதெல்லாம் யாரேனும் பேசுவது எனக்குப் புரியவில்லை என்றால், அவர்களிடம் என்ன சொல்கிறீர்கள் என்று கேட்டுவிடுகிறேன் அல்லது அங்கிருந்து சென்றுவிடுகிறேன்.

5. நாயின் உடம்பில் இருந்த முள்கரண்டியை வெளியே எடுத்துவிட்டு அவனைக் கைகளில் எடுத்து அணைத்துக்கொண்டேன். அவன் உடம்பில் இருந்த துளைகளிலிருந்து ரத்தம் கசியத் தொடங்கியது.

எனக்கு நாய்களைப் பிடிக்கும். அவை என்ன நினைக்கின்றன என்பதை உங்களால் தெரிந்துகொள்ள முடியும். அவற்றுக்கு நான்குவகை உணர்வுகள் உண்டு. மகிழ்ச்சி, கவலை, கோபம் மற்றும் கவனித்தல். மேலும், அவை நம்பிக்கைக்கு உரியவை, அவை பொய் பேசுவதில்லை. ஏனெனில் அவற்றால் பேச முடியாது.

நாயை அணைத்தபடி இருந்தபோது, சரியாக நான்கு நிமிடங்களில் அந்த அலறலைக் கேட்டேன். நிமிர்ந்து பார்த்தபோது திருமதி. ஷியர்ஸ் உள்முற்றத்தில் இருந்து இறங்கி என்னை நோக்கி ஓடி வந்துகொண்டிருந்தார். இரவில் அணியக்கூடிய காற்சட்டை மற்றும் மேலங்கி அணிந்திருந்தார். கால் விரல்களில் பிரகாசமான

இளஞ்சிவப்புநிறத்தில் நகச்சாயம் பூசப்பட்டிருந்தது. மேலும், அவர் காலணிகள் அணிந்திருக்கவில்லை.

அவர் "என்ன இது, என் நாயை என்ன செய்தாய்?" என்று கத்தினார்.

யாரும் என்னை நோக்கிக் கத்துவது எனக்குப் பிடிக்காது. என்னை அடித்து விடுவார்களோ அல்லது என்னைத் தொட்டு விடுவார்களோ என்று பயமாக இருக்கும். மேலும், அடுத்து என்ன நடக்கும் என்பதும் எனக்குத் தெரியாது.

அவர் "அதைக் கீழேவிடு..." என்று கத்தினார். "கடவுளே! அதைக் கீழேவிட்டுத்தொலை..."

அந்த நாயைக் கீழே புல்வெளியில் வைத்துவிட்டு 2 மீட்டர் தூரத்திற்குப் பின்னால் நகர்ந்தேன்.

அவர், அதற்குப் பக்கத்தில் குனிந்து உட்கார்ந்தார். அதைக் கையில் எடுத்துக்கொள்ளப் போகிறார் என்று நினைத்தேன், ஆனால் இல்லை. அநேகமாக, கீழே நிறைய ரத்தம் இருப்பதைப் பார்த்து அவர் தன்னைக் கறைப்படுத்திக்கொள்ள விரும்பவில்லை என்று நினைக்கிறேன். அவர் மீண்டும் கத்தத் தொடங்கினார்.

கைகளால் காதுகளைப் பொத்திக்கொண்டு, கண்களை மூடித் தரையை நோக்கிப் புல்வெளியில் நெற்றி தொடும்வரை குனிந்தேன். புல்தரை ஈரமாக, குளிர்ந்து இருந்தது எனக்குப் பிடித்திருந்தது.

7. இது மர்மக்கொலை பற்றிய நாவல்.

ஷெவோன், நான் எழுதுவது நானே படிக்க விரும்பும் ஒன்றாக இருக்கவேண்டும் என்கிறாள். நான் படிக்கும் புத்தகங்கள் பெரும்பாலும் அறிவியல் மற்றும் கணிதம் சார்ந்தவை. எனக்கு நாவல்கள் பிடிக்காது. நாவல்களில் வரும் மனிதர்கள் இப்படிப் பேசுகின்றனர்: "நான் இரும்பின் நரம்புகள் மற்றும் வெள்ளியின் நரம்புகளோடு மண்ணின் நரம்புகளையும்கொண்டிருக்கிறேன். தூண்டுதலின்றி இறுக்கி மூடிய கைகளுடன் ஒத்துப்போக என்னால் முடிவதில்லை"[1] இதற்கெல்லாம் என்ன பொருள்?

எனக்குத் தெரியாது. அப்பாவுக்கும் தெரியவில்லை. ஷெவோன் அல்லது திரு. ஜெவன்ஸுக்கும் தெரியவில்லை. நான் அவர்களிடம் கேட்டிருக்கிறேன்.

ஷெவோனுக்கு நீண்ட பொன்னிறக்கூந்தல், பச்சைநிற ப்ளாஸ்டிக் மூக்குக்கண்ணாடி அணிந்திருப்பாள். திரு. ஜெவன்ஸ், சோப்பு வாசனையுடன் இருப்பார். காலில் அரக்குநிறக் காலணிகள் அணிந்திருப்பார், ஒவ்வொன்றிலும் கிட்டத்தட்ட 60 சிறிய வட்டவடிவத் துளைகள் இருக்கும்.

எனக்கு மர்மக்கொலை நாவல்கள் பிடிக்கும். எனவே, மர்மக்கொலை உள்ள நாவலை எழுதிக்கொண்டிருக்கிறேன்.

மர்மக்கொலை நாவல்களில் யாராவது ஒருவர், கொலை செய்தது யார் என்று முயற்சி செய்து அவரைப் பிடிப்பார். அதுவொரு புதிர். சில சமயம் சுவாரசியமான புதிராக இருந்தால், புத்தகம் முடிவதற்கு முன் அதற்கான விடையைக் கண்டுபிடிக்க நீங்களும் முயற்சி செய்யலாம்.

நாவல் தொடங்கும்போது கவனத்தைக் கவரக்கூடிய சம்பவம் இருக்கவேண்டும் என்று ஷெவோன் சொன்னதால், நாயை வைத்துத் தொடங்கினேன். மேலும், நாயின் கொலையை வைத்து ஏன் தொடங்கினேன் என்றால் அது எனக்கு நடந்த ஒன்று. எனக்கு நடக்காத ஒன்றை என்னால் கற்பனை செய்ய முடியவில்லை.

ஷெவோன், முதல் பக்கத்தைப் படித்துவிட்டு வித்தியாசமாக இருக்கிறது என்றாள். வித்தியாசம் என்று சொல்லும்போது தன் முதல் மற்றும் இரண்டாம் விரலால் காற்றில் நெளியும் மேற்கோள் வரைந்து அச்சொல்லை தலைகீழ் காற்புள்ளிகளுக்குள் காட்டினாள். பொதுவாக, மர்மக்கொலை நாவல்களில் கொல்லப்படுவது மனிதர்களே என்று அவள் சொன்னதும், நான் 'The Hound of the Baskervilles' (பாஸ்கர்வில்ஸின் வேட்டைநாய்) நாவலில், இரண்டு நாய்கள் கொல்லப்படுவதைச் சொன்னேன். அதில் வருகிற வேட்டை நாய் மற்றும் ஜேம்ஸ் மார்ட்டிமரின் ஸ்பானியெல் வகை நாய். ஆனால் ஷெவோன் அதில் கொலைக்கு இலக்கானது சர்.சார்லஸ் பாஸ்கர்வில் என்றாள். இது ஏனென்றால் வாசகர்கள் பொதுவாக நாய்களை

விட மனிதர்களுக்கே அதிக முக்கியத்துவம் கொடுப்பார்கள். எனவே புத்தகத்தில் மனிதன் ஒருவன் கொல்லப்பட்டால் வாசகர்கள் தொடர்ந்து படிக்க ஆர்வமாக இருப்பார்கள் என்றாள்.

நான் உண்மையாக நடந்த ஏதாவது ஒன்றை எழுத விரும்புகிறேன் என்று சொன்னேன், எனக்கு இறந்தவர்களைத் தெரியும். ஆனால் கொலை செய்யப்பட்டவர்கள் யாரையும் தெரியாது, திரு. பால்சனைச் சொல்லலாம். ஆனால் அவர் இறந்தது பனிச்சறுக்கு விபத்தில் — அவர் கொலை செய்யப்படவில்லை — உண்மையில், எனக்கு அவரைத் தெரியாது. மேலும், நான் எப்போதும் நாய்களை விரும்புகிறேன், ஏனெனில் அவை நம்பிக்கையானவை, உண்மையானவை, அவற்றில் சில அறிவுக்கூர்மைகொண்டவை மற்றும் குறிப்பிட்ட சில மனிதர்களைக் காட்டிலும் சுவாரசியமானவை. எடுத்துக்காட்டாக ஸ்டீவ், வியாழக்கிழமைகளில் பள்ளிக்கு வருபவன், அவனுக்குச் சாப்பிட பிறர் உதவி தேவை, அவனால் குச்சியைக்கூட கையில் எடுக்க முடியாது. ஆனால் ஸ்டீவின் அம்மாவிடம் ஒருபோதும் இப்படிச் சொல்லிவிடாதே என்கிறாள் ஷெவோன்.

11. பிறகு காவல்துறையினர் வந்தனர். எனக்குக் காவலர்களைப் பிடிக்கும். அவர்களுக்குச் சீருடை மற்றும் எண்கள் கொடுக்கப் பட்டிருக்கின்றன. மேலும், அவர்கள் பணி என்ன என்பது நமக்குத் தெரியும். ஆண் காவலர் ஒருவரும் பெண் காவலர் ஒருவரும் வந்திருந்தனர். பெண் காவலரது இறுக்கமான காற்சட்டையில் இடது கணுக்கால் அருகே சிறியதுளை, அதன் நடுவில் சிவப்புநிறத் தீற்றல். ஆண் காவலரது காலணிக்கு அடியில் ஆரஞ்சுநிற இலை ஒன்று மாட்டிக்கொண்டு ஒருபுறம் எட்டிப்பார்த்தது.

பெண் காவலர் திருமதி. ஷியர்ஸின் தோளில் கைபோட்டு வீட்டுக்குள் அழைத்துச் சென்றார்.

நான் புல்தரையிலிருந்து தலையை உயர்த்தினேன்.

அந்தக் காவலர் என்னருகில் மண்டியிட்டு உட்கார்ந்து பேசினார், “இங்கே என்ன நடக்கிறது என்று எனக்குச் சொல்ல முடியுமா, இளைஞனே?”

நான் எழுந்து உட்கார்ந்து, "நாய் இறந்துவிட்டது," என்றேன்.

அவர் "அதுவரைக்கும் புரிகிறது," என்றார்.

நான் "யாரோ அதைக் கொன்றுவிட்டார்கள் என்று நினைக்கிறேன்," என்றேன்.

அவர் "உன் வயதென்ன?" என்று கேட்டார்.

நான் "15 வயது 3 மாதங்கள் 2 நாள்கள்," என்றேன்.

அவர் "குறிப்பாக, தோட்டத்தில் என்ன செய்துகொண்டிருந்தாய்?" என்று கேட்டார்.

நான் "அந்த நாயைக் கையில் வைத்துக்கொண்டிருந்தேன்," என்று சொன்னேன்.

அவர் "ஏன், அதைக் கையில் வைத்துக்கொண்டிருந்தாய்?" என்று கேட்டார்.

இது கடினமான கேள்வி, அது நான் செய்ய விரும்பிய செயல். எனக்கு நாய்களைப் பிடிக்கும். அந்த நாய் இறந்தது என்னை வருத்தப்பட வைத்தது.

எனக்குக் காவலர்களையும் பிடிக்கும் என்பதால் அவருடைய கேள்விகளுக்குச் சரியான பதில்களைக் கொடுக்க விரும்பினேன். ஆனால் அவர் சரியான விடையை யோசிப்பதற்கான நேரத்தை எனக்குத் தரவில்லை.

அவர் "ஏன், அந்த நாயைக் கையில் வைத்துக்கொண்டிருந்தாய்?" என்று மறுபடி கேட்டார்.

நான் "எனக்கு நாய்களைப் பிடிக்கும்," என்றேன்.

அவர் "நீ அதைக் கொன்றாயா?" என்று கேட்டார்.

நான் "நான் அந்த நாயைக் கொல்லவில்லை," என்றேன்.

அவர் "இந்த முள்கரண்டி உன்னுடையதா?" என்று கேட்டார்.

நான் "இல்லை," என்றேன்.

அவர் "நீ இதற்காக மிகவும் வருத்தப்படுவதுபோல் இருக்கிறது," என்றார்.

நிறைய கேள்விகள் கேட்கிறார், அதையும் வேகமாகக் கேட்கிறார். அவை டெர்ரி சித்தப்பா வேலை செய்யும் தொழிற்சாலையில் உள்ள ரொட்டித் துண்டுகளைப் போல் என் தலையில் அடைத்துக்கொள்கின்றன. அந்தத் தொழிற்சாலை ஓர் அடுமனை, அவர் ரொட்டிகளைத் துண்டுபோடும் இயந்திரத்தை இயக்குகிறார். சில சமயம் ரொட்டிகளைத் துண்டாக்கும் முனை வேகமாகச் செயல்படாவிட்டால் ரொட்டிகள் வரிசையாக வந்து அடைத்துக்கொள்ளும். நான், என் மனதை ஓர் இயந்திரமாக நினைத்துக்கொள்வதுண்டு. ஆனால் எப்போதும் ரொட்டியைத் துண்டுபோடும் இயந்திரமாக அல்ல. இப்படிச் சொல்வது மற்றவர்களுக்கு உள்ளே என்ன நடக்கிறது என்பதை எளிதாகப் புரியவைக்கும்.

காவலர், "நான் மற்றொரு முறை உன்னைக் கேட்கப்போகிறேன்..." என்றார்.

நான் தரையில் உருண்டு நெற்றியை புல்தரையில் அழுத்திக்கொண்டு, அப்பா முனகல் என்று அழைக்கும் ஒலியை எழுப்பினேன். வெளி உலகத்திலிருந்து அளவுக்கு அதிகமான தகவல்கள் என் தலைக்குள் நுழையும்போது இந்த ஒலியை எழுப்புவேன். இது எப்படி என்றால், நீங்கள் குழப்பத்தில் இருக்கும்போது வானொலியைக் காதருகில் வைத்து, இரண்டு நிலையங்களுக்கு இடையில் வைத்தால் உருவாகும் வெண்ணிரைச்சலின் ஒலியளவை அதிகரிப்பதுபோல, உங்களால் அந்த ஒலியை மட்டுமே கேட்க முடியும் என்பதால் நீங்கள் பாதுகாப்பாக உணர்கிறீர்கள். ஏனென்றால் உங்களால் வேறு எந்த ஒலியையும் கேட்க முடியாது.

காவலர், என் இரண்டு கைகளையும் பிடித்து என்னைத் தூக்கி நிற்கவைத்தார்.

அவர், என்னைத் தொடுவது எனக்குப் பிடிக்கவில்லை.

நான் அவரை அடித்தது அப்போதுதான்.

13. இது வேடிக்கையான புத்தகமாக இருக்காது. என்னால் எந்த நகைச்சுவையையும் சொல்ல முடியாது. ஏனென்றால் அவை எனக்குப் புரிவதில்லை. எடுத்துக்காட்டாக ஒரு நகைச்சுவை, இது அப்பா சொல்வது.

His face was drawn but the curtains were real.

இது ஏன் வேடிக்கையானது என்று எனக்குத் தெரியும். கேட்டுத் தெரிந்துகொண்டேன். ஏனெனில் *drawn* என்பதற்கு மூன்று அர்த்தங்கள் உண்டு. அவை, 1) பென்சிலால் வரைவது 2) சோர்வடைதல், மற்றும் 3) ஜன்னலின் குறுக்காக இழுபடுவது, 1 வது பொருள் முகம் மற்றும் ஜன்னலைக் குறிப்பிடுகிறது, 2 வது முகத்தை மட்டும் குறிப்பிடுகிறது, 3 வது ஜன்னலை மட்டும் குறிப்பிடுகிறது.

ஒரேநேரத்தில் மூன்றுவிதமான பொருள் தரும் சொல்கொண்ட நகைச்சுவையை எனக்கு நானே கூறிக்கொண்டால் மூன்று வெவ்வேறு இசைத்துணுக்குகளை ஒரேநேரத்தில் கேட்பதுபோல, அது எனக்கு வசதியற்றதாக மற்றும் குழப்புவதாக இருக்கும், அது வெண்ணிரைச்சலைப் போல எனக்கு விருப்பமானது இல்லை. மூன்று பேர் ஒரே சமயத்தில் உங்களிடம் மூன்று வெவ்வேறு விஷயங்களைப் பேசுவதுபோல.

எனவே இந்தப் புத்தகத்தில் நகைச்சுவைகள் ஏதும் இல்லை.

17. அந்தக் காவலர் சிறிதுநேரம் எதுவும் பேசாமல் என்னைப் பார்த்தார். பிறகு, "காவல்துறை அதிகாரியைத் தாக்கியதற்காக உன்னை கைது செய்கிறேன்," என்றார்.

இது என்னைப் பெருமளவில் அமைதிப்படுத்தியது. ஏனென்றால் தொலைக்காட்சி நிகழ்ச்சிகள் மற்றும் திரைப்படங்களில் காவல்துறையினர் இப்படிச் சொல்வார்கள்.

பிறகு "காவல்துறை வாகனத்தின் பின்னால் நீயாக ஏறி உட்கார்ந்துகொள்ளும்படி உனக்குப் பலமாக அறிவுறுத்துகிறேன். மறுபடியும் குரங்கு சேட்டை எதையும் தொடங்கினால் பொறுமை இழந்து விடுவேன், புரிகிறதா?" என்றார்.

நான் வெளிக்கதவுக்குப் பக்கத்தில் நிறுத்தியிருந்த வாகனத்தை நோக்கி நடந்துசென்றேன். அவர் பின்கதவைத் திறந்ததும் உள்ளே ஏறி உட்கார்ந்துகொண்டேன். அவர் ஓட்டுநர் இருக்கையில் உட்கார்ந்துகொண்டு தனது நடைபேசியை எடுத்து இன்னமும் உள்ளே இருந்த பெண் காவலரை அழைத்தார். "கேட், இந்தப் பயல் கைநீட்டி விட்டான், இவனைக் காவல்நிலையத்தில்விட்டு வரும்வரை திருமதி. எஸ் உடன் இருக்க முடியுமா? டோனியை இந்தப் பக்கம் வந்து உன்னை அழைத்து வரும்படி சொல்கிறேன்."

அவள் "சரி, உன்னைப் பிறகு சந்திக்கிறேன்" என்றாள்.

இவர் "சரி," என்று சொன்னதும் கிளம்பினோம்.

வாகனத்திற்குள் சூடான ப்ளாஸ்டிக் மற்றும் சவரத் தொற்று நீக்கியின் மணத்துடன் உருளைக்கிழங்கு வறுவல் மணமும் சேர்ந்து இருந்தது.

வண்டி நகர மையத்துக்குச் சென்றுகொண்டிருந்தபோது வானத்தைப் பார்த்துக்கொண்டிருந்தேன். தெளிவான இரவு என்பதால் வானத்தில் பால்வீதியைப் பார்க்க முடியும்.

சிலர், பால்வீதியென்பது நட்சத்திரங்களின் நீண்டவரிசை என்று நினைக்கிறார்கள். ஆனால் அப்படியல்ல. பால்வெளியென்பது பல மில்லியன் நட்சத்திரங்களடங்கிய பெரிய தட்டு வடிவில் எத்தனையோ ஒளியாண்டுகள் தூரம் விரிந்துள்ளது, நமது சூரியக் குடும்பம் என்பது கிட்டத்தட்ட இத்தட்டின் ஓரத்தில் அமைந்துள்ளது. A என்று குறிப்பிடப்பட்டுள்ள கோணத்தில் நீங்கள் பார்த்தால், அதாவது, இந்தத் தட்டின் 90° கோணத்தில், உங்களால் அதிக நட்சத்திரங்களைப் பார்க்க முடியாது. ஆனால் B என்கிற கோணத்தில் நிறைய நட்சத்திரங்களைப் பார்க்க முடியும். ஏனெனில் நீங்கள் பால்வெளியின் உடல் பகுதியைப் பார்க்கிறீர்கள். மேலும், பால்வெளியென்பது தட்டு வடிவிலானது என்பதால் நட்சத்திரங்களை நீள்வரிசையாகப் பார்க்க முடியும்.

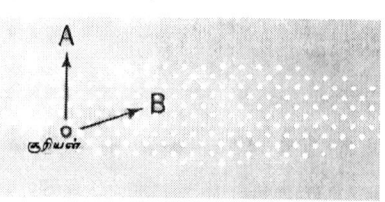

இரவு ஏன் இருட்டாக இருக்கிறது என்று விஞ்ஞானிகள் எத்தனை ஆண்டுகள் வியந்திருப்பார்கள் என்று யோசித்தேன். இத்தனை பில்லியன் நட்சத்திரங்கள் இருந்தும் நீங்கள் திரும்பும் திசையெல்லாம் அவற்றைப் பார்க்க முடிகிறது என்றால் வானம் நட்சத்திரங்களின் ஒளியால் நிரம்பி இருக்கவேண்டும். ஏனெனில் அவற்றின் ஒளி பூமிக்கு வருவதைத் தடுப்பதற்குப் பெரிய தடைகள் ஏதுமில்லை.

பிறகே அண்டம் விரிந்துகொண்டிருக்கிறது என்பதைக் கண்டுபிடித்தார்கள். பெருவெடிப்புக்குப் பின் நட்சத்திரங்கள் ஒன்றிலிருந்து ஒன்று விரைவாக விலகிக்கொண்டிருக்கின்றன. மேலும், எவ்வளவு வேகமாகச் செல்கின்றனவோ அவ்வளவு தூரம் நம்மைவிட்டு விலகியும் செல்கின்றன. சில நட்சத்திரங்கள், கிட்டத்தட்ட ஒளியின் வேகத்தில் நகர்கின்றன. எனவே அவற்றின் ஒளி ஒருபோதும் நம்மை வந்தடையவில்லை.

இந்த உண்மை எனக்குப் பிடித்திருக்கிறது. இரவில் உங்கள் தலைக்குமேல் பார்த்து நீங்களாகவே மனதிற்குள் யோசித்துப் புரிந்துகொள்ளக்கூடிய விஷயம் இது, யாரையும் கேட்கத் தேவை இல்லை.

இந்த வெடிப்பு முடிவுக்கு வந்தபின், அனைத்து நட்சத்திரங்களும் காற்றில் எறியப்பட்ட பந்தைப்போல வேகம் குறைந்து, பிறகு நிலைத்தன்மைக்கு வரும், அதன்பிறகு மீண்டும் பிரபஞ்சத்தின் மையப் பகுதியை நோக்கி விழத்தொடங்கும். அப்போது உலகத்தின் அத்தனை நட்சத்திரங்களையும் நம்மால் பார்க்க முடிவதை எதனாலும் தடுக்க முடியாது. ஏனெனில் அவை நம்மை நோக்கி வந்துகொண்டிருக்கும், மெதுவாக வேகம் அதிகரித்தபடி வரும், அச்சமயம் இந்த உலகம் அழியப்போவதை நம்மால் புரிந்துகொள்ள முடியும். ஏனெனில் அப்போது இரவு நேரத்தில் நீங்கள் வானத்தைப் பார்ப்பீர்களானால் அங்கு இருளென்பதே இருக்காது. விழுந்துகொண்டிருக்கும் பில்லியன் கணக்கான நட்சத்திரங்களின் கண்ணைக் கூசும் ஒளி இருக்கும்.

இதை யாரும் பார்க்கப் போவதில்லை. ஏனென்றால் பூமியில் இதைப் பார்ப்பதற்கு யாரும் இருக்க மாட்டார்கள். அப்போது நமது இனம் அழிந்து போயிருக்கலாம். ஒருவேளை, மனிதர்கள் இருந்தாலும் அதைப் பார்க்க முடியாது, ஏனெனில் அந்த

வெளிச்சம் அவ்வளவு பிரகாசமாக, வெப்பத்தோடு இருக்கும் என்பதால் அனைவரும் எரிந்து இறந்துவிடுவார்கள். அவர்கள் சுரங்கத்திற்குள் வசித்துக்கொண்டிருந்தாலும்கூட.

19. புத்தகத்தின் அத்தியாயங்கள் பொதுவாக 1, 2, 3, 4, 5, 6 என்று வரிசையாக எண்ணிடப்படுவதே வழக்கம். ஆனால் நான் அத்தியாயங்களுக்கு 2, 3, 5, 7, 11, 13 என பகா எண்களைக் கொடுக்க முடிவு செய்திருக்கிறேன். ஏனெனில் எனக்குப் பகா எண்களைப் பிடிக்கும்.

பகா எண்களைக் கண்டுபிடிக்கும் முறை இது.

முதலில் கட்டத்திற்குள் நேர்மறையான முழு எண்களை எழுதிக்கொள்ளுங்கள்.

1	2	3	4	5	6	7	8	9	10
11	12	13	14	15	16	17	18	19	20
21	22	23	24	25	26	27	28	29	30
31	32	33	34	35	36	37	38	39	40
41	42	43	44	45	46	47	48	49	etc.

பிறகு 2ன் மடங்காக உள்ள அனைத்து எண்களையும் நீக்கிவிடுங்கள். பிறகு 3ன் மடங்காக உள்ள அனைத்து எண்களையும் நீக்கிவிடுங்கள். பிறகு 4ன் மடங்காக உள்ள எண்கள், பிறகு 5, 6, 7 என வரிசையாக நீக்கிவிடுங்கள். மீதம் இருப்பவை பகா எண்கள்.

	2	3		5		7			
11		13				17		19	
		23						29	
31						37			
41		43				47			etc.

பகா எண்களைக் கண்டுபிடிப்பதற்கான முறை மிக எளிமையானது. ஆனால், யாரும் இதுவரை மிகப்பெரிய எண் ஒன்று பகா எண்ணா இல்லையா அல்லது ஒரு பகா எண்ணுக்கு அடுத்த பகா எண் எது என்று கண்டுபிடிப்பதற்கான சூத்திரத்தைக் கண்டறியவில்லை. ஒரு எண் மிகமிகப் பெரியது என்றால் அது பகா எண்ணா இல்லையா என்று கண்டுபிடித்துச் சொல்ல கணினிக்குச் சில வருடங்கள் ஆகும்.

பகா எண்கள் ரகசியக் குறியீடுகள் எழுதுவதற்கு உதவுகின்றன. மேலும், அமெரிக்காவில் அவை ராணுவப் பொருளாக வகைப்படுத்தப்பட்டுள்ளன. நீங்கள் 100 இலக்கங்களுக்கு மேலான எண்ணைக் கண்டுபிடித்தால் அதை CIAவுக்குச் சொல்லலாம். அவர்கள் அதை $10,000 கொடுத்து வாங்கிக்கொள்வார்கள். ஆனால் அது வாழ்க்கை நடத்த உதவும் முறையாக இருக்காது.

ஒரே அமைப்பு வகையில் இருப்பவற்றை நீக்கியபின் மீதம் இருப்பவை பகா எண்கள். பகா எண்கள் நம் வாழ்க்கையைப் போன்றவை என்று நினைக்கிறேன். அவை தர்க்கரீதியிலானவை. ஆனால் நீங்கள் காலம் முழுக்க அது பற்றி யோசித்துக்கொண்டிருந்தாலும் உங்களால் அதற்கான விதியை உருவாக்க முடியாது.

23. காவல்நிலையத்திற்குள் நுழைந்தவுடன் வரவேற்பறையில் என் காலணியில் உள்ள நாடாவை நீக்கிவிட்டு, பைகளில் உள்ளதை வெளியே எடுக்கச் சொன்னார்கள். ஒருவேளை நான் பைக்குள் ஏதேனும் ஆயுதம் வைத்திருந்தால் தற்கொலை செய்துகொள்ளவோ அல்லது தப்பிக்கவோ அல்லது காவலர்களைத் தாக்கவோ அதைப் பயன்படுத்தக்கூடும். அந்த மேசையில் உட்கார்ந்திருந்த காவலருக்கு கைகளில் நிறைய மயிர், கைவிரல் நகங்களை ஒட்டக் கடித்திருந்ததால் அவற்றில் ரத்தம் கசிந்திருந்தது. என் சட்டைப்பைக்குள் இருந்த பொருட்கள்:

1. ஸ்விஸ் ராணுவ மடக்குக் கத்தி - மின்கம்பி உரிப்பான், சிறு அரம், பல்குத்தி, முள்வாங்கி உள்பட 15 சாதனங்கள் இணைக்கப்பட்டவை.
2. ஒரு துண்டு நூல்.

3. இதைப் போன்ற மரக்கட்டைப் புதிரின் ஒரு துண்டு.

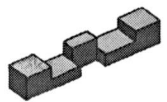

4. என் எலி டோபியினுடைய 3 உணவு வில்லைகள்.
5. £1.47 (இதில் £1, 20பெ காசு, இரண்டு 10பெ காசுகள், ஒரு 5பெ மற்றும் 2பெ காசுகள் அடங்கும்).
6. சிவப்பு பேப்பர் க்ளிப்.
7. வீட்டின் முன்கதவுச் சாவி

இதனுடன் கடிகாரம் ஒன்றும் கையில் அணிந்திருந்தேன். அதைக் கழற்றி ஒப்படைக்கும்படிச் சொன்னார்கள். ஆனால் நான் மறுத்து கடிகாரத்தை வைத்துக்கொள்ள விரும்புகிறேன், ஏனெனில் சரியான மணி என்ன என்பது எனக்குத் தெரியவேண்டும் என்றேன். அவர்கள் என்னிடமிருந்து வலுக்கட்டாயமாக அதை எடுக்க முயற்சி செய்தபோது கத்தினேன், பிறகு கடிகாரம் என்னிடம் இருக்க அனுமதித்தனர்.

எனக்கு குடும்பம் இருக்கிறதா என்று கேட்டனர். இருக்கிறது என்றேன். யாரெல்லாம் இருக்கிறார்கள் என்று கேட்டனர். அப்பா இருக்கிறார், ஆனால் அம்மா இறந்துவிட்டாள் என்றேன். பிறகு டெர்ரி சித்தப்பா, சண்டர்லேண்டில் இருக்கிறார், அவர் என் அப்பாவின் சகோதரர், என் தாத்தா பாட்டிகளும்கூட என் குடும்பமே, அவர்களில் மூன்று பேர் உயிருடன் இல்லை, பர்ட்டன் பாட்டி மட்டும் இல்லத்தில் தங்க வைக்கப்பட்டு இருக்கிறார். ஏனெனில் அவருக்கு வயதானால் வரும் டிமென்ஷியா என்கிற மறதி நோய், என்னை தொலைக்காட்சியில் வரும் நபர் என்று நினைக்கிறார்.

பிறகு அப்பாவின் தொலைபேசி எண்ணைக் கேட்டனர்.

அப்பாவுக்கு இரண்டு எண்கள் உண்டு என்றேன், ஒன்று வீட்டில் உள்ளது மற்றொன்று கைபேசி, இரண்டையும் சொன்னேன்.

சிறைக்குள் இருப்பது நன்றாக இருந்தது. அது கிட்டத்தட்ட சரியான கனசதுரம், 2 மீட்டர் அகலம், 2 மீட்டர் நீளம், 2 மீட்டர் உயரம். அதில் தோராயமாக 8 கனசதுர மீட்டர்

காற்று இருக்கும். கம்பிகள் உள்ள சன்னல், அதற்கு எதிரே உலோகக் கதவு, அதன் கீழ்ப்பகுதியில் உணவு வழங்குவதற்கான திறப்பு, கைதிகள் தப்பிவிட்டார்களா அல்லது தற்கொலை செய்துகொண்டுவிட்டார்களா என்று காவலர்கள் பார்ப்பதற்காக மேலே உயரத்தில் சிறிய கதவு. அறைக்குள் பஞ்சு வைத்து தைக்கப்பட்ட நீள்இருக்கை ஒன்றும் இருந்தது.

ஒருவேளை, நான் இருப்பது ஒரு கதைக்குள் என்றால் இங்கிருந்து எவ்வாறு தப்பிக்க முடியும் என்று யோசித்தேன். அது கடினமானது, என்னிடம் இருந்தது உடைகள் மற்றும் காலணிகள் மட்டுமே, அதிலும் நாடா இல்லை.

சிறந்த வழி எதுவென்று முடிவுசெய்தேன். நல்ல வெயிலடிக்கும் நாளுக்காகக் காத்திருந்து மூக்குக் கண்ணாடியின் மூலமாக சூரிய ஒளியைக் குவித்து ஆடையின் துண்டு ஒன்றில் நெருப்பைப் பற்றவைக்க வேண்டும். புகையைப் பார்த்து அவர்கள் என்னை வெளியே அழைத்துச் சென்றதும் தப்பிக்கலாம். ஒருவேளை, அவர்கள் கவனிக்கவில்லை என்றால் சிறுநீர் கழித்து நெருப்பை அணைத்துவிடலாம்.

திருமதி. ஷியர்ஸ், வெலிங்டனை நான்தான் கொன்றேன் என்று சொல்லியிருப்பாரோ என்று யோசித்தேன். ஒருவேளை, காவல்துறையினர் அவர் பொய் சொன்னதைக் கண்டுபிடித்து விட்டால் அவர் சிறைக்குச் செல்லவேண்டும். ஏனெனில் மற்றவர்களைப் பற்றி பொய் சொல்வதற்கு பழிசுமத்துதல் என்று பெயர்.

29. மனிதர்கள் என்னைக் குழப்புகிறார்கள்.

இதற்கு இரண்டு முக்கியமான காரணங்கள்.

முதல் முக்கியக் காரணம் மனிதர்கள் வார்த்தைகள் இல்லாமல் நிறைய பேசுகின்றனர். ஷெவோன் சொல்கிறாள், நீ உன் ஒரு புருவத்தை மட்டும் தூக்கினால் அதற்கு நிறைய அர்த்தம் உண்டு. “நான் உன்னுடன் உடலுறவு வைத்துக்கொள்ள விரும்புகிறேன்,” என்று இருக்கலாம் அல்லது “இப்போது நீ சொன்னது முட்டாள்தனமானது,” என்றும் இருக்கலாம்.

மேலும், ஷெவோன் சொல்கிறாள், வாயை மூடிக்கொண்டு மூக்கு வழியாகக் காற்றை வேகமாக வெளியேற்றினால், ஓய்வாக இருக்கிறாய் அல்லது சலிப்படைந்து விட்டாய் அல்லது கோபமாக இருக்கிறாய் என்று அர்த்தம். இது அனைத்துமே எவ்வளவு காற்றை எப்படி வெளியேற்றுகிறாய், எவ்வளவு வேகமாகச் செய்கிறாய், அதைச் செய்யும்போது உன் வாய் என்ன வடிவத்தில் இருக்கிறது, எப்படி உட்கார்ந்திருக்கிறாய், அதற்கு முன் நீ என்ன சொன்னாய் போன்ற நூற்றுக்கணக்கான விஷயங்களைப் பொறுத்தது. இதைச் சில நொடிகளில் தீர்மானிப்பது எனக்குக் கடினமாக இருக்கிறது.

இரண்டாவது முக்கியக் காரணம், மனிதர்கள் அடிக்கடி உருவகங்களைப் பயன்படுத்திப் பேசுகிறார்கள். உருவகங்களுக்கு சில எடுத்துக்காட்டுகள்.

> I laughed my socks off.
> He was the apple of her eye.
> They had a skeleton in the cupboard.
> We had a real pig of a day.
> The dog was stone dead.

ஆங்கிலத்தில் Metaphor (உருவகம்) என்ற சொல்லுக்கு ஒன்றை இன்னொரு இடத்திற்கு எடுத்துச்செல்வது என்று பொருள், இது கிரேக்கச் சொல்லான μετα - மெதா (இதன் பொருள் ஓரிடத்தில் இருந்து மற்றோரிடத்திற்கு) மற்றும் ϕερειν - ஃபெரி (இதன் பொருள் சுமந்து செல்வது) என்பதில் இருந்து உருவானது. இது, ஒன்றை அது அல்லாத ஒன்றால் விளக்கப் பயன்படும். அதன்படி, Metaphor என்ற சொல்லே Metaphor.

அதைப் 'பொய்' என்றே சொல்லவேண்டும் என நினைக்கிறேன். ஏனெனில் 'பன்றி நாளைப் போன்றது அல்ல', 'அலமாரிக்குள் யாரும் எலும்புக்கூட்டை வைத்திருப்பதில்லை'. இந்த வாக்கியங்கள் பற்றிய சித்திரத்தை மனத்தில் உருவாக்கும்போது அவை என்னைக் குழப்புகின்றன. ஏனெனில் யாருடைய கண்களிலாவது ஆப்பிள் இருப்பதாகக் கற்பனை செய்வது எந்த வகையிலும் ஒருவரை மிகவும் விரும்புவதைக் குறிப்பதில்லை, இதை யோசித்துக்கொண்டிருப்பதால் அவர்கள் பேசுவதைத் தவறவிட்டு விடுகிறேன்.

என் பெயரும் ஓர் உருவகம். அதன் பொருள், *கிறிஸ்துவைச் சுமப்பது,* இது **χριστος** - ஃப்ளிஸ்தோஸ் (இதன் பொருள் இயேசு கிறிஸ்து) மற்றும் **φερειυ** - ஃபெரி என்னும் சொற்களிலிருந்து உருவானது, இந்தப் பெயர் புனித க்றிஸ்டோபருக்குக் கொடுக்கப்பட்டது. ஏனெனில் அவர் இயேசு கிறிஸ்துவை ஆற்றின் குறுக்காகச் சுமந்து சென்றார்.

இதைக் கேட்டதும், இயேசுவை ஆற்றின் குறுக்கே சுமந்து செல்வதற்கு முன்பு அவரது பெயர் என்னவென்று நீங்கள் யோசிக்கலாம். அதற்கு முன் அவர் எந்தப் பெயராலும் அழைக்கப்படவில்லை. ஏனெனில் இது உறுதிப்படுத்தப்படாத கதை. அதன் பொருள் இதுவும் பொய் என்பதே.

க்றிஸ்டோஃபர் என்பது நல்ல பெயர் என அம்மா சொல்வாள். ஏனெனில் அது கருணை மற்றும் உதவும் மனத்துடன் இருப்பதன் கதை. என் பெயர் என்னை வெளிப்படுத்துவதாக இருப்பதை விரும்புகிறேன்.

31. இரவு மணி 1:12 ஆனபோது அப்பா காவல்நிலையத்துக்கு வந்தார். 1:28 வரை அவரைப் பார்க்க முடியவில்லை. ஆனால் குரலை வைத்து அவர் அங்கிருக்கிறார் என்று தெரிந்துகொண்டேன்.

அவர் கத்திக்கொண்டிருந்தார், “நான் என் மகனைப் பார்க்க வேண்டும்.” பிறகு, “எதற்காக அவனை அடைத்து வைத்திருக்கிறீர்கள்?” பிறகு, “நிச்சயமாக நான் கோபத்தில் இருக்கிறேன்.”

காவலர் ஒருவர், அப்பாவை அமைதியாக இருக்கும்படி சொன்னதைக் கேட்டேன். அதன்பிறகு வெகுநேரத்திற்கு எந்தச் சத்தமும் இல்லை.

1:28 க்கு காவலர் சிறைக் கதவைத் திறந்து என்னைப் பார்க்க ஒருவர் வந்திருக்கிறார் என்றார்.

வெளியே அடியெடுத்து வைத்தேன். அப்பா நடைபாதையில் நின்றுகொண்டிருந்தார். தன் வலதுகையை உயர்த்தி விசிறிபோல் விரித்துக் காட்டினார். நானும் என் இடதுகையை உயர்த்தி விரல்களை விசிறிபோல விரித்தேன். இருவரது கட்டைவிரல்களும்

மற்ற விரல்களும் ஒன்றையொன்று தொட்டுக்கொள்ளும்படி செய்தோம். ஏன் இப்படிச் செய்கிறோம் என்றால், சில சமயம் அப்பா என்னை அணைத்துக்கொள்ள விரும்புவார். ஆனால் பிற மனிதர்களை அணைத்துக்கொள்வதை நான் விரும்புவதில்லை என்பதால் அதற்குப் பதிலாக இப்படிச் செய்வோம், இதன் பொருள் அவர் என்னை நேசிக்கிறார்.

தன் பின்னால் வருமாறு கூறி, அக்காவலர் எங்களை நடைபாதையை அடுத்து இருந்த மற்றோர் அறைக்கு அழைத்துச் சென்றார். அங்கே மேசையும் மூன்று நாற்காலிகளும் இருந்தன.

மேசையின் ஒருபுறம் எங்களை உட்காரச் சொல்லிவிட்டு மறுபுறம் அவர் உட்கார்ந்துகொண்டார். அங்கே ஒலிப்பதிவுக் கருவி இருந்தது, நான் அவரிடம் என்னைப் பேட்டி எடுத்து அதைப் பதிவு செய்யப்போகிறாரா என்று கேட்டேன்.

அவர் "அதற்கு அவசியமிருப்பதாகத் தெரியவில்லை" என்றார்.

அவர் ஆய்வாளர். அது எனக்குத் தெரியும். ஏனெனில் அவர் சீருடையில் இல்லை. அவருக்கு நிறைய மயிர்கள் உள்ள மூக்கு. இரண்டு சிறிய எலிகள் மூக்கின் துளையில் ஒளிந்துகொண்டிருப்பதுபோல் இருந்தது[2].

அவர் "உன் அப்பாவிடம் பேசினேன், காவலரைத் தாக்குவது உன் நோக்கமில்லை என்கிறார்" என்றார்.

நான் எதுவும் சொல்லவில்லை. ஏனெனில் இது கேள்வியல்ல.

அவர் "நீ காவலரைத் தாக்க நினைத்தாயா?" என்றார்.

நான் "ஆமாம்" என்றேன்.

அவர் முகத்தைச் சுளித்து, "ஆனால் நீ அவரைக் காயப்படுத்த நினைக்கவில்லை அப்படித்தானே?" என்றார்.

நான் இதைப்பற்றி யோசித்து, "இல்லை, நான் அவரைக் காயப்படுத்த நினைக்கவில்லை. அவர் என்னைத் தொடுவதைத் தடுக்க விரும்பினேன்," என்றேன்.

அவர் "காவலரைத் தாக்குவது தவறு என்று உனக்குத் தெரியும், அப்படித்தானே?" என்று கேட்டார்.

நான் "தெரியும்," என்றேன்.

சில விநாடிகளுக்கு அமைதியாக இருந்தபின், "க்றிஸ்டோஃபர், நீ அந்த நாயைக் கொன்றாயா?" என்று கேட்டார்.

"நான் அந்த நாயைக் கொல்லவில்லை" என்றேன்.

"காவலர்களிடம் பொய் சொல்வது தவறு, சொன்னால் பெரிய விளைவுகளைச் சந்திக்க வேண்டிவரும் என்பது உனக்குத் தெரியுமா?" என்றார்.

நான் "தெரியும்" என்றேன்.

அவர் "சரி, உனக்கு அந்த நாயைக் கொன்றது யாரென்று தெரியுமா?" என்று கேட்டார்.

நான் "தெரியாது,"என்றேன்.

அவர் "நீ உண்மையைச் சொல்கிறாயா?" என்றார்.

நான் "ஆமாம், நான் எப்போதும் உண்மையைத்தான் பேசுவேன்," என்றேன்.

அவர் "சரி, நான் உனக்கு எச்சரிக்கை தரப்போகிறேன்," என்றார்.

நான் "அது சான்றிதழ் போல காகிதத்தில் இருக்குமா, அதை நான் வைத்துக்கொள்ள வேண்டுமா?" என்று கேட்டேன்.

அவர் "இல்லை எச்சரிக்கை என்பது என்னவென்றால், நீ செய்த செயலைப் பதிவு செய்துகொள்வோம். அதாவது, நீ காவலரைத் தாக்கியது விபத்து, உண்மையில் நீ அவரைக் காயப்படுத்த விரும்பவில்லை என," என்று பதிலளித்தார்.

நான் "ஆனால் அது விபத்தில்லையே?" என்றேன்.

அப்பா "க்றிஸ்டோஃபர், தயவுசெய்து அமைதியாக இரு" என்றார்.

அந்த ஆய்வாளர் வாயை மூடிக்கொண்டு மூக்கின் வழியாக வேகமாக மூச்சுவிட்டு "நீ மறுபடியும் ஏதேனும் சிக்கலில் மாட்டினால் இந்தப் பதிவை எடுத்துப்பார்த்து உனக்கு ஏற்கெனவே ஒருமுறை எச்சரிக்கை தரப்பட்டுள்ளது என்று தெரிந்துகொள்வோம். அதற்குப்பிறகு விஷயம் சிக்கலாகிவிடும் புரிகிறதா?" என்றார்.

நான் "புரிகிறது" என்றேன்.

பிறகு அவர், நாங்கள் செல்லலாம் என்று கூறி எழுந்து கதவைத் திறந்ததும் நாங்கள் நடைபாதையின் வழியாக நடந்து வரவேற்பறைக்கு வந்தோம். என்னுடைய ஸ்விஸ் ராணுவக் கத்தி, நூல் துண்டு, மரப்புதிர், டோபிக்கான எலி உணவு 3 வில்லைகள், பணம் £1.47, பேப்பர் க்ளிப், முன்கதவுச் சாவி ஆகிய அனைத்தும் சிறிய பையில் போட்டு வைக்கப்பட்டிருந்தது. அதைப் பெற்றுக்கொண்டு வெளியில் நிறுத்தப்பட்டிருந்த அப்பாவின் வண்டியில் ஏறி வீட்டுக்கு வந்தோம்.

37. நான் பொய் சொல்வதில்லை. நான் நல்லவன் என்பதால் அப்படி என்று அம்மா சொல்வாள். ஆனால் நான் நல்லவன் என்பதால் அல்ல. என்னால் பொய் சொல்ல முடியாது என்பதால்.

அம்மாவுக்குச் சிறிய உருவம், வாசனையாக இருப்பாள். சில சமயம் இளஞ்சிவப்புநிறத்தில் கம்பளி ஆடை ஒன்றை அணிவாள். முன்பக்கத் திறப்பு வைத்து இருக்கும், இடப்பக்க மார்பில் சிறிய வில்லை ஒன்றில் Berghaus என்று எழுதி இருக்கும்.

நடக்காத ஒன்றை நடந்ததாகச் சொல்வது பொய். குறிப்பிட்ட இடம் மற்றும் காலத்தில் எப்போதும் ஒரேயொரு விஷயம் மட்டுமே நிகழச் சாத்தியம் உண்டு. ஆனால் அந்த இடம் மற்றும் காலத்தில் நிகழாத விஷயங்களின் எண்ணிக்கை முடிவில்லாதது. நடக்காத ஒன்றைப் பற்றி நினைக்கும்போது நடக்காத மற்ற விஷயங்களைப் பற்றியும் நினைக்கத் தொடங்கிவிடுகிறேன்.

எடுத்துக்காட்டாக, இன்று காலை உணவாக நான் ரெடிப்ரேக் ஓட்ஸ் மற்றும் சூடான ராஸ்பெர்ரி பால் சாப்பிட்டேன்.

ஆனால் உண்மையில் ஷ்ரெட்டீஸ் தானிய உணவு மற்றும் ஒரு கோப்பைத் தேநீர்[3] சாப்பிட்டேன் என்று சொன்னால், கோக்கோ பாப் தானிய உணவு மற்றும் எலுமிச்சைச் சாறு, கஞ்சி மற்றும் டாக்டர் பெப்பர் குளிர்பானம் பற்றியும் யோசிக்கிறேன். மேலும், இந்த உணவை எவ்வாறு எகிப்தில் சாப்பிடவில்லை, எவ்வாறு அறைக்குள் காண்டாமிருகம் இல்லை, அப்பா நீச்சலுடையில் இல்லை எனத் தொடர்ந்து யோசிக்கலாம். இதை எழுதும்போதே நடுக்கமும் பயமும் வருகிறது, உயரமான கட்டடத்தின் உச்சியில் நிற்கும்போது எனக்கு நடப்பதுபோல, ஆயிரக்கணக்கில் வீடுகள், வாகனங்கள், மனிதர்கள் எனக்குக் கீழே இருக்கும், என் தலைக்குள் இதுபோல சிந்தனைகள், அதன் காரணமாக நான் நேராக நிற்பதை மறந்து கைப்பிடிக் கம்பியைப் பிடித்துத் தொங்கிக்கொண்டு நிற்பேனோ அல்லது கீழே விழுந்து கொல்லப்படுவேனோ என்று பயமாக இருக்கும்.

நாவல்களைப் பிடிக்காமல் போனதற்கு இது இன்னொரு காரணம், ஏனெனில் அவை பொய்யாக, நடக்காத விஷயங்களைப் பற்றிச் சொல்கின்றன, அது என்னை நடுக்கத்திற்கும் பயத்திற்கும் உள்ளாக்குகிறது.

எனவே, நான் இங்கு எழுதியிருப்பது அனைத்தும் உண்மை.

41. வீட்டுக்கு வரும் வழியில் மேகங்கள் இருந்ததால் என்னால் பால்வீதியைப் பார்க்க முடியவில்லை.

அப்பாவிடம், "என்னை மன்னித்துவிடுங்கள்," என்றேன். ஏனெனில் அவர் என்னால் காவல்நிலையம்வரை வரவேண்டியதாகிவிட்டது, அது மோசமான விஷயம்.

அப்பா "பரவாயில்லை" என்றார்.

நான் "நாயை நான் கொல்லவில்லை," என்றேன்.

அவர் "எனக்குத் தெரியும்," என்றார்.

பிறகு "க்றிஸ்டோஃபர், நீ சிக்கல்களிலிருந்து விலகி இருக்க வேண்டும், சரியா?" என்றார்.

நான் “சிக்கலில் மாட்டிக்கொள்ளப் போகிறேன் என்பது எனக்குத் தெரியாது. எனக்கு வெலிங்டனைப் பிடிக்கும், அவனுக்கு ‘ஹலோ’ சொல்லலாம் என்று அங்குப் போனேன். ஆனால் யாரோ அவனைக் கொன்றுவிட்டார்கள் என்பது எனக்குத் தெரியாது,” என்றேன்.

அப்பா, “மற்றவர்கள் விஷயத்தில் மூக்கை நுழைக்காமல் இரு,போதும்,” என்றார்.

நான் சிறிதுநேரம் யோசித்து, “வெலிங்டனைக் கொன்றது யார் என்று கண்டுபிடிக்கப் போகிறேன்,” என்றேன்.

அப்பா, “நான் சொன்னதைக் கேட்டுக்கொண்டிருந்தாயா க்றிஸ்டோஃபர்?” என்று கேட்டார்.

நான் “ஆமாம், நீங்கள் சொன்னதைக் கேட்டுக்கொண்டிருந்தேன். ஆனால் யாராவது கொலை செய்யப்பட்டால் செய்தது யார் என்று கண்டுபிடிக்க வேண்டும், அப்போது அவர்களுக்குத் தண்டனை கிடைக்கும்” என்றேன்.

அவர் “அது சாதாரண நாய் க்றிஸ்டோஃபர், சாதாரண நாய்,” என்றார்.

நான் “நாய்களும் முக்கியமானவை என்று நினைக்கிறேன்,” என்றேன்.

அவர் “அதைவிட்டுவிடு” என்றார்.

நான் “காவல்துறை வெலிங்டனை கொன்றவர்களைக் கண்டுபிடித்துத் தண்டிக்குமா என்று யோசிக்கிறேன்,” என்றேன்.

பிறகு, அப்பா ஸ்டியரிங்கை ஓங்கிக் குத்தினார். வண்டி சாலையின் மையத்திலிருந்த கோட்டிலிருந்து கொஞ்சம் விலகி அலைந்து பின் நேரானது, “கடவுளே! அதைவிட்டுத் தொலை என்றேன்” என்று கத்தினார்.

அப்பா கத்துகிறார் என்பதால் அவர் கோபமாக இருக்கிறார் என்று என்னால் சொல்ல முடியும். அவரைக் கோபப்படுத்த விரும்பவில்லை என்பதால் வீடு வந்து சேரும்வரை நான் எதுவும் பேசவில்லை.

முன்வாசல் வழியாக நாங்கள் உள்ளே நுழைந்தவுடன் சமையலறைக்குச் சென்று டோபிக்காக கேரட்டை எடுத்துக்கொண்டு மாடியிலுள்ள என் அறைக்குச் சென்று கதவை மூடிவிட்டு டோபியை வெளியில் எடுத்து கேரட்டைக் கொடுத்தேன். பிறகு கணினியில் Minesweeper விளையாட்டை 76 முறை விளையாடினேன், அதில் நிபுணர்களுக்கான விளையாட்டை 102 வினாடிகளில் முடித்துவிட்டேன். இது, என் சிறந்த ஆட்டத்தைவிட 3 வினாடிகளே கூடுதல், என் சிறந்த ஆட்டம் 99 வினாடிகளில் முடிந்தது.

இரவு 2:07 மணிக்கு பல்துலக்கிப் படுக்கைக்குச் செல்லுமுன் எனக்கு ஆரஞ்சு பழரசம் வேண்டுமென்று முடிவுசெய்து, கீழே சமையலறைக்குச் சென்றேன். அப்பா சோஃபாவில் உட்கார்ந்து தொலைக்காட்சியில் ஸ்நூக்கர் விளையாட்டைப் பார்த்தபடி ஸ்காட்ச் குடித்துக்கொண்டிருந்தார். கண்களில் இருந்து கண்ணீர் வழிந்துகொண்டிருந்தது.

நான் "வெலிங்டனை நினைத்துக் கவலைப்படுகிறீர்களா?" என்று கேட்டேன்.

அப்பா என்னை வெகுநேரம் பார்த்துக்கொண்டிருந்துவிட்டு, மூக்கால் காற்றை உள்ளே இழுத்தார். பிறகு "ஆமாம் க்றிஸ்டோஃபர், அப்படித்தான், நீ தாராளமாக அப்படிச் சொல்லலாம்," என்றார்.

நான் அவரைத் தனியாக விடுவதென்று முடிவுசெய்தேன். ஏனெனில் நான் கவலையாக இருக்கும்போது தனியாக இருக்க விரும்புவேன். எனவே நான் வேறு எதுவும் பேசவில்லை. சமையலறைக்குச் சென்று ஆரஞ்சு பழச்சாறு தயாரித்து மாடியில் இருக்கும் என் அறைக்கு எடுத்துச் சென்றேன்.

43. அம்மா 2 வருடங்களுக்கு முன் இறந்தாள்.

ஒருநாள் பள்ளியிலிருந்து வீட்டுக்கு வந்து கதவைத் தட்டியபோது யாரும் திறக்கவில்லை. எனவே சமையலறைக் கதவின் பின்புறம் உள்ள பூந்தொட்டியின் கீழ் ரகசியமாக வைக்கப்பட்டிருந்த சாவியை எடுத்தேன். வீட்டின் உள்ளே நுழைந்து ஏற்கெனவே

செய்துகொண்டிருந்த, ஏர்ஃபிக்ஸ் ஷெர்மன் பீரங்கியின் மாதிரியைத் தொடர்ந்தேன்.

ஒன்றரை மணி நேரத்திற்குப் பிறகு அப்பா வேலையிலிருந்து திரும்பி வந்தார். அவர் சொந்தத் தொழில் செய்பவர். சூட்டியந்திரங்களைப் பராமரித்தல் மற்றும் பாய்லர் போன்றவற்றைச் சரிசெய்யும் தொழிலில் ரோட்ரியுடன் இருக்கிறார், ரோட்ரி அவரது வேலையாள். அப்பா என் அறைக் கதவைத் தட்டிவிட்டுத் திறந்து அம்மாவைப் பார்த்தேனா என்று என்னிடம் கேட்டார்.

நான் அம்மாவைப் பார்க்கவில்லை என்று சொன்னதும் கீழே இறங்கிச் சென்று, சில தொலைபேசி அழைப்புகளைச் செய்தார். அவர் என்ன பேசினார் என்பது எனக்குக் கேட்கவில்லை.

பிறகு மீண்டும் என் அறைக்கு வந்து, தான் வெளியில் செல்லவேண்டி இருக்கிறது, திரும்பிவர எவ்வளவு நேரம் ஆகும் என்று தெரியாது என்றார். ஏதேனும் தேவைப்பட்டால் அவரைக் கைபேசியில் அழைக்க வேண்டும் என்று சொன்னார்.

அவர் திரும்பிவர 2½ மணி நேரம் ஆனது. வந்ததும் நான் கீழே இறங்கிச் சென்றேன். அப்பா சமையலறையில் உட்கார்ந்தபடி குளத்தை நோக்கியிருந்த தோட்டம், நெளிக்கம்பியாலான வேலி, மான்ஸ்டெட் தெருவிலுள்ள நார்மன் முறையில் கட்டப்பட்டதால் கோட்டை போன்று தோற்றமளிக்கும் தேவாலயத்தின் கோபுர உச்சி ஆகியவற்றை பின்புறச் சன்னல் வழியாக வெறித்துப் பார்த்துக்கொண்டிருந்தார்.

அப்பா “உன் அம்மாவை சில நாள்களுக்குப் பார்க்க முடியாது என்று நினைக்கிறேன்” என்றார்.

பொதுவாக மனிதர்கள் பேசும்போது உங்களைப் பார்த்துப் பேசுவார்கள். நான் என்ன யோசிக்கிறேன் என்று அவர்கள் கணக்கிடுகிறார்கள் என்று எனக்குத் தெரியும். ஆனால் என்னால் அவர்கள் என்ன யோசிக்கிறார்கள் என்று சொல்ல முடிவதில்லை. இது உளவாளிகள் பற்றிய திரைப்படத்தில் வரும் ஒருவழிக் கண்ணாடியைப் போன்றது. ஆனால் இது நன்றாக இருந்தது. அப்பா என்னைப் பார்க்காமலேயே பேசிக்கொண்டிருந்தார்.

நான் "ஏன் முடியாது?" என்றேன்.

அவர் வெகுநேரம் கழித்து, "அவள் மருத்துவமனையில் இருக்க வேண்டியதாகிவிட்டது." என்றார்.

நான் "நாம் அம்மாவைப் பார்க்கச் செல்லலாமா?" என்று கேட்டேன். ஏனெனில் எனக்கு மருத்துவமனைகளைப் பிடிக்கும். அவர்களது சீருடையும் அங்கிருக்கும் இயந்திரங்களும் பிடிக்கும்.

அப்பா "அது முடியாது," என்றார்.

நான் "ஏன் முடியாது?" என்று கேட்டேன்.

அப்பா "அவளுக்கு ஓய்வு தேவை, அவள் தனியாக இருக்க வேண்டும்," என்றார்.

நான் "அது மனநல மருத்துவமனையா?" என்று கேட்டேன்.

அப்பா "இல்லை, அது சாதாரண மருத்துவமனை. அவளுக்கு ஒரு பிரச்சினை... அவளுடைய இதயத்தில் பிரச்சினை," என்றார்.

நான் "நாம் அம்மாவுக்கு உணவு எடுத்துச் செல்லவேண்டும்" என்றேன். ஏனெனில் மருத்துவமனையில் வழங்கப்படும் உணவு நன்றாக இருக்காது என்று எனக்குத் தெரியும். பள்ளியிலுள்ள டேவிட் சரியாக நடப்பதற்காக தனது ஆடுகால் தசையை நீளமாக்கும் அறுவை சிகிச்சை செய்துகொண்டான். அங்கு வழங்கப்படும் உணவை அவன் வெறுத்தான். எனவே அவன் அம்மா, தினமும் அவனுக்கு உணவு எடுத்துச் சென்றார்.

அப்பா மீண்டும் அதிகநேரம் அமைதியாக இருந்துவிட்டு, "நீ பள்ளிக்குச் செல்லும் நேரத்தில் உணவை எடுத்துச்சென்று அங்கிருக்கும் மருத்துவர்களிடம் கொடுப்பேன். அவர்கள் அவளிடம் கொடுத்துவிடுவார்கள், சரிதானே?" என்றார்.

நான் "உங்களால் சமைக்க முடியாதே?" என்றேன்.

அப்பா கைகளால் முகத்தை மூடிக்கொண்டு "க்றிஸ்டோஃபர். கவனி. நான் ஆயத்த உணவுகளைக் கடையில் வாங்கிக் கொடுப்பேன், அது அவளுக்குப் பிடிக்கும்," என்றார்.

நான் அம்மாவுக்காக 'விரைவில் நலம் பெறுங்கள்' எனும் வாழ்த்து அட்டையைத் தயாரிப்பேன் என்று சொன்னேன். ஏனெனில் யாராவது மருத்துவமனையில் இருந்தால் நீங்கள் அப்படித்தான் செய்யவேண்டும்.

அப்பா அடுத்தநாள் அதை எடுத்துச் செல்வதாகச் சொன்னார்.

47. அடுத்தநாள், பேருந்தில் பள்ளிக்குச் செல்லும்போது வரிசையாக 4 சிவப்புநிற வண்டிகளைப் பார்த்தேன். அதன் பொருள் அன்று நல்ல நாள். எனவே வெலிங்டன் பற்றிக் கவலைப்பட வேண்டாம் என்று தீர்மானித்தேன்.

பள்ளியிலிருக்கும் உளவியலாளர் திரு. ஜெவன்ஸ், ஒருமுறை என்னிடம் கேட்டார்: ஏன் வரிசையாக வரும் 4 சிவப்புநிற வண்டிகள் ஒரு நாளை **நல்ல நாள்** என்றும் 3 வண்டிகள் **சிறந்த நாள்** என்றும் 5 சிவப்புநிற வண்டிகள் **மிகச்சிறந்த நாள்** என்றும் ஆக்குகின்றன. ஏன், 4 மஞ்சள்நிற வண்டிகள் ஒரு நாளை கருப்புநாள் ஆக்குகின்றன. அந்த நாளில், நான் தனியே உட்கார்ந்து யாரோடும் பேசாமல் என் புத்தகங்களைப் படித்துக்கொண்டிருப்பேன், மதிய உணவுகூடச் சாப்பிடமாட்டேன், எதிலும் துணிந்து ஈடுபட மாட்டேன். மிகவும் தர்க்கரீதியாக யோசிக்கக்கூடிய நான் இப்படி யோசிப்பது பற்றி அவர் வியப்படைவதாகச் சொன்னார். ஏனெனில் இதில் தர்க்கம் எதுவுமில்லை.

விஷயங்கள் நல்லதொரு ஒழுங்கில் இருப்பது எனக்குப் பிடிக்கும் என்று அவரிடம் கூறினேன். ஒருவகையில், விஷயங்கள் நல்ல ஒழுங்கில் இருப்பதென்பது தர்க்கரீதியிலானது. குறிப்பாக, அந்த விஷயம் எண்களாக அல்லது விவாதமாக இருந்தால். ஆனால் விஷயங்களை ஒழுங்கில் வைப்பதற்கு வேறு வழிமுறைகளும் உண்டு. அதனாலேயே எனக்கு நல்ல நாள்கள் மற்றும் கருப்பு நாள்கள் இருக்கின்றன. மேலும், அலுவலகங்களில் வேலை பார்க்கும் சிலர் வீட்டைவிட்டு வெளியில் வரும்போது நல்ல வெளிச்சமான நாளாக இருந்தால் மகிழ்ச்சிக்கு உள்ளாகிறார்கள் அல்லது மழை பெய்வதைப் பார்த்தால் வருத்தத்திற்கு உள்ளாகிறார்கள், ஆனால் அந்த வேறுபாடு வெறும் தட்பவெப்பம் சார்ந்தது மட்டுமே, அவர்கள்

அலுவலகத்திற்குள் இருக்கும்போது, நல்லநாள் என்பதையோ அல்லது மோசமான நாள் என்பதையோ தட்பவெப்பம் எந்தவகையிலும் தீர்மானிக்கப் போவதில்லை, என்றேன்.

மேலும், அப்பா எப்போதும் காலையில் காலுறைகளை அணியும் முன்பு கால்சராயை அணிந்துகொள்வார். தர்க்கப்படி இது சரியில்லை என்றாலும் எப்போதும் அப்படிச் செய்வார். ஏனெனில் விஷயங்களில் உள்ள ஒழுங்கு அவருக்கும் பிடித்திருக்கிறது என்றேன். மேலும், மாடிக்குச் செல்லும்போது இரண்டிரண்டு படிகளாக ஏறுவார், எப்போதும் வலது காலை மட்டுமே முதலில் வைப்பார், என்றேன்.

திரு. ஜெவன்ஸ் என்னை மிகவும் புத்திசாலியான பையன் என்றார்.

நான் புத்திசாலியல்ல என்று அவரிடம் கூறினேன். நான் விஷயங்கள் எவ்வாறு இருக்கின்றன என்று கவனிக்கிறேன், இது புத்திசாலித்தனமில்லை என்றேன். இது கூர்ந்து கவனிப்பவனாக இருப்பது மட்டுமே. புத்திசாலித்தனம் என்பது விஷயங்கள் எவ்வாறு இருக்கின்றன என்று கவனித்து, அந்த ஆதாரங்களை வைத்துப் புதிதாக எதையேனும் கண்டுபிடிப்பது. பிரபஞ்சம் விரிவடைந்துகொண்டிருக்கிறது அல்லது ஒரு கொலையைச் செய்தது யார் என்று கண்டுபிடிப்பது போல. அல்லது யாருடைய பெயரையாவது பார்க்கும்போது அதிலுள்ள எழுத்துகளுக்கு வரிசையாக 1 லிருந்து 26 வரை எண்கள் கொடுத்து (a = 1, b = 2, இதுபோல) அவற்றை மனத்தில் கணக்கிட்டு அது பகா எண்ணா என்று கண்டுபிடிப்பது. எடுத்துக்காட்டாக, Jesus Christ (151) அல்லது Scooby-Doo (113) அல்லது Sherlock Holmes (163) அல்லது Doctor Watson (167).

திரு. ஜெவன்ஸ், விஷயங்கள் ஒழுங்கில் இருப்பது எனக்குப் பாதுகாப்பு உணர்வை அளிக்கிறதா என்று கேட்டார். நான் ஆமாம் என்றேன்.

பிறகு அவர், அப்படி என்றால் விஷயங்கள் மாறுவது எனக்குப் பிடிப்பதில்லையா என்று கேட்டார். விஷயங்கள் மாறுவதை நான் வெறுப்பதில்லை என்றேன். எடுத்துக்காட்டாக, நான் விண்வெளி வீரனாக ஆனால் அதை வெறுக்கமாட்டேன். அது

நல்ல மாற்றம், பெண்ணாக மாறுவது அல்லது இறந்துபோவது என்பதைத் தவிரவும் நீங்கள் கற்பனை செய்யக்கூடியதிலேயே மிகப்பெரிய மாற்றம் அது என்றேன்.

திரு. ஜெவன்ஸ், நான் விண்வெளி வீரனாக ஆக விரும்புகிறேனா என்று கேட்டார், நான் ஆமாம் என்றேன்.

விண்வெளி வீரனாவது மிகக்கடினம் என்றார். அது எனக்குத் தெரியும் என்றேன். நீங்கள் விமானப்படையில் அதிகாரியாகச் சேர்ந்து நிறைய உத்தரவுகளை நிறைவேற்ற வேண்டும், பிற மனிதர்களைக் கொல்லத் தயாராக இருக்கவேண்டும், என்னால் உத்தரவுகளை ஏற்க முடியாது. மேலும், என் பார்வைத்திறன் 20/20 இல்லை, விமானியாக அது தேவை. ஆனாலும் நடப்பதற்குச் சாத்தியம் குறைவான ஒன்றை விரும்பலாம் என்றேன்.

பள்ளியில் என்னுடன் படிக்கும் ஃப்ரான்சிஸின் அண்ணன் டெர்ரி என்னிடம், உனக்குச் சுயசேவை அங்காடிகளில் தள்ளுவண்டிகளைச் சேகரிக்கும் அல்லது விலங்குகள் காப்பகத்தில் கழுதையின் அசுத்தங்களைச் சுத்தம் செய்யும் வேலை மட்டுமே கிடைக்கும், மூளைவளர்ச்சி இல்லாதவர்களை பல பில்லியன் பவுண்டு மதிப்புள்ள ராக்கெட்டை ஓட்ட விடமாட்டார்கள் என்றான். இதை அப்பாவிடம் சொன்னேன். நான் டெர்ரியைவிட புத்திசாலி என்பதால் அவன் என் மீது பொறாமைப்படுகிறான் என்றார். யோசித்துப் பார்த்தால் இது முட்டாள்தனமானது. ஏனெனில் நாங்கள் எந்தவிதப் போட்டியிலும் இல்லை. ஆனால் டெர்ரி முட்டாள்தனமாக இருக்கிறான். *so quod erat demonstrandum*, லத்தீன் மொழியில் இதன் பொருள் நிரூபிக்கப்பட வேண்டியவை. அதன் பொருள், அதன்படி அது நிரூபிக்கப்பட்டுவிட்டது.

நான் ஃப்ரான்சிஸ் போல மூளை வளர்ச்சியில்லாதவன் அல்ல. ஒருவேளை, விண்வெளி வீரன் ஆகாவிட்டாலும் பல்கலைக்கழகத்தில் கணிதம் அல்லது இயற்பியல் அல்லது கணிதமும் இயற்பியலும் (இரண்டும் சேர்ந்த கவுரவப்பட்டம்) படிப்பேன். ஏனெனில் எனக்கு இயற்பியல், கணிதம் இரண்டுமே பிடிக்கும். அவற்றில் நான் சிறந்து விளங்குகிறேன். ஆனால், டெர்ரி பல்கலைக்கழகத்துக்குப் போகமாட்டான் அநேகமாக அவன் சிறைக்குச் செல்வான் என்கிறார் அப்பா.

டெர்ரியின் கையில் இதயவடிவின் மத்தியில் கத்தி செருகி இருக்கும் பச்சை குத்தப்பட்டிருக்கும்.

இதுதான் விலகிச் செல்லுதல் என்பது. இப்போது நான் மீண்டும் நல்லநாள் என்கிற விஷயத்துக்கு வருகிறேன்.

நல்லநாள் என்பதால் வெலிங்டனைக் கொன்றது யார் என்பதைக் கண்டுபிடிக்கத் தொடங்கலாம் என்று முடிவுசெய்தேன். ஏனெனில் நல்லநாள் என்பது வேலைகள் மற்றும் விஷயங்களைத் திட்டமிடுவதற்கான நாள்.

இதை ஷெவோனிடம் சொன்னதும் அவள், "இன்று நாம் கதை எழுதுவதாக இருந்தது. எனவே நீ ஏன் வெலிங்டனைப் பார்த்ததை, காவல்நிலையம் சென்றதை எழுதக்கூடாது," என்றாள்.

எனவே இதை எழுதத் தொடங்கினேன்.

இலக்கணம், எழுத்தாக்கம் மற்றும் அடிக்குறிப்புகளில் ஷெவோன் உதவி செய்வதாகக் கூறியிருக்கிறாள்.

53. இரண்டு வாரம் கழித்து அம்மா இறந்தாள்.

நான் மருத்துவமனைக்குச் சென்று அம்மாவைப் பார்க்கவே இல்லை. ஆனால், அம்மாவுக்காக மார்க்ஸ் மற்றும் ஸ்பென்சர்ஸ் கடைகளிலிருந்து நிறைய உணவுகளை அப்பா வாங்கிச் சென்றார். அவள் பார்ப்பதற்கு நன்றாக இருக்கிறாள், உடல்நலம் தேறி வருகிறாள் என்றார். எனக்காக நிறைய அன்பை அனுப்பியிருப்பதாக, நான் அனுப்பிய அட்டையை படுக்கையின் அருகிலேயே வைத்திருப்பதாகச் சொன்னார். அந்த 'நலம் பெறுங்கள்' அட்டை, அம்மாவுக்கு மிகவும் பிடித்திருப்பதாகச் சொன்னார்.

அந்த அட்டையில் வாகனங்கள், பார்ப்பதற்கு வரிசையாக இப்படி இருக்கும்.

இதை நான், பள்ளியின் கலைவகுப்பில் திருமதி. பீட்டருடன் சேர்ந்து செய்தேன். இதை மெழுகுத்துணிச் சித்திரம் என்பார்கள். மெழுகுத்துணியில் இதுபோல வரைந்து கொடுத்தால் ஸ்டான்லி ரகக் கத்தியால் திருமதி. பீட்டர் அதே வடிவத்தில் வெட்டிக் கொடுப்பார், பிறகு அதில் மையிட்டு தாளில் அச்சுப்பதிக்க வேண்டும். எனவே எல்லா வாகனங்களும் ஒன்றுபோலவே இருக்கின்றன. ஏனெனில் ஒருமுறை வாகனத்தைச் செய்து, அதை 9 முறை அச்செடுத்தேன். நிறைய வாகனங்களை செய்யச் சொன்னது திருமதி. பீட்டர்ஸின் யோசனை, அது எனக்கும் பிடித்திருந்தது. பிறகு, அம்மாவுக்கு அந்த நாளை **மிக மிகச் சிறந்த நாள்** என்று மாற்றுவதற்காக எல்லா வாகனங்களுக்கும் சிவப்புநிறத்தைத் தீட்டினேன்.

அம்மா மாரடைப்பால் இறந்துவிட்டதாகவும் அது எதிர்பாராத ஒன்று என்றும் அப்பா சொன்னார்.

நான் "என்னவிதமான மாரடைப்பு?" என்று கேட்டேன். ஏனெனில் எனக்கு ஆச்சரியமாக இருந்தது.

அம்மாவுக்கு 38 வயது ஆகிறது. பொதுவாக, வயதானவர்களுக்கே மாரடைப்பு வரும். மேலும், அம்மா சுறுசுறுப்பானவள், மிதிவண்டி ஓட்டுவாள், ஆரோக்கியமான உணவுப்பழக்கம், நார்ச்சத்து மிகுந்த, நிறைவுற்ற கொழுப்புகள்கொண்ட கோழி, காய்கறிகள், தானியங்கள் போன்ற உணவுகள் மட்டுமே உண்பாள்.

அது என்னவிதமான மாரடைப்பு என்று தனக்குத் தெரியாது மேலும், இதுபோன்ற கேள்விகளுக்கு இது நேரமில்லை என்றார் அப்பா.

அது அநேகமாக, அன்யூரிசம் எனப்படும் குருதிநாள அழற்சியாக இருக்கும் என்றேன்.

மாரடைப்பு என்பது இதயத்தின் சில தசைகள் ரத்தம் கிடைக்காமல் இறப்பதால் ஏற்படுவது. மாரடைப்பில் இரண்டுவகை உண்டு. முதல்வகை, எம்போலிசம் எனப்படும் குருதிநாள அடைப்பு. இதயத்தின் தசைப்பகுதிக்கு ரத்தத்தைக்கொண்டுசெல்லும் ரத்தக்குழாய்கள் ஒன்றில் ரத்தக்கட்டிகள் அடைப்பை ஏற்படுத்துவது. இதை ஆஸ்பிரின் மற்றும் மீன் சாப்பிடுவதால் தவிர்க்கலாம். எனவே எஸ்கிமோக்களுக்கு இவ்வகையான மாரடைப்பு வருவதில்லை. அவர்கள் தொடர்ந்து மீன் சாப்பிடுகிறார்கள், மீன் ரத்தம் உறைவதைத் தடுக்கும். ஆனால் ஆழமான காயம் ஏதும் ஏற்பட்டால் அவர்கள் ரத்தம் உறையாமல் இறந்துவிடலாம்.

அன்யூரிசம் என்பது ரத்தக்குழாய் உடைந்து இதயத்தின் தசைப்பகுதிக்கு ரத்தம் செல்லாமல் இருப்பதால் ஏற்படுவது. ஏனெனில் அக்குழாய் கசிந்துகொண்டிருக்கிறது. சிலருக்கு ரத்தக்குழாயில் பலவீனமான பகுதி இருப்பதனால் அன்யூரிசம் வகை மாரடைப்பு ஏற்படும் - திருமதி. ஹார்டிஸ்டி போல. அவர் எங்கள் தெருவில் 72ம் எண் வீட்டில் வசித்தவர். அவருக்கு கழுத்துப் பகுதியில் அப்படியொரு பலவீனப்பகுதி இருந்தது. வாகன நிறுத்தத்தில் வண்டியைப் பின்புறம் செலுத்துவதற்காக கழுத்தைத் திருப்பியதால் இறந்தார்.

ஆனால் நேர்மாறாக எம்போலிசம் வகையாகவும் இருக்கலாம். நீங்கள் வெகுநாள்களாக படுக்கையில் இருக்கும்போது மருத்துவமனையில் அனுமதிக்கப்பட்டு இருப்பதுபோல, ரத்தம் எளிதில் கட்டியாக மாற வாய்ப்பு உள்ளது.

அப்பா "என்னை மன்னித்துவிடு க்றிஸ்டோஃபர், என்னை மன்னித்துவிடு," என்றார்.

ஆனால் இதில் அவர் தவறு எதுவுமில்லை.

பிறகு திருமதி. ஷியர்ஸ் வந்து எங்களுக்கான இரவு உணவைத் தயாரித்தார். காலில் செருப்பு, ஜீன்ஸ் மற்றும் டீ-ஷர்ட் அணிந்திருந்தார், சட்டையில் WINDSURF மற்றும் CORFU என்று எழுதப்பட்டிருந்தது. பனிச்சறுக்கு வீரனின் படமும் இருந்தது.

பிறகு அப்பா உட்கார்ந்திருக்கும்போது அவர் பக்கத்தில் நின்றுகொண்டு அவர் தலையைத் தன் நெஞ்சோடு சேர்த்துப் பிடித்து, "கவலைப்படாதே எட், நாங்கள் உன்னை இந்தக் கவலையிலிருந்து சீக்கிரம் வெளியேற்றுவோம்," என்றார்.

பிறகு எங்களுக்காக ஸ்பாகெட்டியும் தக்காளிச்சாறும் தயாரித்தார்.

இரவு உணவுக்குப் பிறகு என்னோடு ஸ்க்ராப்பிள் விளையாடினார். அவரை 247க்கு 134 என்ற எண்ணிக்கையில் தோற்கடித்தேன்.

59. அடுத்தவர்கள் விஷயத்தில் தலையிடக்கூடாது என்று அப்பா சொன்னாலும் வெலிங்டனைக் கொன்றது யார் என்று கண்டுபிடிக்க முடிவு செய்தேன்.

ஏன் என்றால், நான் எப்போதும் எனக்குச் சொல்லப்பட்டதைச் செய்வதில்லை.

ஏனெனில் யாராவது, எதையாவது செய் என்று சொன்னால் அது எப்போதும் குழப்புவதாக, தெளிவில்லாததாக இருக்கிறது.

எடுத்துக்காட்டாக, மனிதர்கள் 'அமைதியாக இரு' என்பதை எப்போதும் சொல்கிறார்கள். ஆனால் எவ்வளவுநேரம் அமைதியாக இருக்கவேண்டும் என்று சொல்வதில்லை. **புல்வெளியின் மீது நடக்காதீர்கள்** என்னும் அறிவிப்பை நீங்கள் பார்த்திருக்கலாம். ஆனால் அது **இந்த அறிவிப்பைச் சுற்றியுள்ள புல்வெளியின் மீது நடக்காதீர்கள்** என்றோ, **பூங்காவில் உள்ள எந்தப் புல்வெளியின் மீதும் நடக்காதீர்கள்** என்றோதானே இருக்கவேண்டும். ஏனெனில் அந்த இடம் தவிரவும் நடப்பதற்கு புல்வெளி இருக்கிறது.

அதேபோல, மனிதர்கள் எப்போதும் விதிகளை மீறுகிறார்கள். 30 மைல் வேகத்துக்கு மேல் செல்லக்கூடாத இடத்தில் அப்பா

30 மைல் வேகத்துக்கும் அதிகமாக வண்டி ஓட்டுவார், சில சமயம் குடித்துக்கொண்டு வண்டி ஓட்டுவார். வண்டியில் உள்ள இருக்கைவார்ப்பட்டையை எப்போதும் அணியமாட்டார். பைபிள் கொலை செய்யாதிருப்பாயாக என்கிறது. ஆனால் சிலுவைப் போர் மற்றும் இரண்டு உலக யுத்தங்களில் மற்றும் வளைகுடா போரில் எல்லாவற்றிலும் கிறிஸ்தவர்களே மனிதர்களைக் கொல்கிறார்கள்.

மேலும், அப்பா "அடுத்தவர்கள் விஷயத்தில் இருந்து ஒதுங்கி இரு" என்று சொல்லும்போது, என்ன சொல்கிறார் என்று புரியவில்லை. ஏனெனில் "அடுத்தவர்கள் விஷயம்" என்றால் என்னவென்று எனக்குப் புரியவில்லை. பள்ளிக்கூடத்தில், கடைவீதியில் மற்றும் பேருந்தில் என நிறைய விஷயங்களில் அடுத்தவர்களோடு தொடர்புகொள்கிறேன். அவருடைய வேலை அடுத்தவர்களின் வீட்டுக்குள் நுழைந்து கொதிகலன் மற்றும் வெப்பமூட்டும் கருவிகளைச் சரிசெய்வது. இது எல்லாமே மற்றவர்களின் விஷயம்.

ஷெவோனுக்குப் புரியும். எதையாவது செய்யாதே என்று என்னிடம் சொல்லும்போது தெளிவாக செய்யக்கூடாதது என்னென்ன என்று சொல்வாள். அது எனக்குப் பிடித்திருக்கிறது.

எடுத்துக்காட்டாக, ஒருமுறை அவள் சொன்னாள்: "நீ சாராவை குத்தக்கூடாது, அவளை எந்தவகையிலும் தாக்கக்கூடாது. ஒருவேளை, அவள் முதலில் உன்னை அடித்தாலும்கூட. அவள் மறுபடி உன்னைத் தாக்கினால் அவளிடமிருந்து விலகிச்சென்று அசையாமல் நின்றபடி 1 லிருந்து 50 வரை எண்ணு. பிறகு என்னிடம் வந்து அவள் என்ன செய்தாள் என்று சொல் அல்லது பள்ளி ஊழியர்களிடம் அவள் என்ன செய்தாள் என்று சொல்".

அல்லது, எடுத்துக்காட்டாக அவள் ஒருமுறை இப்படிச் சொன்னாள்: "உனக்கு ஊஞ்சலாட வேண்டுமென்றால், அங்கே ஏற்கெனவே யாராவது இருந்தால், நீ அவர்களைக் கீழே தள்ளக்கூடாது. அவர்களிடம் நானும் ஒருமுறை விளையாடலாமா என்று கேட்க வேண்டும். அவர்கள் விளையாடி முடிக்கும்வரை நீ காத்திருக்க வேண்டும்".

ஆனால் மற்றவர்கள் எதையாவது செய்யக்கூடாது என்று சொல்லும்போது இதுபோலச் சொல்வதில்லை. எனவே, என்ன செய்யலாம், என்ன செய்யக்கூடாது என்பதை நானே முடிவு செய்துகொள்கிறேன்.

அன்று மாலை திருமதி. ஷியர்ஸ் வீட்டுக்குச்சென்று கதவைத் தட்டிவிட்டு அவர் திறக்கக் காத்திருந்தேன்.

அவர் கதவைத் திறந்தபோது கையில் தேநீர் கோப்பை வைத்திருந்தார். காலில் செம்மறித்தோலால் செய்த செருப்புகள் அணிந்திருந்தார். அவர் தொலைக்காட்சியில் வினாடி-வினா நிகழ்ச்சியைப் பார்த்துக்கொண்டிருந்திருக்க வேண்டும். ஏனெனில் தொலைக்காட்சி ஓடிக்கொண்டிருந்தது. அதில் யாரோ "வெனிசுலாவின் தலைநகரம் எது அ) மராகஸ் ஆ) கராகஸ் இ) பகோட்டா ஈ) ஜார்ஜ்டவுன்," என்று கேட்டனர். அது கராகஸ் என்று எனக்குத் தெரியும்.

அவர் "க்றிஸ்டோஃபர், உண்மையாகவே இப்போது உன்னைச் சந்திக்க விரும்பவில்லை," என்றார்.

நான் "வெலிங்டனை நான் கொல்லவில்லை," என்றேன்.

அவர் "நீ இங்கே என்ன செய்துகொண்டிருக்கிறாய்?" என்று பதிலளித்தார்.

நான் "வெலிங்டனைக் கொன்றது நானில்லை என்று உங்களுக்குச் சொல்ல விரும்பினேன். மேலும், அவனைக் கொன்றது யார் என்று கண்டுபிடிக்க விரும்புகிறேன்," என்றேன்.

அவருடைய கோப்பையிலிருந்து கொஞ்சம் தேநீர் தரைவிரிப்பில் சிந்தியது.

நான் "வெலிங்டனைக் கொன்றது யார் என்று உங்களுக்குத் தெரியுமா?" என்று கேட்டேன்.

அவர், என் கேள்விக்குப் பதில் சொல்லவில்லை. "நீ செல்லலாம் க்றிஸ்டோஃபர்," என்று சொல்லிக் கதவை மூடினார்.

பிறகு, கொஞ்சம் துப்பறியும் வேலை செய்யலாம் என்று முடிவெடுத்தேன்.

அவர் என்னைக் கவனித்துக்கொண்டிருக்கிறார், நான் கிளம்புவதற்காகக்கூடத்தில் நின்றபடிக் காத்துக்கொண்டிருக்கிறார் என்பதை முன்கதவின் கண்ணாடி வழியாகப் பார்த்தேன். எனவே அங்கிருந்து இறங்கி தோட்டத்தைவிட்டு வெளியே வந்தேன். பிறகு திரும்பிப் பார்த்து அவர்கூடத்திலிருந்து என்னைக் கவனிக்கவில்லை என்று தெரிந்துகொண்டேன். வேறுயாரும் என்னைப் பார்க்கவில்லை என்பதை உறுதிப்படுத்திக்கொண்டு சுவர்மீது ஏறிக்குதித்து வீட்டின் பின்புறம் அவர் தோட்டக் கருவிகளை வைக்கும் கொட்டகை நோக்கி நடந்தேன்.

கொட்டகைக்குப் பூட்டு போடப்பட்டிருந்தது என்பதால், பக்கவாட்டில் உள்ள சன்னலை நோக்கி நடந்தேன். எனக்குச் சற்று அதிர்ஷ்டம் இருந்தது. சன்னல் வழியாக உள்ளே வெலிங்டனைக் கொல்லப் பயன்படுத்தப்பட்டது போலவே ஒரு முள்கரண்டியைப் பார்த்தேன். சன்னல் அருகே உள்ள மேசையில் வைக்கப்பட்டிருந்த அது, சுத்தம் செய்யப்பட்டிருக்க வேண்டும். ஏனெனில் நுனியில் ரத்தம் ஏதும் இல்லை. மற்ற தோட்டக் கருவிகளும் அங்கு வைக்கப்பட்டிருந்தன. மண்வெட்டி, வைக்கோல் வாரி மற்றும் உயரமான கிளைகளை வெட்டப் பயன்படுத்தும் கருவி போன்றவை அங்கிருந்தன. எல்லாவற்றுக்கும் ஒரேமாதிரியான பச்சை கைப்பிடி. இதன் பொருள் முள்கரண்டி திருமதி. ஷியர்ஸ் உடையது. ஒன்று அப்படி இருக்க வேண்டும் அல்லது அதுவொரு *Red Herring*. அதாவது, உங்களைத் தவறான முடிவுக்கு இட்டுச்செல்லும் விஷயம் அல்லது தடயம்போலத் தோன்றும் - ஆனால் அது தடயமல்ல.

ஒருவேளை, திருமதி. ஷியர்ஸேகூட கொன்றிருப்பாரோ என்று தோன்றியது. ஆனால் அவர் கொன்றிருந்தால் வெளியே வந்து "என் நாயை என்ன செய்தாய்?" என்று ஏன் கத்தவேண்டும்.

திருமதி. ஷியர்ஸ் அந்தக் கொலையைச் செய்திருக்க மாட்டார் என்று நினைத்தேன். ஆனால் யார் கொன்றிருந்தாலும் அவர்கள் திருமதி. ஷியர்ஸின் முள்கரண்டியைப் பயன்படுத்தியிருக்க வேண்டும். கொட்டகை பூட்டப்பட்டிருக்கிறது. எனவே திருமதி. ஷியர்ஸின் கொட்டகைச் சாவியை வைத்துள்ள யாரோ செய்திருக்க வேண்டும் அல்லது அன்று கொட்டகை

பூட்டப்படாமல் இருந்திருக்க வேண்டும் அல்லது அன்று அவர் முள்கரண்டியை வெளியிலேயே வைத்திருக்க வேண்டும்.

ஏதோ சத்தம் கேட்டுத் திரும்பிப் பார்த்தபோது, திருமதி. ஷியர்ஸ் என்னைப் பார்த்தபடி புல்வெளியில் நின்றிருந்தார்.

நான் “கொட்டகையில் அந்த முள்கரண்டி இருக்கிறதா என்று பார்க்க வந்தேன்,” என்று அவரிடம் சொன்னேன்.

அவர் “நீ இப்போது வெளியே போகவில்லை என்றால் நான் காவல்துறையினரை அழைப்பேன்,” என்றார்.

எனவே வீட்டுக்குச் சென்றேன்.

வீட்டுக்குள் நுழைந்ததும் அப்பாவுக்கு வணக்கம் சொல்லிவிட்டு மாடிக்குச் சென்று என் வளர்ப்பு எலியான டோபிக்கு உணவளித்தேன். துப்பறிந்து விஷயங்களைக் கண்டுபிடிப்பது எனக்கு மகிழ்ச்சியாக இருந்தது.

61. பள்ளியிலுள்ள திருமதி. ஃபோர்ப்ஸ் அம்மா இறந்ததும் சொர்க்கத்துக்குச் சென்றுவிட்டதாகச் சொன்னார். இதற்குக் காரணம், திருமதி. ஃபோர்ப்ஸ் மிகவும் வயதானவர், சொர்க்கத்தை நம்புகிறார். அவர் எப்போதும் தடகள விளையாட்டுக்கான கால்சராய் அணிவார். மற்ற கால்சராய்களைவிட அது வசதியானதாக இருக்கிறது என்பார். இருசக்கர வாகன விபத்தொன்றில், அவருடைய ஒரு கால் மற்றதைவிட மிகச்சிறிய அளவில் குட்டையாகிவிட்டது.

ஆனால் அம்மா இறந்ததும் சொர்க்கத்துக்குப் போகவில்லை. ஏனெனில் சொர்க்கம் என்று எதுவுமில்லை.

திருமதி. பீட்டரின் கணவர் அருட்தந்தை பீட்டர்ஸ் என்று அழைக்கப்படும் தலைமைக் குரு, எங்களுடன் பேசுவதற்காக பள்ளிக்கு எப்போதேனும் வருவார். அவரிடம் நான் சொர்க்கம் எங்கே இருக்கிறது என்று கேட்டதற்கு, “அது, நம் அண்டவெளியில் இல்லை. முற்றிலும் வேறான இடம்,” என்றார்.

அருட்தந்தை பீட்டர்ஸ், யோசிக்கும்போது சில சமயம் வேடிக்கையாக தன் நாக்கால், டிக் டிக் என்ற சத்தத்தை எழுப்புவார். அவர் சிகரெட் புகைப்பவர், அவரது மூச்சில் அந்த வாசனை இருக்கும், அது எனக்குப் பிடிக்காது.

அண்டவெளிக்கு வெளியே எதுவுமில்லை மேலும் முற்றிலும் வேறான இடம் என்றும் எதுவுமில்லை என்றேன். கருந்துளைக்குள் சென்று பார்க்கலாம் என்பதைத் தவிர வேறு வாய்ப்பில்லை, ஆனால் கருந்துளை அருநிலை என்று அழைக்கப்படுகிறது. அதன் பொருள், அதற்கப்பால் என்ன இருக்கிறது என்று நீங்கள் தெரிந்துகொள்ள முடியாது. ஏனெனில் அதன் ஈர்ப்புவிசை மிகப்பெரியது, அதில் இருந்து ஒளிபோன்ற மின்காந்த அலைகள்கூட தப்பி வெளியேற முடியாது. மின்காந்த அலைகளைக்கொண்டு நாம் தொலைவில் உள்ளவற்றைப் பற்றிய விபரங்களைத் தெரிந்துகொள்கிறோம். ஒருவேளை, சொர்க்கம் என்பது கருந்துளைக்கு அந்தப் பக்கம் இருக்குமானால், அங்கே செல்வதற்கு இறந்தவர்களை ராக்கெட்டில் வைத்து அண்டவெளிக்கு அனுப்பவேண்டி இருக்கும். ஆனால் நாம் அப்படிச் செய்வதில்லை அல்லது அப்படிச் செய்திருந்தால் அனைவருக்கும் அது தெரிந்திருக்கும்.

மனிதர்கள் இறப்பு என்ற விஷயம் பிடிக்காமலேயே சொர்க்கத்தை நம்புகிறார்கள் என்று நினைக்கிறேன். அவர்கள் தொடர்ந்து வாழ விரும்புகிறார்கள். தங்கள் இறப்புக்குப்பின் தங்களுடைய வீட்டில் மற்றவர் புகுந்து தங்களுடைய உடமைகளைக் குப்பையில் வீசுவதை யாரும் விரும்புவதில்லை.

அருட்தந்தை பீட்டர்ஸ், "அதாவது, சொர்க்கம் அண்டவெளிக்கு வெளியே இருக்கிறது என்று சொல்வது பொதுவாகப் பேசும்முறை, அதன் உண்மையான பொருள், அவர்கள் கடவுளுடன் இருக்கிறார்கள் என்பதே," என்றார்.

நான் பதிலுக்கு, "ஆனால் கடவுள் எங்கே இருக்கிறார்?" என்று கேட்டேன்.

அருட்தந்தை பீட்டர்ஸ், தனக்கு நிறைய நேரம் இருக்கும் ஒருநாளில் அதைப் பற்றிப் பேசலாம் என்றார்.

உண்மையில், இறந்தவுடன் நடப்பது என்னவென்றால் உங்கள் மூளை வேலை செய்வதை நிறுத்திக்கொள்ளும், உடல் அழுகத் தொடங்கும், எங்கள் முயல் இறந்தபின் நடந்ததுபோல, நாங்கள் அவனைத் தோட்டத்தின் அடியில் பூமிக்குள் புதைத்தோம். அவனுடைய மூலக்கூறுகள் அத்தனையும் உடைந்து வெவ்வேறு மூலக்கூறுகளாக மாறி நிலத்துக்குச் சென்று புழுக்களாலும் தாவரங்களாலும் உறிஞ்சப்பட்டு விடுகின்றன. 10 வருடங்கள் கழித்து அதே இடத்தைத் தோண்டிப் பார்த்தால் வெறும் எலும்புக்கூடு மட்டும் இருக்கும். இன்னும் 1000 வருடங்கள் கழித்துப் பார்த்தால் அவன் எலும்புக்கூடு மறைந்து போயிருக்கும். ஆனால் இது சரியானது. ஏனெனில் அவன் இப்போது மலர்கள், ஆப்பிள் மரங்கள் மற்றும் மரரோஜாப் புதர்களின் பகுதியாக மாறிவிட்டான்.

சில சமயம் மனிதர்கள் இறந்ததும் சவப்பெட்டிகளில் வைக்கப்படுகிறார்கள். இதன்மூலம் அந்தச் சவப்பெட்டி மட்கும் வரை அவர்கள் வெகுகாலத்துக்குப் பூமியோடு கலக்க முடியாது.

ஆனால் அம்மா எரிக்கப்பட்டாள். அதன் பொருள், சவப்பெட்டியில் வைத்து எரிக்கப்பட்டு, அரைக்கப்பட்டு, சாம்பலாகவும் புகையாகவும் மாற்றப்பட்டாள். அந்தச் சாம்பல் என்ன ஆனது என்று எனக்குத் தெரியாது. அதை என்னால் சுடுகாட்டில் கேட்டுத் தெரிந்துகொள்ள முடியவில்லை. ஏனெனில், இறுதி நிகழ்ச்சிக்கு நான் செல்லவில்லை. ஆனால் புகையானது புகைபோக்கி வழியாக வெளியேறி காற்றில் கலக்கிறது. சில சமயம், வானத்தைப் பார்க்கும்போது அம்மாவின் மூலக்கூறுகள் அங்கே இருப்பதை நினைத்துக்கொள்வேன். அல்லது ஆப்பிரிக்கா அல்லது அண்டார்டிகாவுக்கு மேலே இருக்கும் மேகங்களில் அவளது மூலக்கூறுகள் இருக்கும் அல்லது பிரேசிலின் மழைக்காடுகளில் பெய்யும் மழையாக அல்லது எங்காவது பொழியும் பனியாக அவள் இருப்பாள்.

67. அடுத்த நாள் சனிக்கிழமை. அப்பா எங்காவது படகுச்சவாரி அல்லது பூங்காவுக்கு என்னைக்கூட்டிப்போனால் தவிர சனிக்கிழமைகளில் செய்வதற்கு அதிகம் இருக்காது. ஆனால் இந்தச் சனிக்கிழமை இங்கிலாந்தும் ருமேனியாவும்

கால்பந்துப் போட்டியில் விளையாடுகின்றன. எனவே வெளியில் எங்கும் போகப்போவதில்லை. ஏனெனில் அப்பா அதைத் தொலைக்காட்சியில் பார்க்க விரும்புகிறார். எனவே மறுபடியும் துப்பறியும் வேலையைத் தொடங்க எண்ணினேன்.

முதலில் எங்கள் தெருவில் வசிக்கும் மற்றவர்களை விசாரிக்க முடிவுசெய்தேன். வியாழக்கிழமை அன்று இரவில், வெலிங்டன் கொலை செய்யப்படுவதை யாராவது பார்த்தார்களா அல்லது தெருவில் வித்தியாசமாக ஏதும் நடந்ததா என்று கேட்கலாம்.

அந்நியர்களோடு பேசுவது நான் வழக்கமாகச் செய்யும் ஒன்றல்ல. எனக்கு அந்நியர்களோடு பேசப் பிடிக்காது. இதற்குக் காரணம், பள்ளியில் சொல்லித் தரப்படும் **அந்நியர்கள் ஆபத்தானவர்கள்** என்பதல்ல. அதாவது, யாராவது அந்நியன் ஒருவன் உங்களுக்கு இனிப்புகள் தருவதோ அல்லது தனது வாகனத்தில் உங்களை ஏற்றிக்கொள்வதோ உங்களோடு உடலுறவுகொள்வதற்காகவே. நான் அதைப் பற்றிக் கவலைப்படுவதில்லை. அறிமுகமில்லாத ஒருவன் என்னைத் தொட்டால் அடித்துவிடுவேன். என்னால் மனிதர்களை மிகப்பலமாக அடிக்க முடியும். எடுத்துக்காட்டாக, சாரா என் தலைமுடியை இழுத்தபோது அவளைக் குத்தினேன். அதனால் அவளுக்குத் தலையில் உள்காயம் ஏற்பட்டு மருத்துவமனையின் விபத்து மற்றும் தீவிர சிகிச்சைப் பிரிவுக்கு அழைத்துச் செல்ல வேண்டியதாகிவிட்டது. மேலும், என் பையில் எப்போதும் ஸ்விஸ் ராணுவக் கத்தி ஒன்றை வைத்திருக்கிறேன். அதில் இருக்கும் அரம் ஒருவரது விரலைத் துண்டித்துவிடக்கூடியது.

எனக்கு அந்நியர்களைப் பிடிப்பதில்லை. ஏனென்றால் இதற்குமுன் சந்தித்திராத மனிதர்களை எனக்குப் பிடிக்காது. அவர்களைப் புரிந்துகொள்வது கடினம். அது பிரான்ஸில் இருப்பதைப்போல. அம்மா உயிரோடு இருக்கும்போது ஒருமுறை விடுமுறையில் தங்குவதற்காக அங்கே போயிருக்கிறோம். அந்த இடத்தை நான் ஏன் வெறுத்தேன் என்றால், கடைக்குச் சென்றால், உணவு விடுதிக்குச் சென்றால் அல்லது கடற்கரைக்குச் சென்றால் அவர்கள் என்ன பேசுகிறார்கள் என்பது புரியவில்லை, அது அச்சம் தரக்கூடியது.

தெரியாதவர்களிடம் பழக எனக்கு நெடுநாள் ஆகும். எடுத்துக்காட்டாக, புதிய நபர் பணியாளராக பள்ளிக்கு வந்தால் பல வாரங்களுக்கு அவர்களிடம் நான் பேசமாட்டேன். அவர்கள் பாதுகாப்பானவர்கள் என்று தோன்றும்வரை அவர்களைக் கவனித்துக்கொண்டிருப்பேன். அவர்களைப் பற்றி அவர்களிடமே கேள்விகள் கேட்பேன். வளர்ப்பு விலங்குகள் வைத்திருக்கிறார்களா, பிடித்த நிறமென்ன, அப்போலோ விண்வெளித் திட்டம் பற்றி அவர்கள் தெரிந்து வைத்திருப்பது என்ன என்று, மேலும், அவர்களது வீட்டின் வரைபடம் ஒன்றை வரைந்து தரச்சொல்லிக் கேட்பேன். என்ன வகையான வண்டி ஓட்டுகிறார்கள் என்று தெரிந்துகொள்வேன். இதெல்லாம் அவர்களைப் பற்றித் தெரிந்துகொள்ள மட்டுமே. பிறகு அவர்களும் நானும் ஒரே அறையில் இருந்தாலும் பிரச்சினை இல்லை. எந்நேரமும் அவர்களைக் கவனித்துக்கொண்டிருக்கத் தேவையில்லை.

எனவே, தெருவிலுள்ள மற்றவர்களிடம் பேசுவது தைரியமான செயலாக இருந்தது. ஆனால் நீங்கள் துப்பறியும் வேலை செய்வதாக இருந்தால் தைரியமாக இருக்க வேண்டும். எனவே எனக்கு வேறுவழி இல்லை.

முதலில் எங்கள் வீதியின் பகுதி ஒன்றுக்கான வரைபடத்தைத் தயாரித்தேன், எங்கள் வீதியின் பெயர் ரான்டால்ப் வீதி, இதைப்போல.

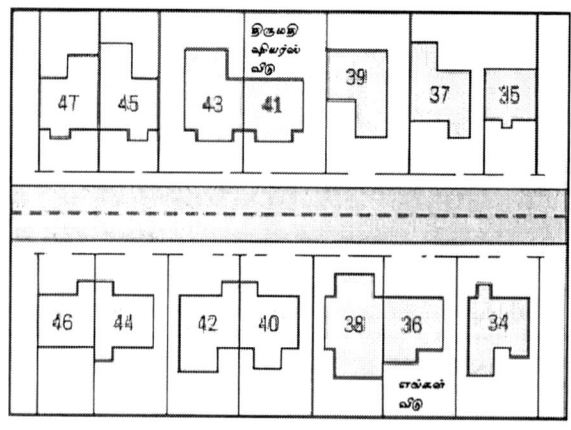

பிறகு பையில் ஸ்விஸ் ராணுவக் கத்தி இருக்கிறதா என்று உறுதிப்படுத்திக்கொண்டு வெளியே வந்து, 40ம் எண் வீட்டின் கதவைத் தட்டினேன். இது, திருமதி. ஷியர்ஸின் எதிர்வீடு. அதன் பொருள் அநேகமாக இவர்கள் எதையாவது பார்த்திருக்கக்கூடும். 40ம் எண் வீட்டில் இருப்பவர் பெயர் தாம்சன்.

திரு. தாம்சன் கதவைத் திறந்தார். அவர் அணிந்திருந்த டி-ஷர்ட்டில் இருந்த வாசகம்,

பீர்

அழகற்ற மனிதர்கள் உடலுறவுகொள்ள
2,000 வருடங்களாக உதவிக்கொண்டிருக்கிறது

திரு. தாம்சன், "நான் உனக்கு உதவ முடியுமா?" என்றார்.

நான் "வெலிங்டனைக் கொன்றது யாரென்று தெரியுமா?" என்று கேட்டேன்.

நான் அவர் முகத்தைப் பார்க்கவில்லை, நான் மனிதர்களின் முகத்தைப் பார்க்க விரும்புவதில்லை. அதிலும் குறிப்பாக, அவர்கள் அந்நியர்களாக இருந்தால். சில நொடிகளுக்கு அவர் எதுவும் பேசவில்லை.

பிறகு, "யார் நீ?" என்றார்.

நான் "என் பெயர் க்றிஸ்டோஃபர் பூன், எண் 36ல் வசிக்கிறேன். எனக்கு உங்களைத் தெரியும், நீங்கள் திரு. தாம்சன்" என்றேன்.

அவர் "நான் திரு. தாம்சனின் சகோதரன்," என்றார்.

நான் "வெலிங்டனைக் கொன்றது யாரென்று தெரியுமா?" என்றேன்.

அவர் "அந்த நாசமாய்ப்போன வெலிங்டன் என்பது யார்?" என்றார்.

நான் "திருமதி. ஷியர்ஸின் நாய். திருமதி. ஷியர்ஸ் எண் 41ல் வசிப்பவர்," என்றேன்.

அவர் "அந்த நாயை யாரோ கொன்றுவிட்டார்களா?" என்றார்.

நான் "முள்கரண்டியால்," என்றேன்.

அவர் "கிறிஸ்துவே..." என்றார்.

நான் "தோட்டத்தைக் கொத்தும் முள்கரண்டி" என்றேன்.

ஒருவேளை, சாப்பிடப் பயன்படுத்தும் முள்கரண்டி என்று அவர் நினைக்கக்கூடும்.

நான் "அது யாரென்று உங்களுக்குத் தெரியுமா?" என்று கேட்டேன்.

அவர் "அந்த இழவெல்லாம் எனக்கெப்படித் தெரியும்" என்றார்.

நான் "வியாழக்கிழமை அன்று மாலையில் சந்தேகப்படும்படியாக எதையேனும் பார்த்தீர்களா?" என்றேன்.

அவர் "இதோ பார், நீ இப்படி ஒவ்வொருவரையும் கேள்விகள் கேட்டுக்கொண்டு அலைவது சரியென்று நினைக்கிறாயா?" என்றார்.

நான் "வெலிங்டனைக் கொன்றது யார் என்று கண்டுபிடிக்கப் போகிறேன். மேலும், இதைப் பற்றிய புத்தகம் ஒன்றையும் எழுதிக்கொண்டிருக்கிறேன்," என்றேன்.

அவர் "நான் அன்று கோல்செஸ்டரில் இருந்தேன். நீ தவறான ஆளை விசாரித்துக்கொண்டிருக்கிறாய்," என்றார்.

நான் "நன்றி," என்று சொல்லிவிட்டு நகர்ந்தேன்.

42ல் யாரும் கதவைத் திறக்கவில்லை.

44ல் வசிப்பவர்களைப் பார்த்திருக்கிறேன். ஆனால் அவர்களது பெயர் என்னவென்று தெரியாது. கறுப்பினத்தைச் சேர்ந்தவர்கள், இரண்டு குழந்தைகளோடு ஓர் ஆண் மற்றும் ஒரு பெண் அங்கே வசிக்கின்றனர். குழந்தைகளில் ஒன்று ஆண், மற்றொன்று பெண். அந்தப் பெண்மணி கதவைத் திறந்தார். ராணுவத்தினர் அணிவது போன்ற மூடுகாலணிகள் அணிந்திருந்தார். அவரது கையில் வெள்ளிநிற உலோகத்தில் தயாரிக்கப்பட்ட 5 வளையல்கள்

இருந்தன, அவை பலமாக ஒலியெழுப்பிக்கொண்டிருந்தன. அவர் "க்றிஸ்டோஃபர் தானே உன் பெயர்?" என்று கேட்டார்.

நான் ஆமாம் என்று சொல்லிவிட்டு, "வெலிங்டனைக் கொன்றது யாரென்று தெரியுமா?" என்று கேட்டேன். அவருக்கு வெலிங்டன் யாரென்று தெரியும். எனவே விளக்கவேண்டிய தேவை இல்லை. அவன் கொல்லப்பட்டதையும் கேள்விப்பட்டிருந்தார்.

நான் "வியாழக்கிழமை ஏதேனும் சந்தேகப்படும்படியாக நடந்ததா, அது தடயமாக உதவலாம்." என்றேன்.

"எதைப்போல?" என்று கேட்டார்.

நான் "அந்நியர்கள் நடமாட்டம்போல அல்லது யாராவது சண்டையிட்டுக்கொள்ளும் சத்தம்போல," என்றேன்.

ஆனால் அவர் அப்படியெதுவும் இல்லை என்றார்.

பிறகு நான், வேறு கோணத்தில் விசாரிப்பது என்பதைப் பயன்படுத்த முடிவு செய்தேன். அவரிடம் "திருமதி. ஷியர்ஸை வருத்தப்பட வைக்க விரும்பும் நபர்கள் யாராவது இருக்கிறார்களா," என்று கேட்டேன்.

அவர் "அநேகமாக, நீ உன் அப்பாவிடம் இதைக் கேட்கலாம் என்று நினைக்கிறேன்," என்றார்.

நான் "அப்பாவிடம் இதைப்பற்றிப் பேச முடியாது. இந்த விசாரணை ரகசியமானது," என்றேன். அப்பா என்னை அடுத்தவர்கள் விஷயத்தில் தலையிட வேண்டாம் என்று சொல்லியிருப்பதை விளக்கினேன்.

அவர் "உன் அப்பா சொல்வதிலும் காரணமிருக்கிறது, க்றிஸ்டோஃபர்" என்றார்.

நான் "அப்படி என்றால், துப்புதுலக்கப் பயன்படும் தகவல் எதுவும் உங்களுக்குத் தெரியாதா?" என்றேன்.

அவர் "இல்லை," என்று சொல்லிவிட்டு, "நீ ஜாக்கிரதையாக இரு இளைஞனே," என்றார்.

நான் அவரிடம், ஜாக்கிரதையாக இருப்பேன் என்று சொல்லி, என் கேள்விகளுக்குப் பதில் சொன்னதற்கு நன்றி தெரிவித்துவிட்டு, 43ம் எண் வீட்டுக்குச் சென்றேன். அது, திருமதி. ஷியர்ஸின் வீட்டுக்கு அடுத்த வீடு.

43ம் எண் வீட்டில் வசிப்பது திரு. வைஸ் மற்றும் திரு. வைஸின் அம்மா, அவர் சக்கர நாற்காலியில் இருப்பார். அவரைக் கடைகளுக்கு அழைத்துச் செல்ல, அவரை வாகனத்தில் ஏற்றிக்கொண்டு எங்காவது அழைத்துச் செல்வதற்காக திரு. வைஸ் அவருடன் வசிக்கிறார்.

திரு. வைஸ் கதவைத் திறந்தார். அவரிடமிருந்து உடல்நாற்றம், பழைய ரொட்டிகள் மற்றும் பழைய சோளப்பொரியின் வாசனை வந்தது. இது, நெடுநாள்களாக உடலைக் கழுவாமல் வைத்திருப்பதால் வருவது. பள்ளியில் இருக்கும் ஜேசனிடமும் இதேபோல நாற்றம் இருக்கும். ஏனெனில் அவர்கள் குடும்பம் ஏழை.

திரு. வைஸிடம் "வியாழக்கிழமை அன்று வெலிங்டனை யார் கொன்றார்கள் தெரியுமா?" எனக் கேட்டேன்.

அவர் "இது மிகவும் மோசமானது, காவல்துறையினர் மிகவும் இளமையாகிவிட்டனர், அப்படித்தானே?" என்றார்.

பிறகு அவர் சிரித்தார். யாரும் என்னைப் பார்த்துச் சிரிப்பது எனக்குப் பிடிக்காது. எனவே, அங்கிருந்து திரும்பி நடக்கத் தொடங்கினேன்.

நான் 38ம் எண் வீட்டுக்குச் செல்லவில்லை. அது எங்கள் வீட்டுக்குப் பக்கத்து வீடு, அங்கிருப்பவர்கள் போதைப்பொருள் பயன்படுத்துபவர்கள், அப்பா ஒருபோதும் அவர்களுடன் பேசக்கூடாது என்று சொல்லியிருக்கிறார். எனவே நான் பேசமாட்டேன். அவர்கள் இரவில் இரைச்சலான இசையைக் கேட்பார்கள், அவர்களைச் சில சமயம் தெருவில் பார்க்கும்போது எனக்குப் பயமாக இருக்கும். உண்மையில், அந்த வீடு அவர்களுடையது அல்ல.

39ம் எண் வீட்டில் வசிக்கும் முதியபெண், தன் வீட்டு வேலிப்புதரை மின்சார அரத்தால் வெட்டிச் சரிசெய்துகொண்டிருப்பதைப் பார்த்தேன். இது, திருமதி. ஷியர்ஸ் வீட்டுக்கு அடுத்துள்ள வீடு.

அவர் பெயர் திருமதி. அலெக்ஸாண்டர். அவரிடம் நாய் உண்டு. டேஷுண்ட் வகையைச் சேர்ந்த நாய். எனவே அவர் நல்லவராக இருக்கவேண்டும். ஏனெனில் அவருக்கு நாய்களைப் பிடிக்கிறது. ஆனால் அந்த நாய் அவருடன் தோட்டத்தில் இல்லை. வீட்டுக்குள் இருக்கிறது.

திருமதி. அலெக்ஸாண்டர், ஜீன்ஸ் மற்றும் பயிற்சிகளுக்கான காலணி அணிந்திருந்தார். பொதுவாக, வயதானவர்கள் இதை அணிவதில்லை. ஜீன்ஸில் மண் ஒட்டிக்கொண்டிருந்தது. காலணிகள் நியூ பாலன்ஸ் நிறுவனத்தைச் சேர்ந்தவை. சிவப்புநிற நாடாக்கள்கொண்டவை.

நான் திருமதி. அலெக்ஸாண்டரின் பக்கத்தில் சென்று, “உங்களுக்கு வெலிங்டன் கொல்லப்பட்டது பற்றி ஏதும் தெரியுமா?” என்று கேட்டேன்.

அவர் மின்சார அரத்தை நிறுத்திவிட்டு, “நீ சொன்னதை மறுபடி சொல்ல வேண்டியிருக்கும் என்று நினைக்கிறேன், எனக்குக் கொஞ்சம் காது கேட்காது,” என்றார்.

எனவே நான் மறுபடி கேட்டேன், “உங்களுக்கு வெலிங்டன் கொல்லப்பட்டது பற்றி ஏதும் தெரியுமா?”

அவர் “நேற்று அதைக் கேள்விப்பட்டேன். கொடூரம், கொடூரம்,” என்றார்.

நான் “உங்களுக்கு வெலிங்டனைக் கொன்றது யாரென்று தெரியுமா?” என்றேன்.

அவர் “இல்லை, எனக்குத் தெரியாது,” என்றார்.

நான் “யாருக்காவது தெரிந்திருக்க வேண்டும். ஏனென்றால் வெலிங்டனைக் கொன்றவர்களுக்கு, தான் வெலிங்டனைக் கொன்றுவிட்டோம் என்று தெரியும். அவர்கள் பைத்தியமாக இருந்து, தான் என்ன செய்கிறோம் என்று தெரியாமல் இருந்தால்

அல்லது மறதிநோய் உள்ளவர்களாக இருந்தால் தவிர," என்று பதிலளித்தேன்.

அவர் "நீ சொல்வது சரியாக இருக்கலாம்," என்றார்.

நான் "என் துப்பறிதலுக்கு உதவியதற்கு நன்றி," என்றேன்.

அவர் "நீ க்றிஸ்டோஃபர், சரிதானே?" என்றார்.

நான் "ஆமாம், நான் எண் 36ல் வசிக்கிறேன்," என்றேன்.

அவர் "இதற்குமுன் நாம் பேசிக்கொண்டதில்லை, பேசியிருக்கிறோமா" என்றார்.

நான் "இல்லை. எனக்கு அந்நியர்களுடன் பேசுவது பிடிக்காது. ஆனால் நான் இப்போது துப்பறியும் வேலை செய்துகொண்டிருக்கிறேன்," என்றேன்.

அவர் "தினமும் நீ பள்ளிக்குச் செல்வதைப் பார்த்திருக்கிறேன்," என்றார்.

நான் இதற்குப் பதில் எதுவும் சொல்லவில்லை.

பிறகு அவர் "நீ இங்கே வந்து என்னைச் சந்தித்ததில் மகிழ்ச்சி," என்றார்.

நான் இதற்கும் பதில் சொல்லவில்லை, ஏனெனில் திருமதி. அலெக்ஸாண்டர் இப்போது செய்துகொண்டிருப்பதற்குப் பெயர் அரட்டையடித்தல், இதில் ஈடுபடும் மனிதர்கள் ஒருவருக்கொருவர் விஷயங்களைக் கூறிக்கொள்வர். அது கேள்வி பதிலாக இருக்காது. மேலும், அந்த விஷயங்கள் ஒன்றோடு ஒன்று தொடர்பில்லாமல் இருக்கும்.

அவர் "நீ துப்பறியும் வேலையில் ஈடுபட்டிருப்பதால் மட்டுமே இங்கே வந்திருந்தாலும்," என்றார்.

நான் மறுபடியும் "நன்றி," என்றேன்.

அங்கிருந்து திரும்பிச்செல்லலாம் என்று நினைக்கும்போது அவர் "எனக்கு உன் வயதில் பேரன் இருக்கிறான்," என்றார்.

நானும் அவரோடு அரட்டையில் ஈடுபடும் முயற்சியில், "என் வயது 15 வருடங்கள் 3 மாதம் 3 நாள்," என்றேன்.

அவர் "கிட்டத்தட்ட, உன் வயது என்று சொல்லலாம்," என்றார்.

சிறிதுநேரம் எதுவும் சொல்லாமல் இருந்துவிட்டு பின் மீண்டும் "உன்னிடம் நாய் எதுவும் இருக்கிறதா? இல்லைதானே?" என்றார்.

நான் "இல்லை," என்றேன்.

அவர் "அநேகமாக, உனக்கு நாய்களைப் பிடிக்கும். சரிதானே..." என்றார்.

நான் "என்னிடம் எலி இருக்கிறது," என்றேன்.

அவர் "எலியா?" என்றார்.

நான் "அவன் பெயர் டோபி," என்றேன்.

அவர் "ஓ!" என்றார்.

நான் "நிறையபேருக்கு ஏன் எலியைப் பிடிப்பதில்லை என்றால் அவை ப்ளேக் போன்றகொள்ளைநோயைச் சுமந்துகொண்டிருக்கும் என்று நினைக்கிறார்கள். ஆனால் அவை கழிவுநீர்ப் பாதையில் வசிப்பதாலும் விநோதமான நோய்களைக்கொண்ட வெளிநாடுகளில் இருந்து கப்பல்களில் அடைபட்டு வருவதாலுமே அப்படி. ஆனால் எலிகள் மிகச் சுத்தமானவை. டோபி, அவ்வப்போது தன்னை கழுவிக்கொள்வான். மேலும், நீங்கள் அவனை நடைபயிற்சிக்கு அழைத்துச்செல்ல வேண்டியதில்லை. உடற்பயிற்சிக்காக என் அறைக்குள்ளேயே அவனை ஓடவிடுவேன். சில சமயம், அவன் என் தோளில் உட்கார்ந்துகொள்வான். சில சமயம் என் சட்டையின் கைப்பகுதியில், வளைக்குள் ஒளிந்துகொள்வதைப் போல. ஆனால் இயற்கையில் எலிகள் வளையில் வாழ்வதில்லை," என்றேன்.

திருமதி. அலெக்ஸாண்டர், "உள்ளே வந்து தேநீர் அருந்தலாமே?" என்றார்.

நான் "நான் மற்றவர்களின் வீட்டுக்குள் நுழைவதில்லை," என்றேன்.

அவர் "அப்படியானால் நான் வெளியேகொண்டு வருகிறேன். உனக்கு எலுமிச்சைச்சாறு பிடிக்குமா?" என்றார்.

நான் "எனக்கு ஆரஞ்சுசாறு மட்டும்தான் பிடிக்கும்," என்றேன்.

அவர் "நல்லவேளையாக அதுவும் இருக்கிறது. பேட்டன்பர்க் பிடிக்குமா?" என்றார்.

நான் "எனக்குத் தெரியாது. ஏனென்றால் பேட்டன்பர்க் என்பது என்ன என்றே எனக்குத் தெரியாது," என்றேன்.

அவர் "அது ஒருவகையான கேக். அதில் நான்கு வெளிர்சிவப்பு மற்றும் மஞ்சள் சதுரங்கள் நடுவில் இருக்கும், சுற்றிலும் மார்ஸிபன் உறைந்த நிலையில் இருக்கும்" என்றார்.

நான் "நீங்கள் சொல்லும் கேக் நீள்வடிவிலான சதுரத்தின் குறுக்குவெட்டுத் தோற்றம்போல இருக்கும். வேறுபட்ட நிறங்களில் சமஅளவிலான சதுரங்களால் பிரிக்கப்பட்டிருக்கும், அதுவா?" என்றேன்.

அவர் "ஆமாம். அதை அவ்வாறு விவரிக்கலாம் என்று நினைக்கிறேன்," என்றார்.

நான் "எனக்கு வெளிர்சிவப்பிலான சதுரம் வேண்டுமென்று நினைக்கிறேன். ஏனெனில் எனக்கு மஞ்சள்நிறம் பிடிக்காது. மார்ஸிபன் என்றால் என்னவென்று எனக்குத் தெரியாது. எனவே அது பிடிக்குமா என்று சொல்ல முடியவில்லை" என்றேன்.

அவர் "ஆனால் மார்ஸிபனும் மஞ்சள்நிறம் உடையது. வேண்டுமெனில் சில பிஸ்கட்டுகளை இங்கேகொண்டுவருகிறேன். உனக்கு பிஸ்கட் பிடிக்குமா?" என்றார்.

நான் "சிலவகை பிஸ்கட்டுகள் பிடிக்கும்," என்றேன்.

அவர் "நான் தேர்ந்தெடுத்துக்கொண்டுவருகிறேன்," என்றார்.

பிறகு அவர், திரும்பி நடந்து தன் வீட்டுக்குள் சென்றார். அவர் வயதானவர் என்பதால் மிகவும் மெதுவாக நடந்தார். அவர் உள்ளே சென்று 6 நிமிடங்களுக்கு மேலே ஆனதும் எனக்குப் பதட்டமாக இருந்தது, ஏனெனில் அவர் வீட்டுக்குள் என்ன செய்கிறார் என்பது எனக்குத் தெரியாது. அவர் எனக்குப் பழக்கமில்லை என்பதால் அவர் உண்மையில் ஆரஞ்சுசாறும் பேட்டன்பர்க் கேக்கும்கொண்டு வருகிறாரா என்பது தெரியவில்லை. ஒருவேளை, அவர் காவல்நிலையத்தை அழைக்கிறாரோ என்று நினைத்தேன். அப்படியானால், நான் எச்சரிக்கையை மீறியதால் விளைவுகள் மோசமாக இருக்கும்.

எனவே நான் அங்கிருந்து நடந்தேன்.

சாலையைக் கடந்துகொண்டிருக்கும்போது யார் வெலிங்டனைக் கொன்றிருப்பார்கள் என்பது திடீரென எனக்குள் தோன்றியது. நான் இவ்வாறு சில காரணச் சங்கிலிகளைக் கற்பனை செய்தேன்.

1. நீங்கள் ஏன் ஒரு நாயைக் கொல்லவேண்டும்?

    அ) ஏனெனில் நீங்கள் அந்த நாயை வெறுக்கிறீர்கள்.

    ஆ) ஏனெனில் நீங்கள் பைத்தியம்.

    இ) ஏனெனில் நீங்கள் திருமதி. ஷியர்ஸை வருத்த நினைக்கிறீர்கள்.

2. வெலிங்டனை வெறுத்த யாரையும் எனக்குத் தெரியாது. எனவே (அ) வாக இருந்தால் அநேகமாக அது அந்நியர்.

3. எனக்குப் பைத்தியக்காரர்கள் யாரையும் தெரியாது. எனவே (ஆ) வாக இருந்தாலும் அநேகமாக அது அந்நியர்.

4. பெரும்பாலான கொலைகளில் கொலையாளி பாதிக்கப்பட்டவருக்குத் தெரிந்த ஒருவராகவே இருப்பார். கிறிஸ்துமஸ் நாளொன்றில் உங்கள் குடும்பத்தைச் சேர்ந்த ஒருவராலேயே நீங்கள் கொல்லப்படுவதற்குச் சாத்தியம் இருக்கிறது. இது உண்மை. எனவே வெலிங்டன் கொல்லப்பட்டது அநேகமாக அவனுக்குத் தெரிந்த ஒருவரால்.

5. ஒருவேளை, அது (இ) யாக இருந்தால் எனக்குத் தெரிந்து திருமதி. ஷியர்ஸை வெறுத்த ஒருவர் திரு. ஷியர்ஸ், அவருக்கு வெலிங்டனை நன்றாகவே தெரியும்.

இதன் பொருள், திரு. ஷியர்ஸ்தான் என் முதல் **சந்தேகத்துக்குரிய நபர்.**

திரு. ஷியர்ஸ், திருமதி. ஷியர்ஸை மணந்துகொண்டு இரண்டு வருடம் முன்புவரை இருவரும் சேர்ந்து வாழ்ந்தனர். பிறகு திரு.ஷியர்ஸ் விலகிப்போனார். திரும்பி வரவே இல்லை. இதனால் அம்மா இறந்ததும் திருமதி. ஷியர்ஸ் எங்கள் வீட்டுக்குவந்து நிறைய சமையல் செய்தார். ஏனெனில் அவர் திரு. ஷியர்ஸுக்கு சமைக்க வேண்டியதில்லை, வீட்டில் தங்கியிருந்து அவருக்கு மனைவியாக இருக்க வேண்டியதில்லை. மேலும், அப்பா அவளுக்குத் துணை தேவையாக இருக்கிறது, அவள் தனியாக இருக்க விரும்பவில்லை என்றும் சொன்னார்.

சிலநாள் இரவு முழுவதும் திருமதி. ஷியர்ஸ் எங்கள் வீட்டில் தங்குவார், அது எனக்குப் பிடித்திருந்தது. ஏனெனில் அவர் வீட்டை ஒழுங்குபடுத்தினார். ஜாடிகள், பாத்திரங்கள் மற்றும் டின்களை உயரத்திற்கேற்ப வரிசையாக அடுக்குவார், அவற்றின் முகப்பு வெளிப்புறம் தெரியும்படி அமைந்திருக்கும். கத்திகள், முள்கரண்டிகள் மற்றும் உணவுக்கரண்டிகள் வெட்டுக் கருவிகளுக்கான இடத்தில் சரியாக அடுக்கப்பட்டிருக்கும். ஆனால் அவர் புகைபிடிப்பார். மேலும், எனக்குப் புரியாத நிறைய விஷயங்களைப் பற்றி பேசுவார். எடுத்துக்காட்டாக, "வைக்கோல் போரில் விழப்போகிறேன்," அல்லது "வெளியே பித்தளைக் குரங்குகள் இருக்கின்றன," அல்லது "சீக்கிரம் ஆடைகளை சலசலக்கவிடுவோம்." அவர் இப்படிப் பேசுவது எனக்குப் பிடிக்காது. ஏனெனில் அவர் என்ன சொல்கிறார் என்பது எனக்குப் புரிவதில்லை.

மேலும், திரு. ஷியர்ஸ் ஏன், திருமதி. ஷியர்ஸைவிட்டு விலகினார் என்பதும் எனக்குத் தெரியாது. ஏனென்றால் யாரும் என்னிடம் சொல்லவில்லை. ஆனால் நீங்கள் திருமணம் செய்துகொள்வது, சேர்ந்து வாழ்வதற்கு மற்றும் குழந்தைகள் பெற்றுக்கொள்வதற்கு. நீங்கள் தேவாலயத்தில் திருமணம் செய்துகொண்டால் இறப்பு நம்மைப் பிரிக்கும்வரை சேர்ந்து

இரவில் நாய்க்கு நடந்த விநோத சம்பவம் | 55

வாழ்வோம் என்று சத்தியம் செய்து தரவேண்டும். நீங்கள் சேர்ந்துவாழ விரும்பவில்லை என்றால் மணவிலக்கு செய்துகொள்ள வேண்டும். இது ஏனென்றால், உங்களில் ஒருவர் வேறு ஒருவருடன் உடலுறவுகொண்டிருக்கலாம் அல்லது உங்களிடையே அடிக்கடி விவாதங்கள் வரலாம், நீங்கள் ஒருவரை ஒருவர் வெறுக்கலாம், இருவரும் சேர்ந்து ஒரே வீட்டில் வாழ்ந்து குழந்தை பெற்றுக்கொள்ள விரும்பாமல் இருக்கலாம். திரு. ஷியர்ஸ் இப்படி ஒரே வீட்டில் வாழப்பிடிக்காமல் இருந்திருக்க வேண்டும், திருமதி. ஷியர்ஸை அவர் வெறுத்திருக்க வேண்டும். எனவே திருமதி. ஷியர்ஸை வருத்தப்படவைக்க திரும்பி வந்து வெலிங்டனைக் கொலை செய்திருக்கலாம்.

திரு. ஷியர்ஸைப் பற்றி மேலும், தெரிந்துகொள்ள முயற்சி செய்வதென்று முடிவெடுத்தேன்.

71. என் பள்ளியில் உள்ள மற்ற குழந்தைகள் அனைவரும் முட்டாள்கள். அவர்கள் அப்படி இருந்தாலும்கூட அவர்களை முட்டாள்கள் என்று அழைக்கக்கூடாது என்று சொல்லப்பட்டிருக்கிறது, அவர்களுக்குக் கற்பதில் சிரமங்கள் இருக்கின்றன அல்லது சிறப்புத் தேவைகள் இருக்கின்றன என்றே சொல்லவேண்டும். ஆனால் இது முட்டாள்தனமானது. எல்லோருக்குமே கற்பதில் சிரமங்கள் இருக்கின்றன. பிரெஞ்சு மொழியைக் கற்பதோ, சார்புத் தத்துவத்தைப் புரிந்துகொள்வதோ கடினமானது. எல்லோருக்கும் சிறப்புத் தேவைகள் இருக்கின்றன. அப்பாவைப்போல, உடல் பருமனாக ஆகாமல் இருப்பதற்கு அவர் எங்குச் சென்றாலும் காபியில் போட்டு அருந்துவதற்கு செயற்கை இனிப்பு வில்லைகளை எடுத்துச் செல்லவேண்டும் அல்லது திருமதி. பீட்டர்ஸ்போல, அவர் வெளிர்பழுப்பு நிறத்தில் உள்ள காதுகேட்கும் கருவியை அணிந்துகொண்டிருப்பார் அல்லது ஷெவோன் போல, அவள் எப்போதும் கனமான கண்ணாடியை அணிந்திருப்பாள். அதை நீங்கள் அணிந்தால் தலைவலி வந்துவிடும். ஆனாலும் இவர்கள் சிறப்புத் தேவை உள்ளவர்கள் என்று சொல்லப்படுவதில்லை.

ஆனால் ஷெவோன், அந்த வார்த்தை தேவை என்கிறாள். மற்றவர்கள், இப்படிப்பட்ட குழந்தைகளை மாங்கலாய்டுகள்

மற்றும் மூளைவளர்ச்சி இல்லாதவர்கள் மற்றும் பைத்தியம் என்று அழைத்துக்கொண்டிருந்தனர். அவை மோசமான வார்த்தைகள். ஆனால் இதுவும் முட்டாள்தனமானது. ஏனெனில் சில சமயம், தெருவின் கடைசியில் இருக்கும் பள்ளிக்குழந்தைகள் நாங்கள் பள்ளிப்பேருந்தில் இருந்து இறங்கும்போது தெருவில் வைத்து, "சிறப்புத் தேவைகள்! சிறப்புத் தேவைகள்!" என்று கத்துவார்கள். நான் கவனிக்க மாட்டேன். ஏனெனில் நான் மற்றவர்கள் என்ன சொல்கிறார்கள் என்று கண்டுகொள்வதில்லை. வார்த்தைகள் என்னைக் காயப்படுத்தாது. மேலும், என்னிடம் ஸ்விஸ் ராணுவக் கத்தி இருக்கிறது. அவர்கள் என்னை அடித்து, நான் அவர்களைக் கொன்றுவிட்டாலும் அது தற்காப்புக்காகவே, நான் சிறைக்குச் செல்ல மாட்டேன்.

நான் முட்டாள் இல்லை என்று நிரூபிக்கப் போகிறேன். அடுத்த மாதம், கணிதத்தில் உயர்நிலைத் தேர்வை எழுதி முதல் படிநிலையில் தேர்ச்சி பெறுவேன். இதுவரை எங்கள் பள்ளியில் யாரும் இந்தத் தேர்வை எழுதியதில்லை, எங்கள் தலைமை ஆசிரியை திருமதி. கேஸ்கோய்ன் நான் இந்தத் தேர்வு எழுதுவதை முதலில் விரும்பவில்லை. உயர்நிலைத் தேர்வு எழுதவைக்கத் தேவையான வசதிகள் பள்ளியில் கிடையாது என்றார். அப்பா மிகவும் கோபமடைந்து அவருடன் விவாதிக்கத் தொடங்கினார். எனக்கு மட்டும் சலுகைகள் வழங்க முடியாது. அப்படிச் செய்தால், அதை முன்னுதாரணமாக எடுத்துக்கொண்டு ஒவ்வொருவரும் தங்களை அப்படி நடத்தவேண்டுமென எதிர்பார்க்கத் தொடங்கிவிடுவார்கள் என்று திருமதி. கேஸ்கோய்ன் விளக்கினார். மேலும், இத்தேர்வை எனக்கு 18 வயதானபின் எப்போது வேண்டுமானாலும் எழுதலாம் என்றார்.

நான் அப்பாவுடன் திருமதி. கேஸ்கோய்னின் அலுவலகத்தில் உட்கார்ந்திருந்தபோது அவர் இதைச் சொன்னார். அப்பா, "நீங்கள் உயர்ந்த இடத்தில் இருந்துகொண்டு அவனுக்குச் சிரமத்தைத் தராமல் இருக்கலாம். க்றிஸ்டோஃபருக்கு ஏற்கெனவேபோதுமான சிரமங்கள் இருக்கின்றன என்று உங்களுக்குத் தோன்றவில்லையா? இயேசுவே! அவன் சிறப்பாகச் செய்யக்கூடிய ஒரே விஷயம் இது மட்டுமே," என்றார்.

பிறகு திருமதி. கேஸ்கோய்ன் அவரும் அப்பாவும் இன்னொரு சமயம் தனியாக இதைப்பற்றி பேசலாம் என்றார். அப்பா எனக்கெதிரில் சொல்வதற்குச் சங்கடமான விஷயம் ஏதாவது இருக்கிறதா என்று கேட்டார். அவர் இல்லை என்றதும், "அப்படி என்றால் இப்போதே சொல்லுங்கள்," என்றார்.

நான் உயர்நிலைத் தேர்வு எழுத வேண்டுமென்றால் பணியாளர்களில் யாராவது ஒருவர் என்னை தனியறையில், சொந்தச் செலவில் கவனித்துக்கொள்ள வேண்டியிருக்கும் என்றார் திருமதி. கேஸ்கோய்ன். அப்பா உடனே அதைச் செய்பவர்களுக்கு £50 கொடுக்கத் தயார் என்றும் அதேசமயம், இதில் எதிர்மறையான பதில் எதையும் ஏற்கப்போவதில்லை என்றும் சொன்னார். திருமதி. கேஸ்கோய்ன் அப்பாவிடம் தான் யோசித்துச் சொல்வதாகச் சொன்னார். அடுத்த வாரம், அவர் அப்பாவுக்கு தொலைபேசியில் தொடர்புகொண்டு நான் தேர்வை எழுதலாம் என்றும் அருட்தந்தை பீட்டர்ஸ் கண்காணிப்பாளராக இருப்பார் என்றும் தெரிவித்தார்.

கணித உயர்நிலைத் தேர்வுக்குப் பிறகு நான்கூடுதல் கணிதம் மற்றும் இயற்பியலுக்கான உயர்நிலைத் தேர்வை எழுதப்போகிறேன். அதன்பிறகு நான் பல்கலைக்கழகத்துக்குச் செல்லலாம். எங்கள் நகரத்தில் அதாவது ஸ்விண்டனில் பல்கலைக்கழகங்கள் எதுவும் இல்லை, ஏனெனில் இது சிறியநகரம். நாங்கள் பல்கலைக்கழகம் இருக்கும் வேறு நகரத்திற்குக் குடிபெயர வேண்டும். ஏனெனில் நான் தனியாக அல்லது மற்ற மாணவர்களுடன் ஒரே வீட்டில் தங்க விரும்பவில்லை. அது பிரச்சினை இல்லை. ஏனென்றால் அப்பாவும் வேறு நகரத்திற்குப் போகவே விரும்புகிறார். அவர் சில சமயம் "பயலே! நாம் இந்த நகரத்தைவிட்டு வெளியேற வேண்டும்," என்பார். சில சமயம் "ஸ்விண்டன் உலகத்தின் மலத்துளை," என்று சொல்வார்.

கணிதத்திலோ அல்லது இயற்பியலிலோ அல்லது கணிதம் மற்றும் இயற்பியலிலோ பட்டம் பெற்றதும் எனக்கு வேலை கிடைக்கும். பிறகு நிறைய பணம் சம்பாதித்து என்னைக் கவனித்துக்கொள்ள, எனக்குச் சமைத்துக் கொடுக்க, என் துணிகளைத் துவைக்க யாரையேனும் வேலைக்கு வைத்துக்கொள்ள முடியும் அல்லது ஒரு பெண்ணிடம் என்னைத் திருமணம் செய்துகொண்டு

எனக்கு மனைவியாக இருக்கச் சொல்லலாம். அவள், என்னைக் கவனித்துக்கொள்ளலாம். இதன்மூலம் நான் துணையோடு இருக்க முடியும், தனியாக இருக்க வேண்டியதில்லை.

73. அம்மாவும் அப்பாவும் விவாகரத்து செய்துகொள்ளப் போகிறார்கள் என்று நான் நினைத்திருக்கிறேன். ஏனெனில் இருவருக்கும் நிறைய விவாதங்கள் நடக்கும். சில சமயம் ஒருவரையொருவர் வெறுத்தனர். இது என்னைப்போன்ற நடத்தைச் சிக்கல்கள் நிறைந்த ஒருவரைக் கவனித்துக்கொள்வதன் மன அழுத்தத்தால் ஏற்படுவது. எனக்கு நிறையச் சிக்கல்கள் முன்பு இருந்தன, அவற்றில் பெரும்பாலானவை இப்போது இல்லை. இப்போது நான் வளர்ந்துவிட்டேன். என்னால் முடிவுகள் எடுக்க முடிகிறது, என்னால் தனியாக என்னைக் கவனித்துக்கொள்ள முடியும், தெருவின் கடைசியில் உள்ள கடைக்குச் சென்று பொருள்களை வாங்கமுடியும். எனக்கு உள்ள நடத்தைச் சிக்கல்களில் சில:

A. வெகுநேரம் யாரோடும் பேசாமல் இருப்பது.[4]

B. வெகுநேரத்திற்குச் சாப்பிடாமல் அல்லது எதுவும் குடிக்காமல் இருப்பது.[5]

C. யாரும் என்னைத் தொடுவது பிடிக்காது.

D. கோபத்தில் அல்லது குழப்பத்தில் இருக்கும்போது கிறீச்சிடுவது.

E. சிறிய இடத்தில் மற்றவர்களுடன் இருக்கப் பிடிக்காது.

F. கோபத்தில் அல்லது குழப்பத்தில் இருக்கும்போது பொருட்களை உடைப்பது.

G. உறுமுவது.

H. மஞ்சள்நிறப் பொருள்கள் அல்லது பழுப்புநிறப் பொருள்களைப் பிடிக்காது, மஞ்சள் அல்லது பழுப்புநிறப் பொருட்களைத் தொட மறுப்பேன்.

I. பல்துலக்கியை வேறு யாராவது தொட்டுவிட்டால் பயன்படுத்த மாட்டேன்.

J. வெவ்வேறு உணவுப் பொருள்கள் ஒன்றையொன்று தொட்டுக்கொண்டிருந்தால் அதைச் சாப்பிட மாட்டேன்.

K. மற்றவர்கள் என்மேல் கோபமாக இருப்பதைக் கவனிக்காமால் இருப்பது.

L. சிரிக்காமல் இருப்பது.

M. மற்றவர்கள் கடுமையானது என்று நினைக்கும் விஷயங்களைச் சொல்வது.[6]

N. முட்டாள்தனமான காரியங்களைச் செய்வது.[7]

O. மற்றவரைத் தாக்குவது.

P. பிரான்ஸை வெறுப்பது.

Q. அம்மாவின் காரை ஓட்டுவது.[8]

R. யாராவது மேசை, நாற்காலிகளை நகர்த்தினால் கோபப்படுவேன்.[9]

79. வீட்டுக்குள் நுழைந்தபோது அப்பா, சமையலறையில் எனக்கான இரவு உணவைத் தயாரித்துவிட்டு சமையலறை மேசையில் உட்கார்ந்திருந்தார். அவர் அணிந்திருந்தது லம்பர்ஜாக் எனப்படும் மரவெட்டிகள் அணியும் சட்டை. இரவு உணவாக வேகவைத்த பீன்ஸ் மற்றும் ப்ரோக்கோலி மற்றும் இரண்டு துண்டு பன்றியிறைச்சி ஆகியவை ஒன்றையொன்று தொட்டுக்கொள்ளாமல் தட்டில் வைக்கப்பட்டிருந்தன.

அப்பா "எங்கே போயிருந்தாய்?" என்று கேட்டார்.

"வெளியே போயிருந்தேன்" என்றேன். இது வெள்ளைப்பொய். வெள்ளைப்பொய் என்பது உண்மையில் பொய் இல்லை. இதில் நீங்கள் உண்மையைச் சொல்கிறீர்கள். ஆனால் முழு உண்மையையும் சொல்வதில்லை. இதன் பொருள், நீங்கள் சொல்வது அனைத்துமே வெள்ளைப்பொய்கள். எடுத்துக்காட்டாக, யாராவது "இன்று நீ என்ன செய்ய விரும்புகிறாய்?" என்று கேட்டால் "இன்று திருமதி. பீட்டருடன் படம் வரையப்போகிறேன்" என்று சொல்வோம். ஆனால் "என் மதிய உணவைச் சாப்பிடப் போகிறேன், கழிப்பறைக்குச்

செல்லப் போகிறேன், பிறகு பள்ளி முடிந்ததும் வீட்டுக்குப் போகப் போகிறேன், டோபியோடு விளையாடப் போகிறேன், இரவுணவை சாப்பிடப் போகிறேன், பிறகு கணினியில் விளையாடப் போகிறேன், பிறகு படுக்கைக்குச் செல்லப் போகிறேன்," என்று சொல்வதில்லை. நான் ஏன் இந்த வெள்ளைப்பொய்யைச் சொன்னேன் என்றால் அப்பாவுக்கு நான் துப்பறிகிற வேலை பிடிக்காது.

அப்பா, "இப்போது எனக்கு திருமதி. ஷியர்ஸ் தொலைபேசியில் பேசினார்," என்றார்.

நான் வேகவைத்த பீன்ஸ், ப்ரோக்கோலி மற்றும் ஹாமை சாப்பிடத் தொடங்கினேன்.

அப்பா "அவள் வீட்டுத் தோட்டத்தில் நுழைந்து என்ன செய்துகொண்டிருந்தாய்?" என்றார்.

நான் "வெலிங்டனைக் கொன்றது யார் என்று துப்பறிந்துகொண்டிருந்தேன்," என்றேன்.

அப்பா "உனக்கு எத்தனை முறை சொல்வது, க்றிஸ்டோஃபர்?" என்றார்.

வேகவைத்த பீன்ஸ், ப்ரோக்கோலி மற்றும் பன்றியிறைச்சி ஆகியவை ஆறிப்போயிருந்தன. ஆனால் நான் கவலைப் படவில்லை. நான் மிகவும் மெதுவாகச் சாப்பிடுவதால் என் உணவு எப்போதும் சூடு இல்லாமல் இருக்கும்.

அப்பா "அடுத்தவர்கள் விஷயத்தில் மூக்கை நுழைக்காதே என்று உனக்கு ஏற்கெனவே சொன்னேன்," என்றார்.

நான் "அநேகமாக, திரு. ஷியர்ஸ்தான் வெலிங்டனைக் கொலை செய்திருக்க வேண்டும்," என்றேன்.

அப்பா எதுவும் பேசாமல் இருந்தார்.

நான் தொடர்ந்தேன், "அவர் என் முதல் சந்தேகத்துக்குரிய நபர். ஏனெனில் திருமதி. ஷியர்ஸை வருந்தவைக்க யாரோ இப்படிச் செய்திருக்க வேண்டும். மேலும், கொலை எப்போதும் தெரிந்தவர்களால்…"

அப்பா, தன் கையால் மேசையை மிகவும் பலமாகக் குத்தினார். தட்டுகளும் அவரது கத்தி, முள்கரண்டியும் தாவிக் குதித்தன. என் தட்டிலிருந்த பன்றியிறைச்சி பக்கவாட்டில் குதித்து ப்ரோக்கோலியைத் தொட்டது. இனி, அந்த ப்ரோக்கோலி மற்றும் பன்றியிறைச்சியை என்னால் சாப்பிட முடியாது.

அப்பா, "இனி இந்த வீட்டில் அவன் பெயரை நான் கேட்கக்கூடாது," என்று கத்தினார்.

நான் "ஏன்கூடாது?" என்றேன்.

அப்பா "அவன் மோசமானவன்," என்றார்.

நான் "அப்படி என்றால், அவர் வெலிங்டனைக் கொலை செய்திருப்பார் என்று அர்த்தமா?" என்று கேட்டேன்.

அப்பா தலையைக் கையில் வைத்துக்கொண்டு, "கடவுளே..." என்றார்.

அப்பா கோபமாக இருக்கிறார் என்பது எனக்குத் தெரிந்தது. எனவே "நீங்கள் மற்றவர்கள் விஷயத்தில் தலையிடக்கூடாது என்று சொல்லியிருப்பது எனக்குத் தெரியும், ஆனால் திருமதி. ஷியர்ஸ் நமது நண்பர்," என்றேன்.

அப்பா, "இனிமேல் அவர் நமக்கு நண்பரில்லை," என்றார்.

நான் "ஏன் இல்லை?" என்றேன்.

அப்பா, "சரி... க்றிஸ்டோஃபர், நான் கடைசியாக ஒருமுறை உனக்குச் சொல்கிறேன். மறுபடி சொல்லிக்கொண்டிருக்க மாட்டேன். நான் பேசும்போது என்னைப் பார். கடவுளே! என்னைப்பார். அந்தக் கேடுகெட்ட நாயைக் கொன்றது யார் என்று கேட்டுக்கொண்டு ஷியர்ஸ் வீட்டுப்பக்கம் நீ போகக்கூடாது. அந்த நாயைக் கொன்றது யாரென்று நீ யாரிடமும் கேட்கக்கூடாது. நீ யார் வீட்டுத் தோட்டத்திலும் அத்துமீறி உள்ளே நுழையக்கூடாது. இந்த முட்டாள்தனமான, நாசமாய்ப்போன துப்பறிகிற விளையாட்டை இப்போதே நிறுத்தவேண்டும்," என்றார்.

நான் எதுவும் பேசவில்லை.

அப்பா, "நான் உன்னைச் சத்தியம் செய்யவைக்கப் போகிறேன் க்றிஸ்டோஃபர், உனக்கு அதன் பொருள் என்னவென்று தெரியும்," என்றார்.

சத்தியம் செய்துகொடுப்பது என்றால் என்னவென்று எனக்குத் தெரியும். ஒரு செயலை நீங்கள் மறுபடி எப்போதுமே செய்யமாட்டேன் என்று சொல்லவேண்டும். பிறகு நீங்கள் எப்போதுமே அதைச் செய்யக்கூடாது. ஏனெனில் அது சத்தியத்தைப் பொய்யாக்கி விடும். நான் "தெரியும்," என்றேன்.

அப்பா, "இனிமேல் இந்த விஷயங்களில் ஈடுபடுவதை நிறுத்துவேன் என்று சத்தியம் செய். முட்டாள்தனமான இந்த விளையாட்டை இப்போதே விட்டுவிடுவேன் என்று சத்தியம் செய், செய்வாயா?" என்றார்.

நான் "சத்தியம்" என்றேன்.

83. நான் நல்ல விண்வெளி வீரனாக உருவாவது சாத்தியம் என்று நினைக்கிறேன்.

நல்ல விண்வெளி வீரன் ஆவதற்கு நீங்கள் சிறந்த அறிவாளியாக இருக்க வேண்டும், நான் அறிவாளி. இயந்திரங்கள் எப்படி வேலை செய்கின்றன என்று புரிந்துகொள்ள வேண்டும், இயந்திரங்கள் எவ்வாறு வேலைசெய்யும் என்பது எனக்கு நன்றாகப் புரியும். அதேசமயம், பூமியின் மேற்பரப்பைவிட்டுப் பல ஆயிரம் ஆயிரம் மைல்கள் தள்ளி சிறிய விண்கலத்தில் தனியாக இருப்பதை விரும்புபவராக இருக்கவேண்டும். பயப்படக்கூடாது அல்லது கிளாஸ்ட்ரோபோபியா எனப்படும் மூடிய இடங்கள் பற்றிய பயம் உண்டாகக்கூடாது அல்லது வீட்டு ஏக்கம் வரக்கூடாது அல்லது பைத்தியமாகி விடக்கூடாது. வேறுயாரும் என்னுடன் இல்லாதவரை எனக்குச் சிறிய இடங்களைப் பிடிக்கும். சில சமயம் நான் தனியாக இருக்கவேண்டும் என்று நினைத்தால் குளியலறைக்கு வெளியே உள்ள துணிகளைக் காயவைக்கும் அலமாரிக்குள் நுழைந்து கதவை மூடிவிட்டு அதற்குள் ஊர்ந்து சென்று சுடுநீர் இயந்திரத்தின் பின்புறம் மணிக்கணக்கில் உட்கார்ந்து யோசித்துக்கொண்டிருப்பேன். அது, என்னை மிகவும் அமைதியாக உணரவைக்கும்.

எனவே நான் தனியாக இருக்கும் விண்வெளி வீரனாக வேண்டும் அல்லது விண்கலத்தில் எனக்கென்று தனிப்பட்ட பகுதி இருக்கவேண்டும், அங்கே வேறு யாரும் நுழையக்கூடாது.

மேலும், விண்கலத்தில் மஞ்சள்நிறப் பொருள்கள் மற்றும் பழுப்புநிறப் பொருள்கள் இல்லாமல் இருக்கவேண்டும், அப்படி இருந்தால் நல்லது.

கட்டுப்பாட்டு அறையில் இருக்கும் மற்றவர்களுடன் நான் பேசவேண்டி இருக்கும். ஆனால் அதை ரேடியோ அலைவரிசை மற்றும் தொலைக்காட்சித் திரைமூலம் செய்யவேண்டி இருக்கும் என்பதால், அவர்கள் அந்நியர்களாக இருக்கும் உண்மையான மனிதர்களைப்போல் இருக்கமாட்டார்கள். அது கணினி விளையாட்டைப் போன்று இருக்கும்.

அதோடு, எனக்கு வீட்டு ஏக்கமும் வராது. ஏனென்றால் என்னைச்சுற்றி நான் விரும்பும் விஷயங்களே இருக்கும். அதாவது இயந்திரங்கள், கணினிகள் மற்றும் விண்வெளி. மேலும், என்னால் விண்கலத்தின் சிறிய ஜன்னல் வழியாகப் பார்க்க முடியும். அப்போது எனக்கருகில் ஆயிரக்கணக்கான மைல்கள் தூரத்திற்கு யாரும் இருக்கமாட்டார்கள். சில சமயம் கோடைகால இரவுகளில் நான் அப்படிக் கற்பனை செய்துகொள்வது உண்டு. வீட்டுக்கு வெளியே புல்வெளியில் வானத்தைப் பார்த்தபடி படுத்துக்கொள்வேன். வேலி, புகைபோக்கி, துணி உலர்த்தும் கொடி ஆகியவை கண்ணுக்குத் தெரியாதபடி இரண்டு கைகளையும் முகத்தின் பக்கவாட்டில் வட்டமாக வைத்துக்கொண்டு விண்வெளியில் இருப்பதாகக் கற்பனை செய்துகொள்வேன்.

அப்போது என்னால் பார்க்க முடிவது நட்சத்திரங்கள் மட்டுமே. பல பில்லியன் வருடங்களுக்கு முன்பு உயிர்கள் உருவாகத் தேவையான மூலக்கூறுகள் கட்டமைக்கப்பட்ட இடம் நட்சத்திரங்கள். எடுத்துக்காட்டாக, உங்களுக்கு ரத்தசோகை உருவாகாமல் தடுக்கும் இரும்பு அத்தனையும் நட்சத்திரத்தில் உருவானது.

டோபியை என்னுடன் விண்வெளிக்கு எடுத்துச்செல்ல விரும்புவேன். அதற்கு அனுமதி கிடைக்கலாம். ஏனெனில்

அவர்கள் சில சமயம் விலங்குகளை சோதனைக்காக விண்வெளிக்கு எடுத்துச் செல்வார்கள். எனவே எலியை வைத்துச் செய்யக்கூடிய, அதேசமயம் எலிக்குப் பாதிப்பில்லாத நல்ல சோதனையை நான் யோசித்துவிட்டால், டோபியை என்னுடன் எடுத்துச் செல்வதற்கு அவர்களை என்னால் சம்மதிக்கவைக்க முடியும்.

ஆனால் அவர்கள், அதற்கு அனுமதிக்காவிட்டாலும் நான் தனியாகச் செல்வேன். ஏனென்றால் அது கனவு ஒன்று உண்மையாவது.

89. அடுத்தநாள், பள்ளியில் ஷெவோனிடம் அப்பா இனிமேல் துப்பறியக்கூடாது என்று சொல்லிவிட்டதைச் சொன்னேன். அதன் பொருள், புத்தகம் முடிந்துவிட்டது. இதுவரை நான் எழுதிய தாள்களை அவளிடம் காட்டினேன், அண்டவெளியின் படம், தெருவின் வரைபடம் மற்றும் பகா எண்கள் பற்றிய படங்களையும் காட்டினேன். அதற்காகக் கவலைப்பட வேண்டியதில்லை என்றாள். இப்போதுள்ள நிலையிலேயே புத்தகம் மிக நன்றாக இருக்கிறது என்றாள். மேலும், அந்தப் புத்தகத்தை எழுதியதற்காக நான் பெருமைப்பட வேண்டும் என்று கூறினாள். சிறியதாக இருந்தாலும் கோன்ராட் எழுதிய *Heart of Darkness* போன்ற மிக நல்ல புத்தகங்கள் பல உண்டு என்றாள்.

ஆனால் இது சரியான புத்தகம் இல்லை. ஏனென்றால் இதில் முறையாக முடிவு என்று எதுவும் இல்லை. ஏனென்றால் வெலிங்டனைக் கொன்றது யார் என்று நான் இன்னமும் கண்டுபிடிக்கவில்லை. எனவே கொலைகாரன் தப்பித்துவிட்டான் என்றேன்.

அவள் "வாழ்க்கை என்பது அப்படித்தான், அனைத்துக் கொலைகளும் கண்டுபிடிக்கப்படுவதில்லை, அனைத்துக் கொலைகாரர்களும் பிடிபடுவதில்லை. ஜாக் தி ரிப்பர் போல," என்றாள்.

நான் "இன்னமும் அந்தக் கொலைகாரன் பிடிபடாமல் இருப்பது எனக்குப் பிடிக்கவில்லை. மேலும், வெலிங்டனைக் கொன்ற

அந்த நபர் எனக்கருகில் வாழ்ந்துகொண்டிருக்கலாம். இரவு நேரங்களில் நடைக்குச் செல்லும்போது அவனைச் சந்திக்கக்கூடும் என்பதை நினைத்துப் பார்க்கப் பிடிக்கவில்லை," என்றேன். இது சாத்தியம். ஏனென்றால் கொலைகாரன் எப்போதும் கொல்லப்பட்டவருக்குத் தெரிந்தவனாகவே இருப்பான்.

பிறகு "அப்பா, திரு. ஷியர்ஸின் பெயரை எங்கள் வீட்டில் மறுபடி சொல்லவேகூடாது என்கிறார், அவர் மோசமானவராம். அதன் பொருள், ஒருவேளை அவர் வெலிங்டனைக் கொன்றிருக்கலாம்," என்றேன்.

ஷெவோன், "ஒருவேளை, உன் அப்பாவுக்கு திரு. ஷியர்ஸைப் பிடிக்காமல் இருக்கலாம்," என்றாள்.

நான் "ஏன்?" என்றேன்.

அதற்கு ஷெவோன் "எனக்குத் தெரியவில்லை க்றிஸ்டோஃபர். ஏனென்றால் எனக்கு திரு. ஷியர்ஸைப் பற்றி எதுவும் தெரியாது," என்றாள்.

நான் "திரு. ஷியர்ஸ், திருமதி. ஷியர்ஸைத் திருமணம் செய்துகொண்ட பின் விட்டுச் சென்றுவிட்டார், விவாகரத்தில் செய்வதுபோல. ஆனால் அவர்களுக்குள் உண்மையிலேயே விவாகரத்து ஆகிவிட்டதா என்று எனக்குத் தெரியாது," என்றேன்.

ஷெவோன், "திருமதி. ஷியர்ஸ் உங்களது நண்பர், இல்லையா. உனக்கும் உன் அப்பாவுக்கும் நண்பர். எனவே திரு. ஷியர்ஸ் அவரைப் பிரிந்து சென்றது உன் அப்பாவுக்குப் பிடிக்காமல் போயிருக்கலாம். ஏனென்றால் அவர் நண்பருக்குக் கெடுதல் செய்திருக்கிறார்," என்றாள்.

நான் "ஆனால் அப்பா, திருமதி. ஷியர்ஸ் இனி எங்கள் நண்பர் இல்லை என்கிறார்," என்றேன்.

ஷெவோன் "என்னை மன்னித்துவிடு, க்றிஸ்டோஃபர். இந்தக் கேள்விகளுக்கெல்லாம் பதில் சொல்லவே விரும்புகிறேன். ஆனால் எனக்கு இதுபற்றித் தெரியவில்லை," என்றாள்.

அப்போது பள்ளிநேரம் முடிந்ததற்கான மணி ஒலித்தது.

அடுத்தநாள் பள்ளிக்குச் செல்லும் வழியில் வரிசையாக 4 மஞ்சள்நிற வண்டிகளைப் பார்த்தேன். அதனால் அது **கருப்புநாள்**. எனவே, மதியம் உணவு இடைவேளையில் எதுவும் சாப்பிடாமல் அறையின் மூலையில் உட்கார்ந்து கணிதத் தேர்வுக்கான புத்தகத்தைப் படித்துக்கொண்டிருந்தேன். அடுத்தநாளும் பள்ளிக்குச் செல்லும் வழியில் வரிசையாக 4 மஞ்சள்நிற வண்டிகளைப் பார்த்தேன். எனவே, அது மற்றொரு **கருப்புநாள்**. நான் யாரோடும் பேசாமல் மதியம் முழுவதும் நூலகத்தில் இரண்டு சுவர்கள் சேரும் இடத்தில் தலையை அழுத்தி முனகிக்கொண்டிருந்தேன். இது, எனக்கு அமைதியை, பாதுகாப்பு உணர்வைத் தரும். ஆனால் அடுத்தநாள், பள்ளிக்குச் செல்லும் வழி முழுவதும் பேருந்தில் இருந்து இறங்கும்வரை கண்களை மூடிக்கொண்டிருந்தேன். ஏனெனில் **2 கருப்புநாள்கள்** அடுத்தடுத்து வந்தால் நான் அப்படிச்செய்ய அனுமதி உண்டு.

97. ஆனால் இது புத்தகத்தின் முடிவல்ல. ஏனென்றால் ஐந்து நாள்களுக்குப் பிறகு வரிசையாக 5 சிவப்புநிற வண்டிகளைப் பார்த்தேன். எனவே, அந்த நாள் **மிகமிகச் சிறந்தநாள்**. ஏதோ முக்கியமானது நடக்கப்போகிறது என்று எனக்குத் தெரியும். முக்கியமானது எதுவும் பள்ளியில் நடக்கவில்லை. எனவே பள்ளி முடிந்ததும் ஏதோ நடக்கப்போகிறது என்று எனக்குத் தெரியும். வீட்டுக்குச் சென்றபின் எங்கள் தெருமுனையில் இருந்த கடைக்கு என் கைப்பணத்தில் இருந்து லிகோரைஸ் இழைமிட்டாய் மற்றும் மில்கிபார் சாக்லேட் வாங்கச் சென்றேன்.

கடையிலிருந்து இழைமிட்டாய் மற்றும் சாக்லேட் வாங்கிவிட்டுத் திரும்பிப் பார்த்தபோது திருமதி. அலெக்ஸாண்டர், எண் 39ல் வசிக்கும் வயதான பெண்மணி, அந்தக் கடையில் நின்றிருந்தார். இப்போது அவர் ஜீன்ஸ் அணிந்திருக்கவில்லை. வழக்கமாக, வயதான பெண்கள் அணியும் உடை அணிந்திருந்தார். அவர் மீது சமையலறை வாசனை அடித்தது.

அவர் “அன்று உனக்கு என்ன ஆனது?” என்றார்.

நான் “என்றைக்கு?” என்று கேட்டேன்.

அவர் "நான் வெளியே வந்து பார்த்தபோது உன்னைக் காணவில்லை. அனைத்துப் பிஸ்கட்டுகளையும் நானே சாப்பிட வேண்டியதாயிற்று," என்றார்.

நான் "அங்கிருந்து சென்றுவிட்டேன்," என்றேன்.

அவர் "அதைப் புரிந்துகொண்டேன்," என்றார்.

நான் "நீங்கள் காவல்துறையினரை அழைக்கிறீர்கள் என்று நினைத்தேன்," என்றேன்.

அவர் "நான் ஏன் அதைச் செய்யப் போகிறேன்?" என்றார்.

நான் "ஏனென்றால் நான் அடுத்தவர் விஷயத்தில் மூக்கை நுழைத்துக்கொண்டிருக்கிறேன். அப்பா, வெலிங்டனைக் கொன்றது யார் என்று துப்பறியக்கூடாது என்று சொல்லியிருக்கிறார். அடுத்தமுறை ஏதேனும் சிக்கலில் மாட்டிக்கொண்டால் ஏற்கெனவே எச்சரிக்கப்பட்டிருப்பதால் விளைவுகள் மோசமாக இருக்கும் என்று காவல்துறையினர் எனக்கு எச்சரித்திருக்கின்றனர்," என்றேன்.

அதன்பிறகு பணம் செலுத்தும் இடத்தில் உள்ள இந்தியப் பெண் திருமதி. அலெக்ஸாண்டரிடம், "நான் உங்களுக்கு உதவட்டுமா?" என்று கேட்டாள். திருமதி. அலெக்ஸாண்டர், "ஒரு பின்ட் பால் மற்றும் ஜாஃபா கேக் வேண்டும்," என்று சொன்னார். நான் கடையிலிருந்து வெளியே வந்தேன்.

கடைக்கு வெளியே வந்தபோது திருமதி. அலெக்ஸாண்டரின் டேஷ்ஹூண்ட் வகை நாய் நடைபாதையில் இருந்ததைப் பார்த்தேன். ஸ்காட்லாந்து பாணியில் கட்டம்போட்ட துணியால் ஆன மேலாடை அணிந்து உட்கார்ந்திருந்தது. கதவுக்குப் பக்கத்தில் இருந்த வடிநீர்க் குழாயில் அதன் சங்கிலியைக் கட்டியிருந்தார். எனக்கு நாய்களைப் பிடிக்கும், எனவே அவரது நாய்க்கு அருகே குனிந்து ஹலோ என்றதும் அது என் கைகளை நக்கியது. அதன் நாக்கு சொரசொரப்பாக, ஈரமாக இருந்தது. அதற்கு என் கால்சராயின் வாசனை பிடித்திருந்ததால் அதை முகரத் தொடங்கியது.

பிறகு திருமதி. அலெக்ஸாண்டர் வெளியில் வந்து "அவன் பெயர் இவோர்," என்றார்.

நான் எதுவும் சொல்லவில்லை.

பிறகு திருமதி. அலெக்ஸாண்டர், "நீ மிகவும் வெட்கப்படுகிறாய், அப்படித்தானே க்றிஸ்டோஃபர்," என்றார்.

நான் "உங்களோடு பேச எனக்கு அனுமதி இல்லை," என்றேன்.

அவர் "கவலைப்படாதே, நான் காவல்துறையினருக்குத் தெரிவிக்கப் போவதில்லை, உன் அப்பாவிடமும் சொல்லப் போவதில்லை. ஏனென்றால் அரட்டையடிப்பதில் எந்தத் தவறும் இல்லை. பேசுவதென்பது நட்பாக இருப்பதுதானே, இல்லையா..." என்றார்.

நான் "என்னால் அரட்டையடிக்க முடியாது" என்றேன்.

அவர் "உனக்கு கணினி என்றால் பிடிக்குமா?" என்றார்.

நான் "ஆமாம், எனக்குக் கணினி என்றால் பிடிக்கும். என் படுக்கையறையில் கணினி இருக்கிறது," என்றேன்.

அவர் "எனக்குத் தெரியும். சில சமயம் தெருவில் நின்று எதிர்ப்புறம் பார்க்கும்போது படுக்கையறையில் நீ கணினி அருகே உட்கார்ந்திருப்பதைப் பார்த்திருக்கிறேன்," என்றார்.

பிறகு அவர் இவோரின் சங்கிலியை அவிழ்த்தார்.

நான் எதுவும் பேச நினைக்கவில்லை. ஏனென்றால் எந்தச் சிக்கலிலும் மாட்டிக்கொள்ள நான் விரும்பவில்லை.

பிறகு இது **மிகமிகச் சிறந்த நாள்** என்பது ஞாபகம் வந்தது. இதுவரை முக்கியமான எதுவும் நடக்கவில்லை. எனவே திருமதி. அலெக்ஸாண்டரிடம் பேசுவது சிறப்பான விஷயமாக இருக்கலாம். நான் கேட்காமலேயே வெலிங்டன் அல்லது திரு. ஷியர்ஸ் பற்றி அவர் ஏதாவது சொல்லலாம். எனவே அது சத்தியத்தை மீறுவது அல்ல.

எனவே நான் "எனக்குக் கணிதம் மற்றும் டோபியை கவனித்துக்கொள்வது பிடிக்கும். மேலும், விண்வெளி மற்றும் தனியாக இருப்பதும் பிடிக்கும்" என்றேன்.

அவர் "நீ கணிதத்தில் சிறந்தவனாக இருப்பாய் என்று உறுதியாகச் சொல்ல முடியும், சரிதானே," என்றார்.

நான் "ஆமாம். அடுத்த மாதம் கணிதத்தில் உயர்நிலைத் தேர்வு எழுதப் போகிறேன். அதில் முதல்தரநிலை பெறப் போகிறேன்," என்றேன்.

அவர் "உண்மையாகவா? உயர்நிலைத் தேர்வா?" என்றார்.

நான் "ஆமாம், நான் பொய் சொல்லமாட்டேன்," என்றேன்.

அவர் "மன்னித்துவிடு, நீ பொய் சொல்கிறாய் என்று சொல்லவில்லை. நான் சரியாகக் கேட்டேனா என்று ஆச்சரியப்பட்டேன். சில சமயம், எனக்குக் கொஞ்சம் காது கேட்காது," என்றார்.

நான் "ஞாபகமிருக்கிறது. நீங்கள் சொன்னீர்கள்" என்றேன். பிறகு "என் பள்ளியில் உயர்நிலைத் தேர்வு எழுதும் முதல் நபர் நான். ஏனென்றால் அது சிறப்புப் பள்ளி," என்றேன்.

அவர் "இந்த விஷயம் உண்மையில் என்னைக் கவர்ந்துவிட்டது. நீ முதல்தரநிலை பெறுவாய் என்று நம்புகிறேன்," என்றார்.

நான் "நிச்சயம் பெறுவேன்," என்றேன்.

பிறகு அவர் "உன்னைப் பற்றி எனக்குத் தெரிந்த இன்னொரு விஷயம் மஞ்சள்நிறம் உனக்குப் பிடித்த நிறம் அல்ல," என்றார்.

நான் "இல்லை. பழுப்பு நிறமும் எனக்குப் பிடிக்காது. எனக்குப் பிடித்த நிறம் சிவப்பு மற்றும் உலோக நிறம்," என்றேன்.

பிறகு, இவோர் பீ இருந்தது. திருமதி. அலெக்ஸாண்டர் பிளாஸ்டிக் பைக்குள் கையை நுழைத்துக்கொண்டு அதை எடுத்தார். உள்பகுதி வெளியில் வரும்படி திருப்பி, உள்ளே இருக்கும் பீ வெளியில் வந்துவிடாமல் இருக்க அதன்

மேல்பகுதியில் முடிச்சுப் போட்டார், அவர் கைகளால் பீயைத் தொடவில்லை.

பிறகு நான் தர்க்க ஆய்வொன்றைச் செய்தேன். அப்பா என்னிடம் ஐந்து விஷயங்கள் பற்றி மட்டுமே சத்தியம் செய்யச் சொல்லியிருக்கிறார், அவை:

1. வீட்டில் திரு. ஷியர்ஸ் பெயரைச் சொல்லக்கூடாது.

2. திருமதி. ஷியர்ஸிடம் அந்த நாசமாய்ப்போன நாயைக் கொன்றது யாரென்று கேட்கக்கூடாது.

3. யாரிடமும் சென்று அந்த நாசமாய்ப்போன நாயைக் கொன்றது யாரென்று கேட்கக்கூடாது.

4. அடுத்தவர்களின் தோட்டத்தில் அத்துமீறி நுழையக்கூடாது.

5. இந்த முட்டாள்தனமான, நாசமாய்ப்போன துப்பறியும் வேலையை விட்டுவிட வேண்டும்.

திரு. ஷியர்ஸ் பற்றி மற்றவரிடம் கேட்பது பற்றி இதில் எதுவும் இல்லை.

மேலும், நீங்கள் துப்பறிகிறவராக இருந்தால் *துணிச்சலான செயல்கள் செய்யவேண்டும். இது மிகமிகச் சிறந்த நாள்.* அதன் பொருள் துணிச்சலான செயல்கள் செய்யக்கூடிய நாள். எனவே "திரு. ஷியர்ஸை உங்களுக்குத் தெரியுமா?" என்று அரட்டையில் ஈடுபடுவதுபோல் கேட்டேன்.

அதற்கு திருமதி. அலெக்ஸாண்டர் "உண்மையில் இல்லை. நான் சொல்ல வருவது, அவரை வீதியில் பார்த்தால் முகமன்கூறி சிறிதுநேரம் பேசும் அளவுக்கு மட்டுமே பழக்கம். ஆனால், அவரைப் பற்றி அதிகம் தெரியாது. அவர் வங்கியில் வேலை பார்த்தார் என்று ஞாபகம். தி நேஷனல் வெஸ்ட்மின்ஸ்டர் வங்கி. நகரத்தில் உள்ளது," என்றார்.

"அப்பா, அவர் கெட்ட மனிதர் என்கிறார். அவர் ஏன் அப்படிச் சொல்கிறார் என்று உங்களுக்குத் தெரியுமா? உண்மையில், திரு. ஷியர்ஸ் கெட்ட மனிதரா?"

திருமதி. அலெக்ஸாண்டர், "நீ ஏன் திரு. ஷியர்ஸ் பற்றி விசாரிக்கிறாய், க்றிஸ்டோஃபர்?" என்றார்.

நான் பதில் எதுவும் சொல்லவில்லை. ஏனென்றால் வெலிங்டனின் கொலை பற்றி துப்பறிய விரும்பவில்லை. ஆனால் அவரைப் பற்றிக் கேட்பது அதற்காகவே.

திருமதி. அலெக்ஸாண்டர் "இது வெலிங்டன் பற்றியா?" என்று கேட்டார்.

நான் தலையை மட்டும் அசைத்தேன். ஏனெனில் அது துப்பறிவதில் சேராது.

திருமதி. அலெக்ஸாண்டர் எதுவும் பேசவில்லை. அவர் பூங்காவின் கதவுக்குப் பக்கத்தில் தூணில் வைக்கப்பட்டிருந்த சிவப்புப் பெட்டிக்கு நடந்துசென்று அதற்குள் இவோரின் பீயைப் போட்டார். சிவப்புநிறப் பொருளுக்குள் பழுப்புநிறப் பொருள். நான், என் தலைக்குள் விநோதமாக உணர்ந்தேன் என்பதால் அதைப் பார்க்கவில்லை. பிறகு அவர் திரும்பி என்னிடம் நடந்துவந்தார்.

மூச்சை பெரிய அளவில் உள்ளே இழுத்தபின் என்னிடம், "உண்மையில், நாம் இந்த விஷயங்களைப் பற்றிப் பேசாமல் இருப்பது நல்லது க்றிஸ்டோஃபர்," என்றார்.

நான் "ஏன்கூடாது?" என்று கேட்டேன்.

அவர் "ஏனென்றால்," என்றார். பிறகு பேச்சை நிறுத்திவிட்டு வேறு வாக்கியத்தைச் சொல்ல முடிவெடுத்தார். "ஒருவேளை, உன் அப்பா சொல்வது சரியாக இருக்கலாம், நீ இதுபோல எல்லோரிடமும் சென்று இதுபற்றி கேள்வி கேட்கக்கூடாது," என்றார்.

நான் "ஏன்?" என்று கேட்டேன்.

அவர் "ஏனென்றால் இது அவருக்குத் தெரியவரும்போது நிச்சயம் வருந்துவார்," என்றார்.

நான் "ஏன், இது அவரை வருத்தப்படவைக்கும்?" என்றேன்.

மறுபடியும் பெரிய அளவில் மூச்சை உள்ளிழுத்த பின் "ஏனென்றால்... ஏனென்றால் உன் அப்பாவுக்கு திரு. ஷியர்ஸை ஏன் பிடிக்காது என்பது உனக்குத் தெரியும் என்று நினைக்கிறேன்," என்றார்.

நான் "திரு. ஷியர்ஸ் அம்மாவைக் கொலை செய்தாரா?" என்று கேட்டேன்.

திருமதி. அலெக்ஸாண்டர் "கொலையா?" என்றார்.

நான் "ஆமாம், அவர் அம்மாவைக் கொலை செய்தாரா?" என்றேன்.

திருமதி. அலெக்ஸாண்டர் "இல்லை, இல்லை, அவர் கொல்லவில்லை," என்றார்.

நான் "மாரடைப்பில் இறந்து போகுமளவுக்கு மன அழுத்தம் எதையும் ஏற்படுத்தினாரா?" என்று கேட்டேன்.

திருமதி. அலெக்ஸாண்டர், "உண்மையில் நீ எதைப் பற்றி பேசிக்கொண்டிருக்கிறாய் என்றே எனக்குப் புரியவில்லை க்றிஸ்டோஃபர்," என்றார்.

நான் "அல்லது அம்மாவை மருத்துவமனையில் சேர்க்குமளவுக்குக் காயப்படுத்தினாரா?" என்று கேட்டேன்.

திருமதி. அலெக்ஸாண்டர் "அவள் மருத்துவமனையில் இருந்தாளா?" என்றார்.

நான் "ஆமாம், முதலில் உடல்நிலை அவ்வளவு மோசமாக இல்லை. ஆனால் மருத்துவமனையில் இருந்தபோது மாரடைப்பு ஏற்பட்டது," என்றேன்.

திருமதி. அலெக்ஸாண்டர், "ஓ... கடவுளே!" என்றார்.

நான் "பிறகு அம்மா இறந்துவிட்டார்," என்றேன்.

திருமதி. அலெக்ஸாண்டர் மறுபடியும் "ஓ... கடவுளே!" என்றார். "ஓ... க்றிஸ்டோஃபர், நான் மிக மிக வருந்துகிறேன், இது எனக்குத் தெரியாது," என்றார்.

நான் "நீங்கள் என்னிடம் ஏன், 'உன் அப்பாவுக்கு திரு. ஷியர்ஸை ஏன் பிடிக்காது என்பது உனக்குத் தெரியும் என்று நினைக்கிறேன்' என்று சொன்னீர்கள்?" என்று கேட்டேன்.

திருமதி. அலெக்ஸாண்டர், தன் விரல்களை வாய் மீது வைத்துக்கொண்டு, "அடக்கடவுளே, கடவுளே…" என்றார். ஆனால் என் கேள்விக்குப் பதில் சொல்லவில்லை.

எனவே நான் மறுபடியும் அதே கேள்வியைக் கேட்டேன். ஏனென்றால் கொலையைத் துப்பறியும் கதைகளில் இதுபோல ஒருவர் கேள்விக்குப் பதில் சொல்லவில்லை என்றால் அவர் ஏதோ ரகசியத்தை மறைக்கிறார் அல்லது யாரோ ஒருவரைக் காப்பாற்ற முயற்சி செய்கிறார். அதன் பொருள், அந்தக் கேள்விக்கான பதில் எல்லாவற்றையும்விட மிக முக்கியமானது. எனவே துப்பறிபவர் அந்த நபரை அழுத்தத்திற்கு உள்ளாக்க வேண்டும்.

ஆனால் திருமதி. அலெக்ஸாண்டர் இப்போதும் பதில் சொல்லவில்லை. பதிலுக்கு என்னிடம் கேள்வி கேட்டார். "அப்படி என்றால் உனக்கு விஷயம் தெரியாதா?" என்றார்.

நான் "எந்த விஷயம் தெரியாதா?" என்றேன்.

அவர் "பார் க்றிஸ்டோஃபர்… அநேகமாக, இந்த விஷயத்தை உன்னிடம் சொல்லக்கூடாது," என்றார். பிறகு, "இப்போது நாம் இருவரும் இந்தப் பூங்காவிற்குள் சிறுநடைக்குச் செல்வோம். இந்த மாதிரியான விஷயங்களைப் பேச இது சரியான இடமல்ல," என்றார்.

நான் பதட்டமாக இருந்தேன். எனக்கு திருமதி. அலெக்ஸாண்டரைத் தெரியாது. அவர் வயதானவர் மற்றும் அவருக்கு நாய்கள் பிடிக்கும் என்பது மட்டுமே எனக்குத் தெரியும். ஆனால் அவர் அந்நியர். மேலும், தனியாக எப்போதும் பூங்காவுக்குள் செல்லமாட்டேன், அது ஆபத்தானது. அங்கே மூலையில் இருக்கும் பொதுக் கழிப்பறையின் பின்புறம் போதைமருந்து எடுத்துக்கொள்வார்கள். மேலும், நான் வீட்டுக்குச் சென்று எனது அறையில் டோபிக்கு உணவளித்துவிட்டு சில கணிதப் பயிற்சிகளைச் செய்ய விரும்பினேன்.

அதேசமயம், நான் உற்சாகமாகவும் இருந்தேன். அவர் எனக்கு ரகசியம் ஒன்றைச் சொல்லப் போகிறார் என்று நினைத்தேன். ஒருவேளை, அந்த ரகசியம் வெலிங்டனைக் கொன்றது யார் என்பதாக இருக்கலாம் அல்லது திரு. ஷியர்ஸ் பற்றி இருக்கலாம். அப்படி என்றால், ஷியர்ஸுக்கு எதிராக எனக்குக்கூடுதல் தடயம் கிடைக்கும் அல்லது நான் என் விசாரணையிலிருந்து அவரை விலக்கலாம்.

இது மிகமிகச் சிறந்த நாள் என்பதால் பயமாக இருந்தாலும் திருமதி. அலெக்ஸாண்டரோடு பூங்காவுக்குள் நடக்க முடிவெடுத்தேன்.

பூங்காவுக்குள் இருந்தபோது திருமதி. அலெக்ஸாண்டர் நடப்பதை நிறுத்திவிட்டு, "நான் இப்போது உனக்கு ஒரு விஷயத்தைச் சொல்லப்போகிறேன். ஆனால் அதை நான் சொன்னேன் என்று உன் அப்பாவிடம் சொல்லமாட்டாய் என்று நீ எனக்குச் சத்தியம் செய்யவேண்டும்," என்றார்.

நான் "ஏன்?" என்று கேட்டேன்.

அவர் "நான் முதலில் சொன்னதையே சொல்லியிருக்கக்கூடாது. இதை விளக்கமாகச் சொல்லாவிட்டால், என்ன சொல்லவந்தேன் என்று நீ யோசித்துக்கொண்டே இருப்பாய். ஒருவேளை, நீ அதை உன் அப்பாவிடம் கேட்டுவிடலாம். அதை நான் விரும்பவில்லை. ஏனென்றால் நீ உன் அப்பாவைச் சங்கடப்படுத்துவதை நான் விரும்பவில்லை. ஆகவே, நான் சொன்னதை ஏன் சொன்னேன் என்று விளக்குகிறேன். ஆனால் அதற்கு முன்பாக இதை நான் சொன்னேன் என்று நீ யாரிடமும் சொல்லமாட்டேன் என்று சத்தியம் செய்யவேண்டும்" என்றார்.

நான் "ஏன்?" என்று கேட்டேன்.

அவர் "க்றிஸ்டோஃபர் என்னை நம்பு" என்றார்.

நான் "சரி. சத்தியம்" என்றேன். ஒருவேளை, திருமதி. அலெக்ஸாண்டர் வெலிங்டனைக் கொன்றது யார் என்று சொன்னால் அல்லது திரு. ஷியர்ஸ் அம்மாவைக் கொன்றார் என்று சொன்னால், நான் காவல்துறையினருக்குத் தெரியப்படுத்தலாம்.

ஏனென்றால் யாரேனும் குற்றம் செய்திருந்து அதைப்பற்றி உங்களுக்குத் தெரியும் என்றால் நீங்கள் சத்தியத்தை மீறலாம்.

அவர் "உன் அம்மா இறப்பதற்கு முன்னால், திரு. ஷியர்ஸின் நெருங்கிய நண்பராக இருந்தார்," என்றார்.

நான் "எனக்குத் தெரியும்," என்றேன்.

அவர் "இல்லை, க்றிஸ்டோஃபர். உனக்குத் தெரிந்திருக்கும் என்று தோன்றவில்லை. நான் சொல்ல வந்தது அவர்கள் நெருக்கமான நண்பர்கள், மிகமிக நெருக்கமான நண்பர்கள்," என்றார்.

நான் சிறிதுநேரம் யோசித்தபின், "அவர்கள் இருவரும் உடலுறவு வைத்திருந்தார்கள் என்று சொல்கிறீர்களா?" என்று கேட்டேன்.

அவர் "ஆம், க்றிஸ்டோஃபர். நான் சொல்ல விரும்பியது அதுதான்," என்றார்.

அவர் 30 விநாடிகளுக்கு எதுவும் பேசாமல் இருந்தார். பிறகு "என்னை மன்னித்துவிடு க்றிஸ்டோஃபர். உன்னைச் சங்கடத்திற்கு உள்ளாக்கக்கூடியதைச் சொல்வது என் நோக்கமில்லை. முன்பு சொன்னதை, ஏன் சொன்னேன் என்று விளக்க விரும்பினேன். இங்கே பார், இது உனக்குத் தெரிந்திருக்கும் என்று நினைத்தேன். இதனாலேயே உன் அப்பா திரு. ஷியர்ஸை கெட்டவன் என்கிறார். திரு. ஷியர்ஸ் பற்றி அக்கம்பக்கத்தில் விசாரிக்கக்கூடாது என்கிறார். ஏனென்றால் அது பழைய மோசமான நினைவுகளைக்கொண்டுவரும்," என்றார்.

நான் "அதனால்தான் திரு. ஷியர்ஸ், திருமதி. ஷியர்ஸை விட்டு விலகினாரா? ஏனென்றால் அவர், திருமதி. ஷியர்ஸுடன் திருமணம் ஆனபின் வேறு ஒருவருடன் உடலுறவு வைத்துக்கொண்டிருந்தார்," என்றேன்.

அவர் "அப்படித்தான் நினைக்கிறேன்," என்றார்.

பிறகு "நான் மிகவும் வருந்துகிறேன் க்றிஸ்டோஃபர், உண்மையில் வருந்துகிறேன்" என்றார்.

நான் "இங்கிருந்து போகவேண்டுமென்று நினைக்கிறேன்" என்றேன்.

அவர் "நீ திடமாக இருக்கிறாய்தானே க்றிஸ்டோஃபர்…" என்றார்.

நான் "இந்தப் பூங்காவில் உங்களோடு இருக்க பயமாக இருக்கிறது. ஏனென்றால் நீங்கள் அந்நியர்," என்றேன்.

அவர் "நான் அந்நியரல்ல க்றிஸ்டோஃபர்; நண்பர்," என்றார்.

நான் "இப்போது வீட்டுக்குப் போகப்போகிறேன்," என்றேன்.

அவர் "இதைப் பற்றிப் பேசவேண்டுமென்றால் நீ எப்போது வேண்டுமானாலும் வீட்டுக்கு வரலாம். நீ கதவைத் தட்டினால்போதும்," என்றார்.

நான் "சரி" என்றேன்.

அவர் "க்றிஸ்டோஃபர்…" என்றார்.

நான் "என்ன?" என்றேன்.

அவர் "உன் அப்பாவிடம் இப்போது பேசியதைச் சொல்ல மாட்டாயே?" என்றார்.

அவர் "இல்லை. நான் சத்தியம் செய்திருக்கிறேன்," என்றேன்.

அவர் "வீட்டுக்குப் போ. சொன்னதை ஞாபகம் வைத்துக்கொள். எப்போது வேண்டுமானாலும் வரலாம்," என்றார்.

அதன்பிறகு நான் வீட்டுக்குச் சென்றேன்.

101. எனக்குக் கணிதத்தில் விருப்பம் இருப்பதன் காரணம், அது பாதுகாப்பானது என்பதே என்கிறார் திரு. ஜெவன்ஸ். கணிதத்தை ஏன் விரும்புகிறேன் என்றால், அது பிரச்சினைகளுக்குத் தீர்வு காண்கிறது என்றார். இந்தப் பிரச்சினைகள் சிக்கலானவை மற்றும் சுவாரசியமானவை என்றாலும் இறுதியில் அவற்றுக்கு எப்போதும் நேரடியான விடை உண்டு. அவர் என்ன சொல்ல வருகிறார் என்றால், கணிதம் என்பது வாழ்க்கையைப் போல

அல்ல; வாழ்க்கையின் முடிவில் நேரடியான விடை என்று எதுவும் இல்லை. அவர் சொன்னதன் பொருள் இது என்பது எனக்குத் தெரியும். ஏனென்றால் அவர் இப்படித்தான் சொன்னார்.

இதற்குக் காரணம், திரு. ஜெவன்ஸுக்கு எண்களைப் பற்றிய புரிதல் இல்லை.

நான் இப்போது சொல்லப்போவது புகழ்பெற்ற சம்பவம், அதன் பெயர் **மோன்டி ஹால் புதிர்**. நான் சொல்லவருவதை விளக்குகிறது என்பதால் அதை இந்தப் புத்தகத்தில் சேர்த்திருக்கிறேன்.

அமெரிக்காவில் **பரேட்** என்ற பத்திரிகையில், **மர்லினைக் கேளுங்கள்** என்ற பத்தி வந்துகொண்டிருந்தது. அதை எழுதிக்கொண்டிருந்தவர் மர்லின் வாஸ் சவாந்த். இவர், உலகிலேயே அதிக நுண்ணறிவுத்திறம் உடையவர் என்று **கின்னஸ் உலக சாதனைப் புத்தக வாழ்த்தரங்கம்** பகுதியில் இடம்பெற்றிருப்பவர் என்று அந்தப் பத்திரிகை குறிப்பிட்டது. அப்பத்தியில் வாசகர்கள் அனுப்பும் கணிதப் புதிர்களுக்கு பதில் சொல்லிக்கொண்டிருந்தார். செப்டம்பர் 1990ல் கொலம்பியா, மேரிலேண்டைச் சேர்ந்த க்ரெய்க் எஃப். விட்டேகர் என்பவரால் இந்தக் கேள்வி அனுப்பப்பட்டது. (இது நேரடியான மேற்கோள் இல்லை. ஏனென்றால் இதை எளிமையாக மற்றும் புரிந்துகொள்வதற்கு ஏற்றதாக மாற்றியிருக்கிறேன்).

> *தொலைக்காட்சியில் வரும் விளையாட்டில் பங்கேற்கிறீர்கள். கார் ஒன்றை பரிசாகப் பெறுவதே விளையாட்டு. நிகழ்ச்சியை நடத்துபவர் உங்களுக்கு மூன்று கதவுகளைக் காண்பிக்கிறார். ஒன்றின் பின்னால் கார் இருக்கிறது என்றும் மற்ற இரண்டு கதவுகளின் பின்னால் ஆடுகள் இருக்கின்றன என்றும் சொல்கிறார். ஏதேனும் ஒரு கதவைத் தேர்வு செய்யச் சொல்கிறார். நீங்கள் தேர்வு செய்கிறீர்கள். ஆனால் அந்தக் கதவு திறக்கப்படுவதில்லை. நிகழ்ச்சியை நடத்துபவர், நீங்கள் தேர்வு செய்யாத மற்ற இரண்டு கதவுகளில் ஒன்றைத் திறந்து அங்கே ஆடு நிற்பதைக் காட்டுகிறார். (நடத்துபவருக்கு உள்ளே என்ன இருக்கிறது என்று தெரியும்). நிகழ்ச்சி நடத்துபவர், மற்ற கதவுகள் திறக்கப்பட்டு, உங்களுக்கு*

கார் அல்லது ஆடு கிடைப்பதற்கு முன்பு மனதை மாற்றிக்கொள்ள கடைசியாக வாய்ப்பு அளிப்பதாகவும் நீங்கள் விரும்பினால் திறக்கப்படாத மற்றொரு கதவுக்கு உங்கள் தேர்வை மாற்றிக்கொள்ளலாம் என்றும் சொல்கிறார். நீங்கள் என்ன செய்யவேண்டும்?

மர்லின் வாஸ் சவாந்த், நிச்சயமாகத் தேர்வை மாற்றி கடைசிக் கதவைத் தேர்வு செய்யவேண்டும் ஏனென்றால் அந்தக் கதவுக்குப் பின்னால் கார் இருப்பதற்கு 3ல் 2 பங்கு சாத்தியம் உள்ளது என்றார்.

ஆனால் உங்கள் உள்ளுணர்வின் மூலம் இதை யோசித்தால் 50 - 50 வாய்ப்பு உள்ளது என்று நினைப்பீர்கள். ஏனென்றால் எந்தக் கதவின் பின்புறமும் கார் இருப்பதற்கு இங்குச் சமவாய்ப்பு உள்ளது.

அவர் மிகக் கவனமாக, தான் சொன்னது ஏன் சரி என்று விவரித்த பிறகும் நிறைய பேர் மர்லின் வாஸ் சவாந்த் சொன்னது தவறு என்று அந்தப் பத்திரிகைக்கு எழுதினார்கள். இந்தப் புதிர் பற்றி வந்திருந்த கடிதங்களில் 92% நபர்கள் இதைத் தவறு என்றனர். அவர்களில் பெரும்பாலானோர் கணித வல்லுநர்கள் மற்றும் விஞ்ஞானிகள். அவர்கள் சொன்னவற்றில் சில.

பொதுமக்களின் கணித அறிவுக் குறைபாடு குறித்து அக்கறைகொள்கிறேன். எனவே உங்கள் தவறை ஒப்புக்கொண்டு அதற்கு உதவுங்கள்.

- ராபர்ட் சாக்ஸ், பிஎச்.டி.,
ஜார்ஜ் மேசன் பல்கலைக்கழகம்

ஏற்கெனவேபோதுமான அளவு கணிதவியல் அறிவின்மை நாட்டில் இருக்கிறது. உலகின் அதிக நுண்ணறிவுத்திறம் உடையவர் இதை அதிகரிக்க வேண்டிய தேவை நமக்கில்லை. அவமானம்!

- ஸ்காட் ஸ்மித், பிஎச்.டி.,
ஃப்ளோரிடா பல்கலைக்கழகம்

குறைந்தது மூன்று கணிதவியலாளர்கள் திருத்திய பிறகும் உங்கள் தவறு உங்களுக்குத் தெரியாமல் இருப்பது அதிர்ச்சியாக இருக்கிறது.

- கென்ட் ஃபோர்ட்,
டிக்கின்சன் மாநிலப் பல்கலைக்கழகம்

நிச்சயமாக உங்களுக்கு மேல்நிலைப்பள்ளி மற்றும் கல்லூரி மாணவர்களிடமிருந்து நிறைய கடிதங்கள் வரும். அவற்றில் சில முகவரிகளை எதிர்காலத்தில் எழுதப்போகும் பத்திகளில் உங்களுக்கு உதவிட குறித்துவைத்துக்கொள்வது நல்லது.

- W. ராபர்ட் ஸ்மித், பிஎச்.டி.,
ஜார்ஜியா மாநிலப் பல்கலைக்கழகம்

நீங்கள் சொன்னது முற்றிலும் தவறு... உங்கள் மனதை மாற்றிட இன்னும் எத்தனை கோபமான கணிதவியலாளர்கள் தேவை?

- E. ரே போபோ, பிஎச்.டி.,
ஜார்ஜ்டவுன் பல்கலைக்கழகம்

இந்த முனைவர்கள் அனைவரும் தவறு என்றால், நாடு மிக மோசமான நிலையில் இருந்திருக்கும்.

- எவெரெட் ஹார்மன், பிஎச்.டி.,
அமெரிக்க ராணுவ ஆராய்ச்சி நிறுவனம்.

ஆனால் மர்லின் வாஸ் சவாந்த் சொன்னதே சரி. இதை நிரூபிக்க 2 வழிமுறைகளை இங்கே கொடுத்திருக்கிறேன். முதலில், கணித வழியில் இப்படி நிரூபிக்கலாம்.

கதவுகளை X, Y மற்றும் Z என்று வைத்துக்கொள்வோம்.

C_X என்பது கதவு X க்குப் பின்னால் கார் இருப்பதற்கான நிகழ்வு... மற்றவையும் இதுபோல் தொடர்ந்து

H_X என்பது நடத்துபவர் கதவு X ஐ திறக்கும் நிகழ்வு... மற்றவையும் இதுபோல் தொடர்ந்து

ஒருவேளை, நீங்கள் கதவு Xஐ தேர்வு செய்கிறீர்கள் என்று வைத்துக்கொண்டால் உங்கள் தேர்வை மாற்றியபின் காரை வெல்வதற்கான நிகழ்தகவு பின்வரும் சூத்திரம் மூலம் விளக்கப்படுகிறது

$$P(Hz \wedge Cy) + P(Hy \wedge Cz)$$

$$= P(Cy).P(Hz \mid Cy) + P(Cz).P(Hy \mid Cz)$$

$$= (1/3 \,.\, 1) + (1/3 \,.\, 1) = 2/3$$

இதைக் கணக்கிட, இரண்டாவது வழி சாத்தியங்களை வரைபடமாக மாற்றிப் பார்ப்பது. இப்படி

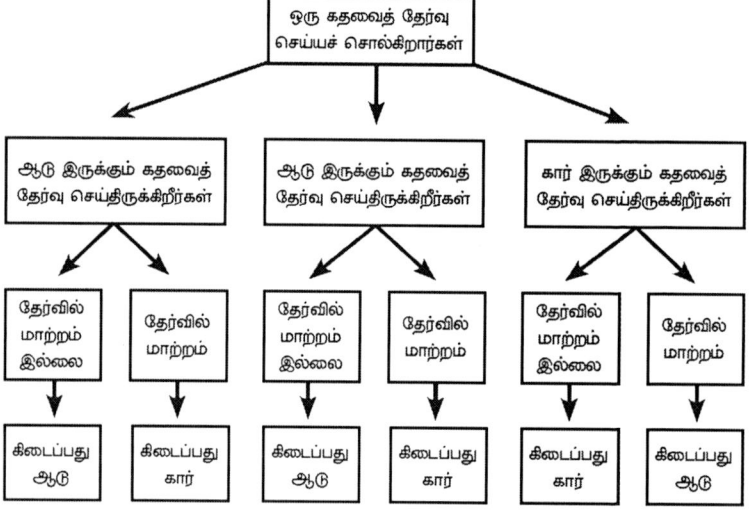

எனவே நீங்கள் தேர்வை மாற்றினால் 3ல் 2 முறை உங்களுக்கு கார் கிடைக்கும் வாய்ப்பு உள்ளது. மாற்றாமல் இருந்தால் 3ல் 1 முறையே கார் கிடைக்க வாய்ப்பு உள்ளது.

உள்ளுணர்வு சில சமயம் விஷயங்களைத் தவறாகப் புரிந்துகொள்ள வாய்ப்புள்ளது என்பதை இது நிரூபிக்கிறது. மனிதர்கள், தங்கள் வாழ்க்கையில் உள்ளுணர்வின் மூலம் முடிவெடுக்கிறார்கள். ஆனால் சரியான விடையைக் கண்டுபிடிக்க தர்க்கமுறை உங்களுக்கு உதவும்.

மேலும், இது திரு. ஜெவன்ஸ் சொன்னது தவறு, எண்கள் சில சமயம் மிகவும் சிக்கலானவை, அவ்வளவு நேரடித்தன்மைகொண்டவை அல்ல என்பதையும் காண்பிக்கிறது. இதனாலேயே மோன்டி ஹால் புதிர் எனக்குப் பிடித்தமானது.

103. வீட்டுக்குச் சென்றபோது ரோட்ரி அங்கிருந்தார். ரோட்ரி, அப்பாவிடம் வேலை பார்ப்பவர். சுடுநீர் இயந்திரத்தைச் சரிசெய்தல், சூடுபடுத்தும் கருவிகளின் பராமரிப்பை மேற்கொள்வது ஆகியவற்றில் அப்பாவுக்கு உதவிசெய்வார். சில சமயம், அவர் அப்பாவுடன் பீர் அருந்த, தொலைக்காட்சியில் விளையாட்டுகளை ரசித்தபடி பேசிக்கொண்டிருக்க மாலை நேரத்தில் வீட்டுக்கு வருவார்.

ரோட்ரி, டங்கெரீஸ் எனப்படும் வெள்ளைநிற முரட்டுத் துணியாலான ஆடை அணிந்திருந்தார். அது முழுவதும் திட்டுத்திட்டாக கறை படிந்திருந்தது, இடது நடுவிரலில் தங்க மோதிரம் அணிந்திருந்தார். அவரிடமிருந்து வரும் வாசனையின் பெயர் என்னவென்று எனக்குத் தெரியாது, அப்பா வேலையிலிருந்து வரும்போது அவரிடமிருந்தும் அடிக்கடி இதே வாசனை வரும்.

வாங்கிவந்த இழைமிட்டாய் மற்றும் சாக்லேட்டுகளை அலமாரியில் உள்ள என்னுடைய தனிப்பட்ட உணவுப் பெட்டியில் போட்டுவைத்தேன். அதைத் தொட அப்பாவுக்கு அனுமதி இல்லை. ஏனெனில் அது என்னுடையது.

பிறகு அப்பா "என்ன செய்துகொண்டிருந்தாய், இளைஞனே?" என்றார்.

நான் "கடைக்குச் சென்று இழைமிட்டாய் மற்றும் சாக்லெட் வாங்கிவந்தேன்" என்றேன்.

அப்பா "நீ போய் வெகுநேரம் ஆகிறதே?" என்றார்.

நான் "கடைக்கு வெளியில் திருமதி. அலெக்ஸாண்டரின் நாயோடு பேசிக்கொண்டு இருந்தேன். அதைத் தடவிக் கொடுத்தேன். அது என் கால்சராயை மோப்பம் பிடித்தது," என்றேன். இது இன்னொரு வெள்ளைப்பொய்.

பிறகு ரோட்ரி என்னிடம், "கடவுளே, நீ மூன்றாந்தர விசாரணைக்கு உட்படுத்தப்படுவாய் போலிருக்கிறதே. அப்படித்தானே?" என்றார்.

எனக்கு மூன்றாந்தரம் என்றால் என்னவென்று தெரியவில்லை.

பிறகு ரோட்ரி, "அப்புறம், எல்லாம் எப்படிப் போகிறது கேப்டன்?" என்றார்.

நான் "எல்லாம் நன்றாகப் போகிறது, நன்றி" என்றேன். இந்தக் கேள்விக்கு இப்படித்தான் பதில் சொல்லவேண்டும்.

பிறகு, "251 x 864 எவ்வளவு?" என்றார்.

நான் சிறிதுநேரம் யோசித்து, "2,16,864," என்றேன். ஏனெனில் இது சுலபமான கணக்கு. முதலில் 864 x 1,000 என்பதைப் பெருக்குங்கள், 8,64,000 வரும். அதை 4 ஆல் வகுத்தால் வருவது 2,16,000. அதாவது, 250 x 864. பிறகு 251 x 864 ஐ பெற அதனுடன் 864 ஐ சேர்த்துக்கொள்ளுங்கள். அது 2,16,864.

நான் "சொன்னது சரியா?" என்று கேட்டேன்.

ரோட்ரி, "அதைப் பற்றி ஒரு மண்ணும் எனக்குத் தெரியாது" என்று சிரித்தார்.

ரோட்ரி, என்னைப் பார்த்துச் சிரிப்பது எனக்குப் பிடிக்காது. அவர் அடிக்கடி என்னைப் பார்த்துச் சிரிப்பார். அதன் பொருள் நட்பாக இருப்பது என்கிறார் அப்பா.

அப்பா, "உனக்காக அந்த கோபி ஆலூ சாக் வகையில் ஒன்றை சூடுபடுத்தித் தருகிறேன், சரிதானே?" என்றார்.

இது ஏனென்றால் எனக்கு இந்திய வகை உணவுகள் பிடிக்கும். அவை அதிக சுவையுடையன. ஆனால் கோபி ஆலூ சாக் மஞ்சள்நிறமானது. எனவே சாப்பிடும் முன் அதில் சிவப்புநிற உணவுச்சாயம் சேர்த்து பிறகு சாப்பிடுவேன். என் தனிப்பட்ட உணவுப்பெட்டியில் சிறிய பிளாஸ்டிக் குப்பியில் உணவுச் சாயத்தை வைத்திருக்கிறேன்.

நான் "சரி," என்றேன்.

ரோட்ரி, "ஆக, பார்க்கி அவர்களைச் சமாளித்துவிட்டான் போலத் தெரிகிறது, பிறகு?" என்றார். இது என்னிடம் அல்ல அப்பாவிடம்.

அப்பா, "அந்தச் சுற்றுப்பலகைகள் எல்லாம் பழைய காலத்தைச் சேர்ந்தவைபோல இருந்தன," என்றார்.

ரோட்ரி, "அவர்களிடம் சொல்லப் போகிறாயா என்ன?" என்றார்.

அப்பா, "எதற்காக? அவர்கள் அவனை நீதிமன்றத்துக்கு இழுப்பது சந்தேகம்," என்றார்.

ரோட்ரி, "அப்படி நடக்க வேண்டும்," என்றார்.

அப்பா, "உறங்கும் நாய்களைத் தொல்லை செய்யாமல் இருப்பதே நல்லது. இது என் கருத்து," என்றார்.

பிறகு நான் தோட்டத்திற்குச் சென்றேன்.

புத்தகம் ஒன்றை எழுதும்போது அதில் சில விஷயங்களைப் பற்றிய விவரிப்புகள் இருக்கவேண்டும் என்று ஷெவோன் சொல்கிறாள். என்னால் புகைப்படங்களை எடுத்து அதில் இணைக்க முடியும் என்றேன். ஆனால் அவள், புத்தகம் என்பது விஷயங்களை வார்த்தைகளால் விவரிப்பதும் அதைப் படிப்பவர்கள் தங்களது சொந்தச் சித்திரத்தை அவர்களது தலைக்குள் உருவாக்கிக்கொள்வதும்தான் என்கிறாள்.

சுவாரசியமான அல்லது வித்தியாசமான விஷயங்களை விவரிப்பது நல்லது என்றாள்.

மேலும் அவள், கதையில் வரும் மனிதர்களைப் பற்றிய ஒன்றிரண்டு விஷயங்களைச் சொல்லி விவரித்தால் அவர்களைப் பற்றிய சித்திரத்தை படிப்பவர்கள் தங்கள் தலைக்குள் உருவாக்கிக்கொள்வார்கள் என்றாள். அதனால் திரு. ஜெவன்ஸின் காலணியில் உள்ள துளைகள் பற்றியும் மூக்கில் எலி நுழைந்திருப்பதுபோல் இருந்த காவல்துறை அதிகாரி பற்றியும் ரோட்ரியிடமிருந்து வரும் பெயர் தெரியாத வித்தியாசமான வாசனை பற்றியும் எழுதினேன்.

தோட்டத்தைப் பற்றிய விவரிப்பையும் சேர்க்க முடிவு செய்துள்ளேன். ஆனால் தோட்டம் என்பது வித்தியாசமானதோ அல்லது சுவாரசியமானதோ இல்லை. புற்கள், சிறிய கொட்டகை, துணி காயவைக்கும் கொடிக்கம்பி ஆகியவற்றுடன் உள்ள வெறும் தோட்டம். ஆனால் வானம் சுவாரசியமாக, வித்தியாசமாக இருந்தது. ஏனென்றால் வழக்கமாக, வானங்கள் சுவாரசியம் இல்லாமல் இருக்கும். எல்லாம் நீலநிறமாக இருக்கும் அல்லது சாம்பல்நிறத்தில் இருக்கும் அல்லது ஒரேமாதிரியான மேகங்கள் இருக்கும். உங்கள் தலைக்கு மேலே பலநூறு மைல்கள் தள்ளி அவை இருக்கின்றன என்பதே தெரியாது. பார்ப்பதற்கு மிகப்பெரிய கூரைமேல் அவற்றை யாரோ வரைந்தது போல இருக்கும். ஆனால் இந்த வானம், வெவ்வேறு உயரங்களில், வெவ்வேறு வகையான மேகங்களுடன் இருந்ததால் அது எவ்வளவு பெரியது என்று தெரிந்தது. இதனால் அது பேரளவுடையதாகத் தெரிந்தது.

இன்னும் தொலைவில் நிறைய சிறு வெண்மேகங்கள் மீன்களின் செதில்போல அல்லது மணற்குவியல் போல வழக்கமான வடிவங்களில் இருந்தன.

அதையடுத்த தொலைவில் மேற்குப் பக்கத்தில் சில பெரிய மேகங்கள் வெளிர்சிவப்புநிறத்தில் இருந்தன. ஏனென்றால் அது மாலைநேரம், சூரியன் மறைந்துகொண்டிருந்தது.

தரைக்குப் பக்கத்தில் இருந்த மேகம் மிகப்பெரியது, சாம்பல்நிறத்தில் இருந்தது. ஏனென்றால் அது மழைமேகம். அது கூர்மையான முனைகளுடன் பார்ப்பதற்கு இப்படி இருந்தது.

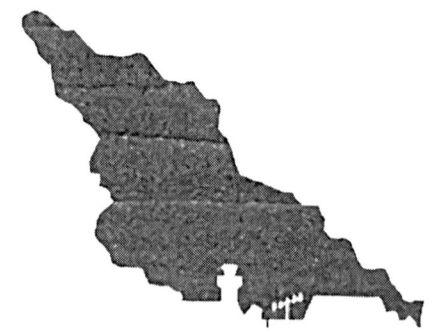

தொடர்ந்து, அதைப் பார்த்தபோது அது மெதுவாக நகர்ந்துகொண்டிருப்பதை உணர்ந்தேன். பலநூறு கிலோமீட்டர் நீளமுள்ள வேற்றுலக விண்கலம் போலத் தெரிந்தது. *Dune* அல்லது *Blake's 7* அல்லது *Close encounters of the Third Kind* திரைப்படங்களில் வருவதுபோல. ஒரே வித்தியாசம் என்னவென்றால், அது உறுதியான பொருளால் ஆனதல்ல, அடர்ந்த நீராவியின் துளிகளால் ஆனது. மேகங்கள் அதனால் ஆனவையே.

மேலும், அது வேற்றுலக விண்கலமாகக்கூட இருக்கலாம்.

மனிதர்கள், வேற்றுலக விண்கலம் எனும்போது உறுதியானதாக, உலோகத்தால் செய்யப்பட்டதாக, நிறைய விளக்குகள்கொண்டதாக, வானத்தில் மெதுவாக நகர்ந்து செல்லும் ஒன்றைக் கற்பனை செய்கிறார்கள். ஏனென்றால் அவ்வளவு பெரிய விண்கலம் ஒன்றை நம்மால் வடிவமைக்க முடிந்தால் அப்படித்தான் இருக்கும். ஆனால் வேற்றுலகவாசிகள், ஒருவேளை அப்படி யாரேனும் இருந்தால் அநேகமாக, நம்மில் இருந்து நிறைய வேறுபட்டிருப்பார்கள். பெரிய இலையட்டையைப் போல இருக்கலாம் அல்லது பிரதிபலிப்பைப் போல தட்டையாக இருக்கலாம் அல்லது அவர்கள் கிரகங்களைவிடப் பெரியதாக இருக்கலாம் அல்லது அவர்களுக்கு உடல் என்பதே இல்லாமல் இருக்கலாம். அவர்கள், கணினியில் இருப்பதுபோல் தகவலாகக்கூட இருக்கலாம், அவர்களது விண்கலம் மேகத்தைப்போல இருக்கலாம், அல்லது தூசி அல்லது இலைகள் போல தொடர்பற்ற பொருட்களால் ஆனதாகக்கூட இருக்கலாம்.

பிறகு தோட்டத்தில் இருந்து ஒலிகளைக் கவனித்தேன், பறவையின் ஒலி கேட்டது மற்றும் போக்குவரத்தின் ஓசை கேட்டது. அது, கடற்கரையில் நீர்ச்சறுக்கு விளையாட்டைப் போல இருந்தது. மேலும், யாரோ எங்கிருந்தோ இசைக்கும் ஒலி மற்றும் குழந்தைகள் கத்துவதும் கேட்டது. இந்தச் சத்தங்களுக்கு நடுவே கொஞ்சம்கூட அசையாமல் நின்று கூர்ந்து கவனித்தால் காதுகளுக்குள் மெல்லிய கீச்சு சத்தம் மற்றும் எனது மூச்சு உள்ளே சென்று வெளியே வருவது கேட்டது.

பிறகு மூச்சை உள்ளே இழுத்து தோட்டத்தின் வாசனையைத் தெரிந்துகொள்ள முயற்சி செய்தேன். ஆனால் எனக்கு எதுவும் தெரியவில்லை. அது வெறுமையின் வாசனை. ஆனால் இதுவும் சுவாரசியமானது.

பிறகு உள்ளே சென்று டோபிக்கு உணவளித்தேன்.

107. எனக்கு மிகவும் பிடித்த புத்தகம் *The Hound of the Baskervilles.*

The Hound of the Baskervilles கதையில், ஷெர்லக் ஹோம்ஸையும் மருத்துவர் வாட்சனையும் பார்க்க ஜேம்ஸ் மார்டிமர் என்பவர் வருவார். அவர் டெவோனில் உள்ள மூர்ஸ் என்ற ஊரைச் சேர்ந்த மருத்துவர். ஜேம்ஸின் நண்பரான சர்.சார்லஸ் பாஸ்கர்வில் மாரடைப்பின் காரணமாக இறந்து போயிருப்பார். அவரை யாரோ பயமுறுத்தி மரணத்தை உண்டாக்கி இருக்கிறார்கள் என்று ஜேம்ஸ் சந்தேகப்படுவார். ஜேம்ஸிடம் பாஸ்கர்வில் பரம்பரையின் சாபம் பற்றி விளக்கப்பட்டுள்ள பழைய பட்டயம் ஒன்று இருக்கும்.

அந்தப் பட்டயத்தின்படி, சர்.ஹ்யூகோ பாஸ்கர்வில் என்ற சர். சார்லஸின் மூதாதையர் ஒருவர் மூர்க்கமான, கொடூரமான, இரக்கமற்ற மனிதர். நிலக்கிழார் ஒருவரது பெண்ணோடு உடலுறவுகொள்ள முயற்சி செய்வார். ஆனால் அவள் தப்பி ஓடியதும் மூர்ஸ் நிலங்களின் வழியே அவளைத் துரத்துவார். கூச்சலிட்டபடி இதைக்கொண்டாடும் அவருடைய துணிச்சல் மிக்க நண்பர்களும் அவரைப் பின்தொடர்கிறார்கள்.

அவர்கள் அவரைக் கண்டபோது, அந்தப் பெண் பயத்தாலும் சோர்வாலும் இறந்து கிடக்கிறாள். மிகப்பெரிய கருப்பு நிறமுடைய விலங்கு, வேட்டை நாயைப் போன்ற உருவம்கொண்ட ஆனால் மனிதர்கள் இதுவரை பார்த்துள்ள எந்த வேட்டைநாயைவிடவும் பெரிய விலங்கு, சர்.ஹ்யூகோவின் குரல்வளையை கிழித்துக் குதறிக்கொண்டிருக்கிறது. அன்று இரவே பயத்தின் காரணமாக நண்பர்களில் ஒருவர் இறந்துபோகிறார். மற்ற இருவரும் வாழ்நாள் முழுக்க பயந்து வாழ்கிறார்கள்.

ஜேம்ஸ் மார்டிமருக்கு, பாஸ்கர்வில்லின் வேட்டைநாய் சர். சார்லஸை பயமுறுத்திக் கொன்றிருக்க வேண்டும் என்று சந்தேகம் இருக்கும். மேலும், சார்லஸின் மகன் மற்றும் வாரிசான சர். ஹென்றி பாஸ்கர்வில் டெவோனில் வாரிசுரிமைக்கு வரும்போது ஏதேனும் ஆபத்து ஏற்படுமோ என்ற கவலைப்படுவார்.

எனவே ஷெர்லக் ஹோம்ஸ், ஜேம்ஸ் மற்றும் ஹென்றியுடன் மருத்துவர் வாட்சனை டெவோனுக்கு அனுப்புவார். சார்லஸைக் கொன்றது யாரென்று மருத்துவர் வாட்சன் கண்டுபிடிக்க முயற்சி செய்வார். ஷெர்லக் ஹோம்ஸ், லண்டனில் இருப்பதாகச் சொல்லிவிட்டு ரகசியமாக டெவோனுக்கு வந்து தனியாகத் துப்பறிவார்.

பிறகு ஷெர்லக் ஹோம்ஸ், சர்.சார்லஸைக் கொன்றது பக்கத்து வீட்டுக்காரரான ஸ்டேபிள்டன் என்பதைக் கண்டுபிடிப்பார். ஸ்டேபிள்டன் வண்ணத்துப்பூச்சிகளைச் சேகரிப்பவர், பாஸ்கர்வில்களின் தூரத்து உறவினர். அவர் ஏழை, சர். ஹென்றியையும் கொன்றுவிட்டால் பதவிக்கு வந்துவிடலாம் என்று முயற்சி செய்கிறார்.

இதைச் செயல்படுத்த லண்டனில் இருந்து மிகப்பெரிய வேட்டைநாயை வரவழைத்து, அதன் உடலில் பாஸ்பரஸைத் தடவி இருட்டில் ஒளிரும்படி செய்திருப்பார். இந்த நாய்தான் சர்.சார்லஸை பயமுறுத்திக் கொன்றது. மருத்துவர் வாட்சன், ஷெர்லக் ஹோம்ஸ் மற்றும் ஸ்காட்லண்ட்யார்டைச் சேர்ந்த லெஸ்ட்ரேட் மூவரும் ஸ்டேபிள்டனைப் பிடித்துவிடுவார்கள். பிறகு ஷெர்லக்ஹோம்ஸும் வாட்சனும் அந்த நாயைச் சுட்டுக் கொன்றுவிடுவார்கள். கதையில் கொல்லப்படும் நாய்களில் இதுவும் ஒன்று. ஆனால் இது நன்றாக இல்லை. ஏனென்றால் நாய் மீது எந்தத் தவறும் இல்லை. பிறகு ஸ்டேபிள்டன் மூரின் பகுதியான கிரிம்பென் சதுப்பு நிலத்திற்குள் தப்பி ஓடி புதைகுழிக்குள் விழுந்து இறந்துவிடுவார்.

கதையின் சில பகுதிகள் எனக்குப் பிடிக்கவில்லை. அதில் ஒன்று, அந்தப் பழைய பட்டயம் உள்ள பகுதி, பழங்காலத்து மொழியில் எழுதப்பட்டிருக்கும். அதைப் புரிந்துகொள்வது கடினம், இதுபோல,

கடந்தகாலப் பழங்களை அஞ்சவேண்டாமென இக்கதையினின்று அறிவீர்களாக, எனினும் மிகும் விளைவுகளைக் குறித்தும் அருவருக்கத்தக்க விருப்புகளினால் நம் பரம்பரை துயர்க்காளானதை மறவாதிருந்து மீண்டும் அதைப் புரியாது தவிர்க்க வேண்டும்.

சில சமயம், சர்.ஆர்தர் கோனன் டாயல் (இவர் கதையின் ஆசிரியர்) மனிதர்களை இப்படி விவரிப்பார்.

இந்த முகத்தின் ஆழத்தில் எங்கேயோ தவறிருக்கிறது, வெளிப்படுத்துவதில் ஏதோ இறுக்கம், ஏதோவொரு திண்மை, கண்களாக இருக்கும், இதழ்களின் நெகிழ்வு அதன் அழகைக் குலைக்கிறது.

ஏதோவொரு திண்மை, கண்களாக இருக்கும் என்றால், என்னவென்று எனக்குப் புரியவில்லை. மேலும், எனக்கு முகங்களில் விருப்பம் இல்லை.

ஆனால் சில சமயம் வார்த்தைகளுக்குப் பொருள் தெரியாமல் இருப்பதும் சுவாரசியமானது. ஏனென்றால் நீங்கள் அதை அகராதியில் தேடலாம். எடுத்துக்காட்டாக, *goyal* (ஆழ்ந்து மூழ்குதல்), *tors* (மலைகள் அல்லது பாறை முகடு).

எனக்கு The Hound of the Baskervilles கதையைப் பிடித்திருக்கிறது. ஏனெனில் அது துப்பறியும் கதை. அதன் பொருள், அதில் சில குறிப்புகளும் அதேசமயம் Red Herring எனப்படும் திசை திருப்பல்களும் இருக்கும்.

சில குறிப்புகள்:

1. லண்டன் விடுதி ஒன்றில் தங்கி இருக்கும்போது, சர்.ஹென்றி பாஸ்கர்வில்லின் இரண்டு காலணிகள் காணாமல் போகின்றன. இதன் பொருள், யாரோ ஒருவர் அதை பாஸ்கர்வில்லின் நாய் மோப்பம் பிடிப்பதற்காக எடுத்துச் சென்றிருக்கிறார்கள், வேட்டைநாய் மோப்பம் பிடிப்பது போல. இதனால் அது அவரைத் துரத்தும். இதன் பொருள் பாஸ்கர்வில்லின் வேட்டைநாய் இயற்கை மீறிய ஒன்று அல்ல; வழக்கமான நாய் என்று தெரிகிறது.

2. ஸ்டேபிள்டன் மட்டுமே க்ரிம்பென் சதுப்புநிலத்தைக் கடக்கத் தெரிந்த ஒரே நபர். அவர் வாட்சனை பாதுகாப்புக் கருதி அதில் இருந்து விலகியிருக்கச் சொல்கிறார். இதன் பொருள், அவர் க்ரிம்பென் சதுப்புநிலத்தின் நடுவில் ஏதோ ஒன்றை மறைத்து வைத்துள்ளார். வேறுயாரும் அதைக் கண்டுபிடிப்பதை அவர் விரும்பவில்லை.

3. திருமதி. ஸ்டேபிள்டன், மருத்துவர் வாட்சனை 'உடனே லண்டனுக்குப் போய்விடுங்கள்' என்று எச்சரிக்கிறாள். இது ஏனென்றால், அவள் டாக்டர் வாட்சனை சர். ஹென்றி பாஸ்கர்வில்லி என்று நினைத்துக்கொள்கிறாள். அவளுக்குத் தன் கணவர் அவரைக் கொலைசெய்ய விரும்புவது தெரியும்.

இவை சில திசை திருப்பல்கள்.

1. ஷெர்லக் ஹோம்ஸும் வாட்சனும் லண்டனில் இருக்கும்போது கருப்புத்தாடி வைத்த மனிதன் குதிரை வண்டியில் அவர்களைப் பின்தொடர்கிறான். இது பாஸ்கர்வில்லி அரண்மனையின் பொறுப்பாளரான பேரிமோர் என்று நினைப்பீர்கள். ஏனென்றால் கதையில் கருப்புத் தாடி வைத்திருக்கும் மற்றொரு நபர் அவரே. ஆனால் உண்மையில் அது ஸ்டேபிள்டன், பொய்த்தாடி வைத்திருக்கிறார்.

2. செல்டன், நெட்டிங்ஹில்லைச் சேர்ந்த கொலைகாரன். இவன் அருகிலிருக்கும் சிறையிலிருந்து தப்பித்தவன், மூர் முழுக்கத் தேடப்படுபவன். இந்தக் கதைக்கும் இவனுக்கும் ஏதோ தொடர்பிருக்கிறது என்று நினைப்பீர்கள். ஏனெனில் அவன் குற்றவாளி. ஆனால் இவனுக்கும் இந்தக் கதைக்கும் தொடர்பே இல்லை.

3. மலை உச்சியில் நிற்கும் மனிதன். இது மருத்துவர் வாட்சன் மூரில் இரவு நேரத்தில் பார்த்து யாரென்று கண்டுபிடிக்க முடியாமல் போன நிழலான உருவம். இவனே கொலைகாரன் என்று உங்களுக்குத் தோன்றும். ஆனால், அது ரகசியமாக டெவோனுக்கு வந்திருக்கும் ஷெர்லக் ஹோம்ஸ்.

எனக்கு The Hound of the Baskervilles கதையைப் பிடிக்க இன்னொரு காரணம் ஷெர்லக் ஹோம்ஸ். ஒருவேளை, நான் துப்பறிவாளனாக இருந்தால் அவரைப் போலவே இருப்பேன். அவர் பெரிய புத்திசாலி மர்மங்களைத் தீர்ப்பார், அவர் சொல்வது:

இந்த உலகம் வெளிப்படையான விஷயங்களால் ஆனது. ஆனால் யாரும், எப்போதும் அதைக் கவனிப்பதே இல்லை.

ஆனால் என்னைப் போலவே அவரும் அதைக் கவனிக்கிறார். மேலும், அந்தப் புத்தகத்தில் இப்படிச் சொல்லப்பட்டிருக்கும்:

ஷெர்லக் ஹோம்ஸ், வியப்பான வகையில் அவர் விரும்பும்போது மற்றவற்றிலிருந்து மனதை துண்டித்துக்கொள்ளும் ஆற்றல் உடையவர்.

இதுவும் என்னைப் போலதான். ஏனென்றால் எனக்கு ஏதாவது விஷயத்தில் விருப்பம் ஏற்பட்டது என்றால் வேறு எதையும் கவனிக்க மாட்டேன். கணிதப் பயிற்சி செய்வது அல்லது அப்போலோ விண்வெளிப் பயணம் அல்லது வெள்ளைச் சுறாக்கள் பற்றிய புத்தகம் படிப்பது போல. அப்பா, என்னை இரவு உணவுக்காக அழைத்துக்கொண்டிருப்பார், ஆனால் எனக்குக் கேட்காது. இதனாலேயே என்னால் சதுரங்கத்தை மிகச் சிறப்பாக விளையாட முடிகிறது. ஏனென்றால் விரும்பும்போது என் மனதை மற்ற விஷயங்களிலிருந்து துண்டித்துக்கொண்டு விளையாட்டில் முழுக்கவனம் செலுத்துவேன். என்னுடன் விளையாடுபவர்கள் சிறிதுநேரத்தில் கவனிப்பதை நிறுத்திவிட்டு மூக்கைச் சொறிவார்கள் அல்லது ஜன்னலுக்கு வெளியே பார்த்துக்கொண்டிருப்பார்கள். பிறகு அவர்கள் தவறு செய்வார்கள். அதனால் நான் வெற்றி பெற்றுவிடுவேன்.

மேலும், மருத்துவர் வாட்சன், ஷெர்லக் ஹோம்ஸ் பற்றிச் சொல்லும்போது,

அவரது மனம் தனித்தனியான அதேசமயம், விநோதமான இச்சம்பவங்களை எவ்வாறு ஒன்றிணைப்பது என்பதில் மும்முரமாக இருந்தது.

இந்தப் புத்தகத்தை எழுதுவதன் மூலம் இதையே செய்ய விரும்புகிறேன்.

மேலும், ஷெர்லக் ஹோம்ஸ், இயற்கைக்கு மீறிய விஷயங்களை நம்புவதில்லை. அதாவது கடவுள், தேவதைக் கதைகள், நரகத்தின் வேட்டை நாய்கள் மற்றும் சாபம் போன்ற விஷயங்கள். அவை முட்டாள்தனமானவை.

ஷெர்லக் ஹோம்ஸ் பற்றிய இரண்டு சுவாரசியமான விஷயங்களைச் சொல்லி இந்தப் பகுதியை முடிக்கப்போகிறேன்.

1. ஷெர்லக் ஹோம்ஸின் படங்கள் மற்றும் கருத்துச் சித்திரங்களில் தொப்பி அணிந்திருப்பதாகக் காட்டப்படுகிறது. ஆனால் அவரது கதைகளில் எங்குமே அவர் தலையில் மான்வேட்டைத் தொப்பி வைத்திருப்பதாகக் குறிப்பிடப்படவில்லை. அவ்வகைத் தொப்பியைக் கண்டுபிடித்தவர் சிட்னி பேஜெட் என்பவர். அவரே அந்தப் புத்தகங்களுக்கும் படம் வரைந்தவர்.

2. ஷெர்லக் ஹோம்ஸ் கதைகளில் அவர் ஒருபோதும், 'எளிமையானது, எனதன்பு வாட்சன்' என்று சொன்னது கிடையாது. அது திரைப்படங்கள், தொலைக்காட்சித் தொடர்களில் மட்டுமே வரும்.

109. அன்று இரவு, என் புத்தகத்தை இன்னும் கொஞ்சம் எழுதி மறுநாள் காலை பள்ளிக்கு எடுத்துச் சென்றேன். ஷெவோன் அதைப் படித்துப்பார்த்து எழுத்து மற்றும் இலக்கணத்தில் ஏதாவது தவறு இருக்கிறதா என்று சொல்வாள்.

ஷெவோன், அதை காலை இடைவேளையில் காஃபி குடித்தபடி மைதானத்தின் மூலையில் மற்ற ஆசிரியைகளுடன் உட்கார்ந்திருக்கும்போது படித்தாள். இடைவேளைக்குப் பிறகு எனக்குப் பக்கத்தில் வந்து உட்கார்ந்து திருமதி. அலெக்ஸாண்டருடன் நான் பேசிய பகுதிகளைப் படித்து விட்டதாகச் சொன்னாள். பிறகு, "உன் அப்பாவிடம் இதைப் பற்றிச் சொன்னாயா?" என்றாள்.

நான் "இல்லை" என்று பதிலளித்தேன்.

அவள் "அப்பாவிடம் சொல்லப் போகிறாயா?" என்று கேட்டாள்.

நான் "இல்லை," என்று பதிலளித்தேன்.

அவள் "நல்லது. இது நல்ல யோசனை என்று நினைக்கிறேன் க்றிஸ்டோஃபர்," என்றாள். பிறகு, "இந்த விஷயம் தெரிந்ததும் வருத்தமாக இருந்ததா?" என்றாள்.

நான் "எந்த விஷயம்?" என்றேன்.

அவள் "உன் அம்மாவுக்கும் திரு. ஷியர்ஸுக்கும் உறவு இருந்த விஷயம் தெரிந்ததும் வருத்தமாக இருந்ததா?" என்றாள்.

நான் "இல்லையே," என்றேன்.

அவள் "உண்மையாகவா, க்றிஸ்டோஃபர்?" என்றாள்.

நான் "நான் எப்போதும் உண்மை மட்டுமே பேசுவேன்," என்றேன்.

அவள் "எனக்குத் தெரியும் க்றிஸ்டோஃபர். சில சமயம் நாம் சில விஷயங்கள் பற்றி வருத்தத்தில் இருப்போம். ஆனால் வருத்தத்தில் இருக்கிறேன் என்று மற்றவர்களுக்குச் சொல்ல விரும்பமாட்டோம். அதை ரகசியமாக வைத்துக்கொள்ள விரும்புவோம். சில சமயம் வருத்தத்தில் இருப்போம். ஆனால் அது நமக்குத் தெரியாது. நாம் வருத்தமாக இல்லை என்று சொல்வோம். ஆனால் உண்மையில் வருத்தத்தில் இருப்போம்," என்றாள்.

நான் "நான் வருத்தமாக இல்லை," என்றேன்.

அவள் "ஒருவேளை, வருத்தம் இருந்தால் என்னிடம் இதைப் பற்றிப் பேசலாம் என்பதை நீ தெரிந்துகொள்ள வேண்டும். ஏனென்றால் என்னோடு பேசினால் உன் வருத்தம் குறையும் என்று நினைக்கிறேன். நீ வருத்தப்படவில்லை, ஆனாலும் இதைப்பற்றிப் பேசவேண்டும் என்று நினைத்தாலும் சரி. உனக்குப் புரிந்ததா?" என்றாள்.

நான் "புரிந்தது," என்றேன்.

அவள் "நல்லது" என்றாள்.

நான் "ஆனால் இது பற்றி எனக்கு வருத்தம் இல்லை. ஏனென்றால் அம்மா இறந்துவிட்டாள். மேலும், திரு. ஷியர்ஸும் இப்போது இங்கு இல்லை. எனவே, நான் வருத்தப்பட்டால் பொய்யான மற்றும் இல்லாத விஷயத்துக்காக வருத்தப்படுகிறேன் என்று அர்த்தம். அது முட்டாள்தனம்," என்றேன்.

அதன்பிறகு காலைநேரம் முழுவதும் கணிதப் பயிற்சி செய்தேன், மதிய உணவில் வழங்கப்பட்ட இனிப்பான கீஷ் வேண்டாம் என்று சொல்லிவிட்டேன், ஏனென்றால் அது மஞ்சள்நிறத்தில் இருந்தது. கேரட், பட்டாணி மற்றும் நிறைய தக்காளி சுவைச்சாறு சாப்பிட்டேன். அடுத்ததாக, ப்ளாக்பெர்ரி மற்றும் ஆப்பிள் அப்பம் சாப்பிட்டேன். ஆனால் அப்பத்தின் தூளை சாப்பிடவில்லை. ஏனென்றால் அதுவும் மஞ்சள்நிறத்தில் இருந்தது. திருமதி. டேவிஸிடம் தட்டில் வைக்கும் முன்பே தூளை நீக்கிவிடுங்கள் என்று சொல்லிவிட்டேன். தட்டில் வைக்கப்படும் முன்பு உணவுப்பொருட்கள் ஒன்றையொன்று தொட்டுக்கொண்டிருக்கலாம்.

உணவுக்குப் பிறகு மதிய நேரத்தில், திருமதி. பீட்டர்ஸுடன் படம் வரைந்தேன். நான் வரைந்த வேற்றுலகவாசிகளின் படம் இப்படி இருந்தது:

113. என் நினைவுகள் திரைப்படம் போல இருக்கின்றன. அதனால் விஷயங்களை நினைவுக்குக்கொண்டு வருவதில் நான் சிறப்பாக இருக்கிறேன். எடுத்துக்காட்டாக, இந்தப் புத்தகத்தில் நான் எழுதியுள்ள உரையாடல்கள், ஒவ்வொருவரும்

என்ன உடை அணிந்திருந்தார்கள், அவர்களிடமிருந்த வாசனை போன்றவை, என் நினைவில் ஒலிப்பதிவு போன்று வாசனைப் பதிவும் உண்டு.

யாராவது என்னிடம் குறிப்பிட்ட விஷயம் பற்றி நினைவுபடுத்திக்கொள்ளச் சொன்னால், காணொளிப் பதிவுகளில் **பின் அல்லது முன் அல்லது இடைநிறுத்தல்** பொத்தான்களைப் பயன்படுத்துவது போல என்னால் செய்யமுடியும். அதை, காணொளிக் குறுந்தகடுபோல என்றே சொல்லவேண்டும். ஏனெனில் வெகுநாள்களுக்கு முன்பு நடந்த சம்பவத்துக்குச் செல்ல இடையில் நடந்த எல்லாவற்றையும் கடந்து பின்னோக்கிச் செல்ல வேண்டியதில்லை. மேலும், உண்மையில் பொத்தான்கள் எதுவும் இல்லை. ஏனெனில் இதெல்லாம் என் தலைக்குள் நடக்கும்.

யாராவது என்னிடம், "க்றிஸ்டோஃபர், உன் அம்மா எப்படி இருந்தார்கள்" என்று கேட்டால், என்னால் நிறைய சம்பவங்களுக்குப் பின்னோக்கிச் சென்று, அப்போது அவள் எப்படியிருந்தாள் என்று பார்த்துச் சொல்ல முடியும்.

எடுத்துக்காட்டாக, என்னால் ஜூலை 4 1992க்குப் பின்னோக்கிச் செல்ல முடியும். அப்போது எனக்கு வயது 9. அது சனிக்கிழமை. அன்று விடுமுறைநாள் என்பதால் நாங்கள் கார்ன்வாலில் இருந்தோம். அன்று மதியம் போல்பெர்ரோ என்ற கடற்கரைக்குச் சென்றோம். அப்போது அம்மா டெனிம் துணியாலான குட்டைக் கால்சராய், நீலநிற நீச்சல் உடை அணிந்திருந்தாள். 'கான்சுலேட்' என்ற சிகரெட்டை புகைத்துக்கொண்டிருந்தாள். அது, புதினா வாசனை உடையது. அவள் நீந்தவில்லை. சிவப்பு மற்றும் வெளிர்சிவப்புநிறக் கோடுகள்கொண்ட துண்டில் படுத்து சூரியக்குளியலில் இருந்தாள். அப்போது அம்மா, ஜார்ஜெட் ஹேயெர் எழுதிய The Masqueraders என்ற புத்தகத்தை படித்துக்கொண்டிருந்தாள். அதன்பிறகு சூரியக்குளியலை முடித்துக்கொண்டு தண்ணீரில் நீந்தச் சென்றாள். "நாசமாய்ப் போக, இது குளிர்ந்திருக்கிறது," என்றாள். பிறகு என்னையும் நீந்தச் சொன்னாள். ஆனால் நான் நீந்தவில்லை. ஏனென்றால் உடைகளைக் கழற்ற எனக்குப் பிடிக்கவில்லை. நான் கால்சராயை மடித்துக்கொண்டு சிறிதுதூரம் தண்ணீரில் நடக்கலாம் என்று

அம்மா சொன்னதால் அப்படிச் செய்தேன். தண்ணீரில் நின்றிருந்தேன். அம்மா, "பார், இது எவ்வளவு நன்றாக இருக்கிறது," என்றாள். பிறகு பின்புறமாகத் தண்ணீருக்குள் விழுந்து மறைந்தாள். அம்மாவைச் சுறாமீன் தின்றுவிட்டது என்று நினைத்து கிறீச்சிட்டு கத்தத் தொடங்கினேன். ஆனால் அம்மா திடீரென்று தண்ணீருக்குள் இருந்து எழுந்து நான் நின்றிருந்த இடத்திற்கு வந்து தன் வலது கையை நீட்டி விரல்களை விசிறிபோல் விரித்து, "வா, க்றிஸ்டோஃபர், என் கையைத் தொடு. வா, கத்துவதை நிறுத்து. என் கையைத் தொடு. நான் சொல்வதைக் கேள், க்றிஸ்டோஃபர். உன்னால் முடியும்," என்றாள். சிறிது நேரத்தில், நான் கத்துவதை நிறுத்திவிட்டு என் இடது கையை நீட்டி விரல்களை விசிறிபோல் விரித்து அம்மாவின் கையைத் தொட்டேன். விரல்கள் தொட்டுக்கொண்டன. அம்மா, "ஒன்றும் பயமில்லை க்றிஸ்டோஃபர், ஒன்றுமில்லை. கார்ன்வாலில் சுறாக்கள் கிடையாது," என்றாள். அதன்பிறகு நான் நன்றாக உணர்ந்தேன்.

4 வயதுக்கு முன்னே நடந்தது எதுவும் எனக்கு நினைவில்லை. ஏனென்றால் விஷயங்களை இப்போதுபோல் சரியாகக் கவனிக்கவில்லை. எனவே அது சரியாகப் பதிவாகவில்லை.

எனக்கு ஒருவரை யாரென்று தெரியாவிட்டால் இப்படி அடையாளம் கண்டுகொள்வேன். அவர்கள் என்ன உடை அணிந்திருக்கிறார்கள் என்று பார்ப்பேன் அல்லது அவர்களிடம் கைத்தடி இருக்கிறதா அல்லது வேடிக்கையான வகையில் தலைமுடி வைத்திருக்கிறார்களா அல்லது குறிப்பிட்ட வகைக் கண்ணாடி அணிந்திருக்கிறார்களா அல்லது குறிப்பிட்ட விதத்தில் கைகளை அசைக்கிறார்களா என்பதை வைத்து அவர்களை ஏற்கெனவே சந்தித்திருக்கிறேனா என்று நினைவுகளுக்குள் தேடுவேன்.

மேலும், என்ன செய்வதென்று தெரியாத, கடினமான நேரங்களில் எப்படிச் செயல்பட வேண்டுமென்று தெரிந்துகொள்ள இப்படிச் செய்வேன்.

எடுத்துக்காட்டாக, யாராவது பொருளில்லாத வார்த்தைகளைப் பேசினால், அதாவது, "பிறகு சந்திப்போம், முதலையே,", அல்லது "நீ உன் மரணத்தை அதில் எட்டிப் பிடிப்பாய்,"

என்று சொல்லும்போது, இதே வார்த்தைகளை ஏற்கெனவே கேட்டிருக்கிறேனா என்று பார்ப்பேன்.

பள்ளியில் யாராவது தரையில் படுத்துக்கொண்டிருந்தால், நினைவுகளுக்குள் வலிப்பு நோய் வந்தவர்களின் படத்தைத் தேடுவேன். அந்தப் படத்தையும் இப்போது என் முன்னே நடப்பதையும் ஒப்பிட்டு அவர்கள் தரையில் படுத்துக்கொண்டு விளையாடுகிறார்கள் அல்லது தூங்குகிறார்கள் அல்லது அவர்களுக்கு வலிப்பு வந்திருக்கிறது என்று முடிவு செய்வேன். அவர்களுக்கு வலிப்பு வந்திருக்கிறது என்றால் அவர்கள் தலையை மோதிக்கொள்ளாதபடி மேசை நாற்காலிகளை நகர்த்திவிட்டு என் மேலாடையைக் கழற்றி அவர்கள் தலைக்கடியில் வைத்தபின் உடனே ஆசிரியரைத் தேடிப்போவேன்.

மற்றவர்களும் இதுபோலப் படங்களை தலைக்குள் வைத்திருக்கிறார்கள். ஆனால் அவை வேறுபட்டவை. ஏனென்றால் என் தலைக்குள் நடந்த விஷயங்களின் படங்களை மட்டுமே வைத்திருக்கிறேன். ஆனால் மற்றவர்கள் உண்மையில்லாத மற்றும் நடக்காத விஷயங்களின் படங்களை வைத்திருக்கிறார்கள்.

எடுத்துக்காட்டாக, அம்மா சில சமயம் இப்படிச் சொல்வாள், "நான் மட்டும் உன் அப்பாவைத் திருமணம் செய்துகொள்ளாவிட்டால், தெற்கு பிரான்சில், ஏதேனுமொரு பண்ணை வீட்டில் ழான் என்ற பெயருடைய யாருடனாவது வாழ்ந்துகொண்டிருப்பேன். அவர் அனைத்தும் தெரிந்தவராக இருந்திருப்பார். அதாவது படம் வரைவது, அலங்கரிப்பது, தோட்டவேலை, வேலி அமைப்பது என அனைத்தும். தாழ்வாரம் முழுக்க பழம்தரும் கொடிகள் படர்ந்திருக்கும், தோட்டத்திற்குப் பக்கத்தில் சூரியகாந்திப் பூக்களின் வயல், பிறகு சற்றுத் தொலைவில் மலைமேல் அமைந்துள்ள சிறுநகரம், நாங்கள் இருவரும் மாலை நேரங்களில் சிவப்பு ஒயினை அருந்திக்கொண்டு கோலுவாஸ் சிகரெட் பிடித்தபடி சூரியன் மறைவதைப் பார்த்துக்கொண்டிருப்போம்."

ஒருமுறை ஷெவோன், அவள் மன அழுத்தத்தில் அல்லது வருத்தமாக இருந்தால் கண்களை மூடி காட் நிலமுனையில் அவளது தோழி எல்லியுடன் இருப்பதாக, அவர்கள் இருவரும்

ப்ரின்ஸ் டவுனில் படகு மூலமாக வளைகுடாப் பகுதிக்குச் சென்று திமிங்கிலங்களை ரசிப்பதாகக் கற்பனை செய்வதால் அமைதியும் மகிழ்ச்சியும் கிடைக்கும் என்று சொன்னாள்.

சில சமயம் யாராவது இறந்துவிட்டால், அம்மாவைப் போல, சிலர் "உன் அம்மா இப்போது இங்கே இருந்தால் என்ன சொல்ல விரும்புவாய்?" அல்லது "உன் அம்மா இதைப் பற்றி என்ன நினைப்பார்?" என்று கேட்பார்கள். இது முட்டாள்தனமானது ஏனென்றால் அம்மா இறந்துவிட்டாள். இறந்தவர்களிடம் நீங்கள் எதுவும் சொல்ல முடியாது, மேலும், இறந்தவர்களால் யோசிக்க முடியாது. பாட்டியும் நிறைய படங்களைத் தலைக்குள் வைத்திருக்கிறார், ஆனால் அவருடைய புகைப்படங்கள் குழப்பமானவை, படச்சுருளை யாரோ கலைத்துவிட்டது போல அவரால் எது எந்த வரிசையில் நடந்தது என்று சரியாகச் சொல்ல முடியவில்லை. எனவே அவர் இறந்தவர்கள் உயிருடன் இருப்பதாக நினைக்கிறார். மேலும், நடந்த சம்பவமொன்று தன் வாழ்க்கையில் நடந்ததா அல்லது தொலைக்காட்சித் தொடரிலா என்று அவருக்குத் தெரியவில்லை.

127. பள்ளியிலிருந்து வீட்டுக்குச் சென்றபோது அப்பா வேலையிலிருந்து வரவில்லை, முன் கதவைத் திறந்து உள்ளே சென்று மேலாடையைக் கழற்றினேன். சமையலறைக்குள் சென்று என் பொருட்களை மேசைமேல் வைத்தேன். அதில் ஒன்று ஷேவோனுக்குக் காண்பிக்க எடுத்துச்சென்ற இந்தப் புத்தகம். எனக்காக ரஸ்பெரி பால்சாறு தயாரித்து நுண்ணலை அடுப்பில் வைத்துச் சூடாக்கிக்கொண்டு கடலின் ஆழத்தில் வாழும் உயிரினங்கள் பற்றிய *Blue Planet* என்னும் காணொளியைப் பார்க்க முன்னறைக்கு வந்தேன்.

இந்தக் காணொளி கந்தகவாயின் பக்கத்தில் வசிக்கும் கடல்வாழ் உயிரினங்கள் பற்றியது, அவை நீருக்கு அடியில் உள்ள எரிமலைகள், பூமியின் மேல் ஓட்டுப் பகுதியில் இருந்து வாயுக்கள் இதன்வழியே நீருக்குள் வெளிப்படும். விஞ்ஞானிகள் அந்த இடத்தில் உயிரினங்கள் வசிக்க முடியும் என்று எதிர்பார்க்கவில்லை. ஏனென்றால் அது மிக வெப்பமானது

மற்றும் மிகவும் நச்சுத்தன்மை உடையது. ஆனால், அங்கே முழுமையான சூழியலமைப்பு இருக்கிறது.

இந்தப்பகுதி எனக்குப் பிடித்திருக்கிறது. ஏனென்றால் அறிவியலுக்கு புதிதாகத் தெரிந்துகொள்ள விஷயங்கள் இருந்துகொண்டே இருக்கின்றன. மேலும், நீங்கள் சரியானது என்று ஏற்றுக்கொண்ட உண்மைகள் முற்றிலும் தவறாகிப் போகலாம். அவர்கள் எவரெஸ்ட் மலையுச்சிக்குச் செல்வதை விடக் கடினமான இடத்தில் அதைப் படம் பிடித்திருக்கிறார்கள், ஆனால் அந்த இடம் கடல் மட்டத்தில் இருந்து சில மைல் தூரத்திலேயே இருக்கிறது என்ற உண்மையும் எனக்குப் பிடித்திருக்கிறது. இது பூமியின் மேற்பரப்பில் உள்ள மிக இருட்டான மற்றும் மிக அமைதியான மற்றும் மிக ரகசியமான இடங்களில் ஒன்று. அழுத்தத்தில் உடையாத 50 செ.மீ தடிமனுடைய கண்ணாடி ஜன்னல்கொண்ட நீர்மூழ்கி உலோக உருண்டையில் நான் அங்கே செல்வதாக சில சமயம் கற்பனை செய்வது எனக்குப் பிடிக்கும். மேலும், அதற்குள் நான் மட்டுமே இருக்கிறேன். அது எந்தக் கப்பலுடனும் இணைக்கப் படவில்லை. அது, தன் சொந்தச் சக்தியால் இயங்குவது, என்னால் அதன் மோட்டார்களை இயக்கி கடலுக்கடியில் விரும்பும் இடத்துக்குச் செல்லமுடியும், என்னை யாராலும் கண்டுபிடிக்கவே முடியாது என்று கற்பனை செய்வேன்.

அப்பா மாலை 5:48க்கு வீட்டுக்கு வந்தார். அவர் முன்வாசல் வழியாக நுழைவது எனக்குக் கேட்டது. பிறகு அவர் முன்னறைக்கு வந்தார். இளம்பச்சை மற்றும் வான்நீலநிறத்தில் கட்டம்போட்ட சட்டை அணிந்திருந்தார், காலணிகள் ஒன்றில் மட்டும் இரட்டை முடிச்சுப் போட்டிருந்தார், மற்றொன்றில் அது இல்லை. அவர் கையில் Fussell's பால் தூளுக்கான பழைய விளம்பரப் பலகை ஒன்றை வைத்திருந்தார், அது உலோகத்தில் தயாரிக்கப்பட்டு நீலம் மற்றும் வெள்ளை எனாமல் பூசப்பட்டது, அதில் சிறிய வட்ட வடிவங்களில் துரு பிடித்திருந்தது, அது பார்ப்பதற்கு தோட்டாக்கள் துளைத்துச் சென்றதுபோல இருந்தது. ஆனால் அப்பா அதை ஏன் வைத்திருக்கிறார் என்று சொல்லவில்லை.

"என்ன நண்பா," என்றார், இது அவர் செய்யும் நகைச்சுவை.

நான் "ஹலோ," என்றேன்.

நான் தொடர்ந்து காணொளியைப் பார்த்துக்கொண்டிருந்தேன், அப்பா சமையலறைக்குள் சென்றார்.

என் புத்தகத்தை சமையலறை மேசைமேல் வைத்ததை மறந்துவிட்டேன். ஏனென்றால் மிகவும் ஆர்வமாக Blue Planet காணொளியைப் பார்த்துக்கொண்டிருந்தேன். இது பாதுகாப்பைத் தளர்த்துவது எனப்படுகிறது, நீங்கள் துப்பறிவாளராக இருந்தால் செய்யக்கூடாதது இது.

அப்போது மணி 5:54. அப்பா முன்னறைக்கு மீண்டும் வந்தார். "என்னது இது?" என்று கேட்டார். அதை மிக அமைதியாகக் கேட்டார் என்பதால், அவர் கோபத்தில் இருக்கிறார் என்று எனக்குத் தெரியவில்லை. ஏனென்றால் அவர் கத்தவில்லை.

புத்தகத்தை வலது கையில் வைத்திருந்தார்.

நான் "அது நான் எழுதிக்கொண்டிருக்கும் புத்தகம்," என்றேன்.

அப்பா "இது உண்மையா? நீ திருமதி. அலெக்ஸாண்டரிடம் பேசினாயா?" என்றார். இதையும் அமைதியாகவே சொன்னார், எனவே அவர் கோபமாக இருக்கிறார் என்று எனக்குத் தெரியவில்லை.

நான் "ஆமாம்," என்றேன்.

அப்பா "கடவுளே, க்றிஸ்டோஃபர். நீ எந்த அளவுக்கு முட்டாள்?" என்றார்.

இதுபோன்ற கேள்விகளை ஷெவோன் அணிவினா என்பாள். அதன் முடிவில் கேள்விக்குறி இருந்தாலும் நீங்கள் அதற்குப் பதில் சொல்ல வேண்டியதில்லை. ஏனெனில் கேட்பவருக்குப் பதில் தெரியும். அணி வினாக்களைக் கண்டுபிடிப்பது கடினம்.

பிறகு "உன்னிடம் நான் என்ன சொன்னேன். க்றிஸ்டோஃபர்?" என்றார். இதைக் கேட்கும்போது சத்தம் அதிகரித்திருந்தது.

நான் "இந்த வீட்டில் திரு. ஷியர்ஸின் பெயரைச் சொல்லக்கூடாது. திருமதி. ஷியர்ஸிடம் அல்லது யாரிடமும் அந்த நாசமாய்ப்போன நாயைப் பற்றி விசாரிக்கக்கூடாது. அடுத்தவர்களின் தோட்டத்தில் அத்துமீறி நுழையக்கூடாது. இந்த முட்டாள்தனமான துப்பறியும்

வேலையை உடனே நிறுத்தவேண்டும். ஆனால் இதில் எதையும் நான் செய்யவில்லை. அவரிடம் திரு. ஷியர்ஸைப் பற்றி ஏன் கேட்டேன் என்றால் —"

அப்பா குறுக்கிட்டு, "இந்தக் கதையெல்லாம் எனக்கு வேண்டாம் பயலே. நீ என்ன செய்துகொண்டிருந்தாய் என்று துல்லியமாக உனக்குத் தெரியும். நான் புத்தகத்தைப் படித்துவிட்டேன், ஞாபகம் இருக்கட்டும்," இதைச் சொல்லும்போது புத்தகத்தை லேசாக அசைத்தார். "வேறு என்ன சொன்னேன் க்றிஸ்டோஃபர்?" என்றார்.

இது அணிவினா என்று நினைத்தேன், ஆனால் உறுதியாகச் சொல்ல முடியவில்லை. அதற்கு என்ன பதிலளிப்பது என்று என்னால் யோசிக்க முடியவில்லை ஏனெனில் எனக்குப் பயமாகவும் குழப்பமாகவும் இருந்தது.

அப்பா மறுபடி அதே கேள்வியைக் கேட்டார், "வேறு என்ன சொன்னேன். க்றிஸ்டோஃபர்?"

நான் "எனக்குத் தெரியவில்லை," என்றேன்.

அப்பா "அட, அதெப்படி. நீதான் ஞாபகப்புலி ஆயிற்றே," என்றார்.

ஆனால் என்னால் யோசிக்க முடியவில்லை.

அப்பா "உன் நாசமாய்ப்போன மூக்கை அடுத்தவர்கள் விஷயத்தில் நுழைக்காதே என்றேன். ஆனால் நீ என்ன செய்கிறாய்? அங்குமிங்கும் திரிந்துகொண்டு மற்றவர்கள் விஷயத்தில் மூக்கை நுழைக்கிறாய். பழைய விஷயங்களை எல்லாம் தோண்டி எடுத்து தெருவில் போகும் வரும் ஆளுக்கெல்லாம் சொல்லிக்கொண்டிருக்கிறாய். நான் உன்னை வைத்துக்கொண்டு என்ன செய்வது க்றிஸ்டோஃபர்? உன்னை என்ன செய்து தொலைப்பது?" என்றார்.

நான் "திருமதி. அலெக்ஸாண்டரிடம் அரட்டையடித்துக் கொண்டிருந்தேன். துப்பறியும் வேலை எதுவும் செய்யவில்லை" என்றேன்.

அப்பா "எனக்காக நான் உன்னிடம் கேட்டது ஒரேயொரு விஷயம் க்றிஸ்டோஃபர், ஒரேயொரு விஷயம்," என்றார்.

நான் "திருமதி. அலெக்ஸாண்டரிடம் பேச எனக்கும் விருப்பம் இல்லை. ஆனால் திருமதி. அலெக்ஸாண்டர்தான் —"

ஆனால் அப்பா குறுக்கிட்டு என் கையை இறுக்கமாகப் பிடித்தார்.

அப்பா இதற்கு முன்னால் என் கைகளை இப்படி இறுக்கமாகப் பிடித்ததில்லை. அம்மா சிலமுறை என்னை அடித்திருக்கிறாள், அவள் முன்கோபம்கொண்டவள். அதன் பொருள் மற்றவர்களைவிட அவளுக்குச் சீக்கிரம் கோபம் வரும், அடிக்கடி கத்துவாள். ஆனால் அப்பா உணர்ச்சி வசப்படாதவர். அதன் பொருள் அவருக்கு சீக்கிரம் கோபம் வராது, அடிக்கடி கத்தமாட்டார். எனவே அவர் என்னை இறுக்கமாகப் பிடித்தது எனக்கு அதிர்ச்சியாக இருந்தது.

யாரும் என்னை இப்படிப் பிடிப்பது எனக்குப் பிடிக்காது, நான் அதிர்ச்சியடைவதும் எனக்குப் பிடிக்காது. எனவே என்னைப் பிடித்துத் தூக்கி நிற்கவைத்த காவல்துறை அதிகாரியை அடித்தது போல அவரை அடித்தேன். ஆனால் அப்பா என்னை விடவில்லை, கத்திக்கொண்டிருந்தார். நான் மறுபடி அவரை அடித்தேன். அதற்குப் பிறகு என்ன செய்தேன் என்று எனக்குத் தெரியாது.

சிறிது நேரத்திற்கு எனக்கு எதுவும் நினைவில் இல்லை. சிறிதுநேரம் என்பதை பிறகு கைக்கடிகாரத்தைப் பார்த்துத் தெரிந்துகொண்டேன். யாரோ என் பொத்தானை அணைத்துவிட்டு பிறகு மீண்டும் செயல்படுத்தியது போல. அவர்கள் என் பொத்தானை மீண்டும் செயல்படுத்தியபோது நான் கீழே தரைவிரிப்பில் உட்கார்ந்து சுவரில் சாய்ந்துகொண்டிருந்தேன், என் வலது கையில் ரத்தம் இருந்தது, தலையின் ஒருபக்கம் வலித்துக்கொண்டிருந்தது. அப்பா தரைவிரிப்பில் என்னிடமிருந்து 1 மீட்டர் தொலைவில் நின்று குனிந்தபடி என்னைப் பார்த்துக்கொண்டிருந்தார், அவரது வலது கையில் இன்னும் என் புத்தகம் இருந்தது, ஆனால் அது பாதியாக மடிக்கப்பட்டு ஓரங்கள் நசுங்கியிருந்தன, அவர் கழுத்தில் சிறிய கீறல் இருந்தது,

அவரது இளம்பச்சை மற்றும் வான்நீல கட்டம் போட்ட சட்டையின் கை கொஞ்சம் கிழிந்திருந்தது, மிகவும் ஆழமாக மூச்சுவிட்டுக்கொண்டிருந்தார்.

ஒரு நிமிடத்திற்குப் பிறகு அவர் சமையலறை வழியாக நடந்து சென்றார். பிறகு பின்பக்கக் கதவைத் திறந்து தோட்டத்தைத் தாண்டி வெளியே சென்றார். குப்பைத்தொட்டியின் மூடியைத் திறக்கும் சத்தமும் அதற்குள் எதையோ எறியும் சத்தமும் பிறகு அதை மூடும் சத்தமும் கேட்டது. பிறகு மீண்டும் சமையலறைக்குள் வந்தார், ஆனால் இப்போது அவர் கையில் புத்தகம் இல்லை. பிறகு பின்பக்கக் கதவை மூடிப் பூட்டிவிட்டு, சாவியை பருமனான கன்னித்துறவி வடிவில் இருக்கும் சிறிய சீன ஜாடிக்குள் போட்டார். பிறகு சமையலறையின் நடுவில் சிறிதுநேரம் கண்ணை மூடிக்கொண்டு நின்றார்.

பிறகு அவர் கண்ணைத் திறந்து, "எனக்குக் கொஞ்சம் மது தேவை," என்றார்.

தனக்காக ஒரு பீரை எடுத்துக்கொண்டார்.

131. மஞ்சள் மற்றும் பழுப்பு நிறங்கள் எனக்குப் பிடிக்காது என்பதற்கான சில காரணங்கள்

<u>மஞ்சள்</u>

1. முட்டைப் பால்கூழ்.

2. வாழைப்பழம் (வாழைப்பழம் பழுப்பு நிறமாகவும் மாறும்).

3. இரட்டை மஞ்சள் கோடுகள்.

4. மஞ்சள் காய்ச்சல் (இது வெப்பமண்டல அமெரிக்கா மற்றும் மேற்கு ஆப்பிரிக்காவைச் சேர்ந்த நோய், அதிகமான காய்ச்சல், நெப்ரிடிஸ், காமாலை, உள்ரத்தக்கசிவு ஆகியவற்றைக் கொடுக்கும். இந்த நோயை உண்டாக்கும் வைரஸ் *Aedes aegypti* என்னும் வகைக் கொசு கடிப்பதால் பரவுகிறது, இதை முன்பு *Stegomyia*

இரவில் நாய்க்கு நடந்த விநோத சம்பவம் | 103

fasciata என்ற பெயரில் அழைத்தனர்; நெப்ரிடிஸ் என்பது சிறுநீரக வீக்கம்).

5. **மஞ்சள் பூக்கள்** (ஏனென்றால் பூக்களின் மகரந்தம் மூலம் எனக்குக் மகரந்தக் காய்ச்சல் வரும், இவ்வகைக் காய்ச்சலில் 3 வகை உண்டு, மற்ற இரண்டு புற்களின் மகரந்தம் மற்றும் காளான்களின் மகரந்தம் மூலமாக ஏற்படுவது, அவை என்னை நோயுடன் இருப்பதாக உணரவைக்கும்).

6. **இனிப்புச் சோளம்** (ஏனென்றால் இது உங்கள் பீயில் அப்படியே வெளியில் வரும், உங்களால் இதைச் செரிக்க முடியாது எனவே இது புற்கள் மற்றும் இலைகளைப் போல நீங்கள் சாப்பிட வேண்டிய பொருளில்லை).

<u>பழுப்பு</u>

1. **அழுக்கு.**

2. **குழம்பு.**

3. **பீ.**

4. **மரக்கட்டை** (ஏனென்றால் மனிதர்கள் முன்பு இயந்திரங்கள் மற்றும் வண்டிகளை மரத்தினால் தயாரித்தார்கள், ஆனால் இப்போது அப்படி இல்லை, ஏனென்றால் மரம் உடைந்துவிடும் அல்லது அரித்துப்போய்விடும், சில சமயம் அதில் புழுக்கள் வரும், இப்போது மனிதர்கள் இயந்திரங்கள் மற்றும் வண்டிகளை உலோகம் மற்றும் பிளாஸ்டிக்கால் தயாரிக்கின்றனர், இது மிகவும் சிறந்தது மற்றும் நவீனமானது).

5. **மெலிசா ப்ரௌன்** (பள்ளியில் உள்ள பெண், உண்மையில் இவள் அணில் மற்றும் முகம்மது போல பழுப்பு நிறமானவள் அல்ல, இது அவளது பெயர், ஆனால் அவள் என்னுடைய பெரிய விண்வெளி வீரன் ஓவியத்தை இரண்டு துண்டுகளாகக் கிழித்துவிட்டாள், திருமதி. பீட்டர்ஸ் அதை ஒட்டித் தந்தார், என்றாலும் அது கிழிந்தது போலத் தெரிந்ததால் அதைத் தூக்கி எறிந்தேன்).

மஞ்சள் மற்றும் பழுப்புநிறத்தை வெறுப்பது அறிவான செயலல்ல என்று திருமதி. போர்ப்ஸ் சொன்னார். ஆனால் ஷெவோன் தான் அதுபோலப் பேசமாட்டேன் என்றாள், எல்லோருக்கும் பிடித்த நிறங்கள் உண்டு என்று சொன்னாள். ஷெவோன் சொன்னது சரி. ஆனால் திருமதி. போர்ப்ஸ் சொன்னது கொஞ்சம் சரி. ஏனெனில் இது ஒருவகையில் முட்டாள்தனமானது. ஆனால் வாழ்க்கையில் நீங்கள் நிறைய முடிவுகள் எடுக்கவேண்டியுள்ளது, முடிவுகள் எடுக்கவில்லை என்றால் நீங்கள் எதையும் செய்யமுடியாது, ஏனென்றால் செய்யக்கூடிய விஷயங்களுக்குள் எதைத் தேர்ந்தெடுக்கலாம் என்று யோசிப்பதில் உங்கள் நேரம் போய்விடும். எனவே நீங்கள் ஏன் ஒன்றை வெறுக்கிறீர்கள், ஏன் இன்னொரு விஷயம் பிடித்திருக்கிறது என்று காரணம் வைத்திருப்பது நல்லது. இது எப்படி என்றால் உணவகத்தில் இருப்பதுபோல, அப்பா சில சமயம் என்னை பெர்னி உணவகத்துக்குக்கூட்டிப் போவார், அங்கு இருக்கும் உணவுப் பட்டியலைப் பார்த்து உங்களுக்கு வேண்டியதை நீங்கள் தேர்ந்தெடுக்க வேண்டும். ஆனால் நீங்கள் தேர்ந்தெடுப்பது உங்களுக்குப் பிடிக்குமா என்று தெரியாது. ஏனென்றால் நீங்கள் இன்னமும் அதைச் சாப்பிட்டுப் பார்க்கவில்லை, எனவே உங்களுக்கு மிகவும் பிடித்த உணவுகள் இருந்தால் அதையே தேர்ந்தெடுப்பீர்கள், பிடிக்காத உணவு இருந்தால் அதைத் தேர்ந்தெடுக்க மாட்டீர்கள், அதுவே சுலபமானது.

137. அடுத்தநாள் அப்பா என்னை அடித்ததற்கு வருத்தப்படுவதாக சொன்னார், அவர் வேண்டுமென்றே அப்படிச் செய்யவில்லை என்றார். என் கன்னத்தில் இருந்த காயத்தில் கிருமித்தொற்று ஏற்படாமல் இருக்க டெட்டால்கொண்டு கழுவச் சொன்னார், ரத்தம் கசியாமலிருக்க மருந்து தடவி ப்ளாஸ்டரை ஒட்டினார்.

பிறகு, என்னை அடித்ததற்காக அவர் உண்மையிலேயே வருத்தப்படுகிறார் என்பதைக் காட்ட, அன்று சனிக்கிழமை என்பதால் என்னை வெளியே அழைத்துச் செல்லப்போவதாகச் சொன்னார், நாங்கள் செல்லப்போகும் இடம் ட்விக்ராஸ் உயிரியல் பூங்கா. அப்பா நான் சாப்பிடுவதற்காக வெள்ளை ரொட்டியில் தக்காளி, லெட்டூஸ் கீரை, பன்றி இறைச்சி, ஸ்ட்ராபெர்ரி

ஜாம் சேர்த்து சான்ட்விச்சுகளைத் தயாரித்தார். ஏனென்றால், தெரியாத இடங்களில் கிடைக்கும் உணவைச் சாப்பிடுவது எனக்குப் பிடிக்காது. மேலும், அன்று மழை பெய்யும் வாய்ப்பு உள்ளதாக வானிலை அறிக்கை கூறியிருப்பதால் அதிகக்கூட்டம் இருக்காது என்று அப்பா சொன்னார். இது எனக்கு மகிழ்ச்சியான விஷயம். ஏனென்றால், எனக்கு மக்கள்கூட்டமாக இருப்பது பிடிக்காது, ஆனால் மழைபெய்வது பிடிக்கும். மழையின்போது அணிந்துகொள்ளும் மழைச்சட்டையை எடுத்துக்கொண்டேன், அது ஆரஞ்சு நிறமானது.

பிறகு நாங்கள் வண்டியில் ட்விக்ராஸ் உயிரியல் பூங்காவிற்குச் சென்றோம்.

நான் இதற்கு முன்பு ட்விக்ராஸ் உயிரியல் பூங்காவிற்கு வந்ததில்லை என்பதால் வழிகளைப் பற்றிய வரைபடம் எதுவும் அங்கே போகும்வரை என் மனதில் இல்லை, எனவே நாங்கள் தகவல் நிலையத்தில் இருந்து வழிகாட்டிக் கையேடு ஒன்றை வாங்கிக்கொண்டு பூங்கா முழுவதும் நடந்து சுற்றினோம், எனக்கு மிகவும் பிடித்த விலங்குகள் எவையென முடிவு செய்துகொண்டேன்.

எனக்கு மிகவும் பிடித்த விலங்குகள்:

1. **ராண்டிமேன்,** இது பிடிபட்ட நிலையில் வைக்கப்பட்டுள்ள **சிவப்புமுக கருஞ்சிலந்திக் குரங்கு** *(Ateles paniscus paniscus)* வகையிலேயே அதிகமான வயதுடைய குரங்கின் பெயர். ராண்டிமேனுக்கு வயது 44, அப்பாவுக்கும் அதே வயது. இந்தக் குரங்கு முன்பு கப்பல் ஒன்றில் வளர்ப்பு விலங்காக இருந்தது என்பதால் கடற்கொள்ளையர் பற்றிய கதைகளில் வருவதுபோல அதன் இடுப்பைச் சுற்றி உலோகப்பட்டை ஒன்று இருக்கிறது.

2. **பாடகோனிய கடற்சிங்கங்கள்,** இவற்றின் பெயர் **மிராகிள்** மற்றும் **ஸ்டார்.**

3. **மாலிகு** என்ற **உராங்குட்டான்.** இதை ஏன் எனக்கு மிகவும் பிடித்தது என்றால், பழைய கோடுபோட்ட பச்சைநிறப் பைஜாமா ஒன்றின் கீழ்ப்பகுதியால் செய்யப்பட்ட ஊஞ்சல்

போன்ற ஒன்றில் படுத்துக்கொண்டிருந்தது, பக்கத்தில் இருந்த நீலநிற அறிவிப்புப் பலகையில் அந்த ஊஞ்சலை அதுவே தயாரித்துக்கொண்டதாக எழுதப்பட்டிருந்தது.

பிறகு நானும் அப்பாவும் அங்கிருந்த உணவு விடுதிக்குச் சென்றோம். அப்பா அவருக்காக தட்டைமீன் வறுவல், ஆப்பிள் கேக், ஐஸ்க்ரீம் மற்றும் குடுவையில் கொடுக்கப்படும் எர்ல் க்ரே தேநீர் வாங்கிக்கொண்டார். நான் சான்ட்விச்சை சாப்பிட்டு, வழிகாட்டிக் கையேடை படித்துப் பார்த்தேன்.

அப்பா, "நான் உன்மேல் நிறைய அன்பு வைத்திருக்கிறேன் க்றிஸ்டோஃபர். எப்போதும் அதை மறந்துவிடாதே, சில சமயம் பொறுமையை இழந்துவிடுகிறேன் என்று எனக்குப் புரிகிறது. கோபப்படுகிறேன் என்பது தெரிகிறது. கத்துகிறேன் என்பது தெரிகிறது. அப்படிச் செய்யக்கூடாது என்று எனக்குத் தெரியும். ஆனால் உன்மேல் உள்ள அக்கறையினால் அப்படிச் செய்கிறேன், நீ எந்தச் சிக்கலிலும் மாட்டிக்கொள்வதை நான் விரும்பவில்லை, ஏனென்றால் நீ வருத்தப்படுவதை நான் விரும்பவில்லை. உனக்குப் புரிகிறதா?" என்றார்.

எனக்குப் புரிந்ததா, இல்லையா என்று எனக்குத் தெரியவில்லை. எனவே "எனக்குத் தெரியவில்லை," என்றேன்.

அப்பா, "க்றிஸ்டோஃபர். நான் உன்மேல் அன்பு வைத்திருக்கிறேன் என்பது உனக்குப் புரிகிறதா?" என்றார்.

நான் "ஆமாம்" என்றேன். ஏனென்றால் ஒருவர் மீது அன்பு வைத்திருப்பது என்றால் அவர்கள் சிக்கலில் இருக்கும்போது உதவி செய்யவேண்டும், அவர்களைக் கவனித்துக்கொள்ள வேண்டும், அவர்களிடம் உண்மையைப் பேசவேண்டும். அப்பா நான் சிக்கலில் இருக்கும்போது என்னைக் கவனித்துக்கொள்கிறார், காவல்நிலையத்துக்கு வந்ததுபோல, அவர் எனக்காக சமையல் செய்வதன் மூலம் என்னைக் கவனித்துக்கொள்கிறார், எப்போதும் என்னிடம் உண்மை பேசுகிறார். அதன் பொருள், அவர் என் மீது அன்பாக இருக்கிறார்.

பிறகு அவர், தன்னுடைய வலதுகையை உயர்த்தி விரல்களை விசிறிபோல விரித்தார், நானும் என் இடதுகையை உயர்த்தி

விரல்களை விசிறிபோல விரித்தேன். எங்களுடைய கட்டைவிரல்களும் மற்ற விரல்களும் ஒன்றையொன்று தொட்டுக்கொள்ளும்படி செய்தோம்.

என்னைச் சோதித்துக்கொள்ளும் விதமாக பையிலிருந்து தாளை எடுத்து அந்தப் பூங்காவின் வரைபடம் ஒன்றை என் நினைவிலிருந்து தயாரித்தேன். அந்த வரைபடம் இப்படி இருந்தது.

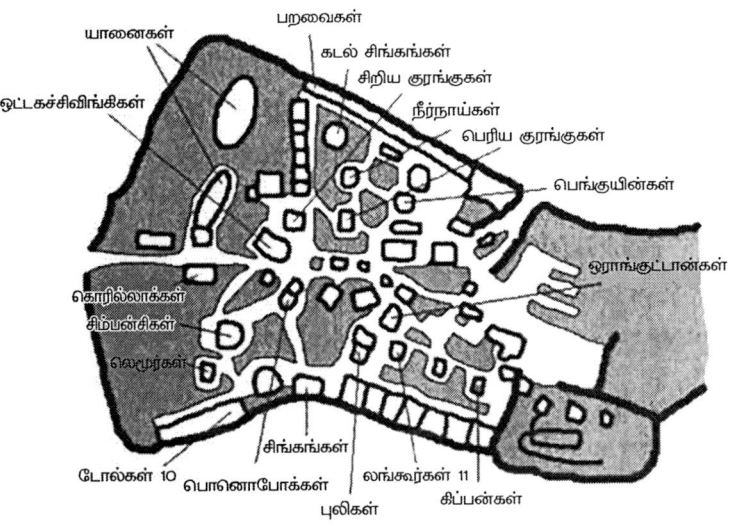

10, 11

பிறகு அப்பாவும் நானும் ஒட்டகச்சிவிங்கிகளைப் பார்க்கச் சென்றோம். அவற்றின் பீ நாற்றம், எங்கள் பள்ளியில் பாலைவன எலிகளை வளர்த்தபோது கூண்டிலிருந்து வரும் நாற்றம் போல இருந்தது. அவற்றுக்கு நீளமான கால்கள் இருந்ததால் ஓடும்போது மெதுவாக ஓடுவதுபோல் இருந்தது.

பிறகு அப்பா சாலைகள் நெரிசலாக ஆகும் முன்பு வீட்டுக்குப் போகவேண்டும் என்றார்.

139. எனக்கு ஷெர்லக் ஹோம்ஸைப் பிடிக்கும். ஆனால் ஷெர்லக் ஹோம்ஸ் கதைகளின் ஆசிரியரான சர்.ஆர்தர் கோனன்

டாயலைப் பிடிக்காது. ஏனென்றால் அவர் ஷெர்லக் ஹோம்ஸ் போல இல்லை, இயற்கைக்கு மீறிய விஷயங்களின் மீது நம்பிக்கை வைத்திருந்தார். அவருக்கு வயதானபின் ஓர் ஆன்மீக நிறுவனத்தில் சேர்ந்தார். அதன் பொருள், இறந்தவர்களுடன் தொடர்புகொள்ள முடியும் என்று அவர் நம்பினார். ஏனென்றால் அவரது மகன், முதல் உலகப்போர் நடந்துகொண்டிருந்த சமயம் இன்ஃப்ளூயன்சா காய்ச்சலால் இறந்துவிட்டான், இருந்தாலும் அவர் அவனோடு பேச விரும்பினார்.

1917 இல், **காட்டிங்லி தேவதைகள் சம்பவம்** என்ற புகழ்பெற்ற சம்பவம் நடந்தது. 9 வயதுடைய ஃப்ரான்சிஸ் க்ரிஃபித்ஸ் மற்றும் 16 வயதுடைய எல்சி ரைட் என்ற ஒன்றுவிட்ட சகோதரிகள் இருவரும் காட்டிங்லி பெக் என்ற அருவிக்குப் பக்கத்தில் தாங்கள் தேவதைகளோடு விளையாடுவது வழக்கம் என்று கூறினர். மேலும், அவர்கள் ஃப்ரான்சிஸின் அப்பாவுடைய புகைப்படக் கருவியால் தேவதைகளுடன் சேர்ந்து 5 புகைப்படங்களை எடுத்துக்கொண்டனர், இதுபோல.

ஆனால் அவை உண்மையான தேவதைகள் அல்ல. தாளில் வரைந்துபின் வெட்டியெடுத்து ஊசியால் நிற்கவைக்கப்பட்ட ஓவியங்கள். ஏனென்றால் எல்சி மிகச்சிறந்த ஓவியர்.

ஹெரால்ட் ஸ்னெல்லிங் என்பவர், போலி புகைப்படங்களைக் கண்டுபிடிக்கும் நிபுணர், அவர் கூறியது.

> *இந்த நடனமாடும் உருவங்கள் காகிதத்தினாலோ அல்லது துணியாலோ செய்யப்பட்டவை அல்ல; அவை*

புகைப்படப் பின்னணியில் வரையப்பட்டவையும் அல்ல - ஆனால் என்னை ஆச்சரியப்படுத்துவது என்னவென்றால், படம் எடுக்கப்பட்டபோது இந்த உருவங்கள் அசைவில் இருந்திருக்கின்றன என்பதே.

ஆனால் அவர் முட்டாள்தனமாக இருந்திருக்கிறார். ஏனென்றால் புகைப்படம் எடுக்கும்போது காகிதம் காற்றில் அசையும், மேலும், புகைப்படம் தொலைவிலிருந்து எடுக்கப்பட்டிருக்கிறது. ஏனென்றால் பின்னால் தெரியும் சிறிய அருவி புகைப்படத்தில் தெளிவாக இல்லை.

பிறகு சர்.ஆர்தர் கோனன் டாயல் இந்தப் புகைப்படங்களைப் பற்றிக் கேள்விப்பட்டார், *The strand* என்ற பத்திரிகைப் பேட்டி ஒன்றில், தான் அந்தப் படங்களை நம்புவதாகக் குறிப்பிட்டார். இவரும் முட்டாள்தனமாக இருந்திருக்கிறார். ஏனெனில், நீங்கள் அந்தப் புகைப்படங்களைப் பார்த்தால் அதில் உள்ள தேவதைகள் பழைய புத்தகங்களில் வரும் தேவதைகளைப் போல இறக்கைகள், இடுப்புக்குக் கீழே இறுக்கமான உடை மற்றும் காலணிகளோடு இருப்பது தெரியும். இது எப்படி என்றால், பூமிக்கு வரும் வேற்றுலகவாசிகள் **டாக்டர் ஹூ** தொலைக்காட்சித் தொடரில் வரும் டாலெக்குகள் அல்லது **ஸ்டார் வார்ஸ்** திரைப்படத்தில் இறந்த நட்சத்திரத்திலிருந்து வரும் இம்பீரியல் ஸ்ட்ராம் ட்ரூப்பர்ஸ் அல்லது கேலிச்சித்திரங்களில் வரையப்படும் பச்சைநிறத்தில் வருவதுபோல என்று சொல்லலாம்.

1981இல், ஜோ கூப்பர் என்பவர் எல்சி ரைட் மற்றும் ஃப்ரான்சிஸ் க்ரிஃபித்தை *The Unexplained* என்ற பத்திரிகைக்காக பேட்டி எடுத்தார். அப்போது எல்சி 5 புகைப்படங்களுமே போலியானவை என்றார். ஃப்ரான்சிஸ், 4 புகைப்படங்கள் போலியானவை ஆனால் ஒன்று உண்மையானது என்றார். எல்சி, அந்த தேவதைகளை ஆர்தர் ஷெப்பெர்சன் எழுதிய *Princess Mary's Gift Book* என்ற புத்தகத்தைப் பார்த்து வரைந்தார் என்றார்.

இதன்மூலம் மனிதர்கள் சில சமயம் முட்டாள்களாக இருப்பதை விரும்புகின்றனர், உண்மையைத் தெரிந்துகொள்ள விரும்புவதில்லை என்பதைத் தெரிந்துகொள்ளலாம்.

மேலும், இது 'ஓக்கமின் சவரக்கத்தி' என்றழைக்கப்படும் விஷயம் உண்மை என நிரூபிக்கிறது. ஓக்கமின் சவரக்கத்தி என்பது, சவரம் செய்துகொள்ள உதவும் கத்தி அல்ல; அதுவொரு விதி. அது,

Entia non sunt multiplicanda praeter necessitate

என்கிறது. இலத்தீன் மொழியிலிருக்கும் இதன்பொருள்,

முற்றிலும் அவசியமான விஷயங்களைத் தாண்டிய எதுவும் இருப்பதாக நம்பத் தேவையில்லை.

எனவே இதன் பொருள், கொல்லப்படுபவர் எப்போதும் தனக்குத் தெரிந்தவராலேயே கொல்லப்படுகிறார் மற்றும் தேவதைகள் காகிதத்தால் செய்யப்படுகின்றனர் மற்றும் இறந்துவிட்ட ஒருவருடன் உங்களால் பேச முடியாது.

149. திங்கள்கிழமை பள்ளிக்குச் சென்றபோது ஷெவோன், என் முகத்தில் உள்ள காயம் பற்றிக் கேட்டாள். அப்பா கோபமாக இருந்தார் என்பதால் என்னை இறுக்கமாகப் பற்றினார். நான் அவரை அடித்தேன். எங்களுக்குள் சண்டை நடந்தது என்று சொன்னேன். ஷெவோன், அப்பா உன்னை அடித்தாரா என்று கேட்டாள். எனக்குத் தெரியாது என்றேன். ஏனென்றால் எனக்கு மிகவும் கோபம் வந்துவிட்டது என்பதால் என் நினைவு விநோதமாக மாறிவிட்டது என்றேன். அப்பா கோபத்தில் இருந்ததால் உன்னை அடித்திருப்பாரா என்று கேட்டாள். நான், அவர் என்னை அடிக்கவில்லை, என் கையை இறுக்கமாகப் பற்றினார். ஆனால் அவர் கோபமாக இருந்தார் என்றேன். ஷெவோன், உன்னை இறுக்கமாகப் பற்றினாரா என்று கேட்டாள். நான் ஆமாம், இறுக்கமாகப் பற்றினார் என்று சொன்னேன். பிறகு ஷெவோன் வீட்டிற்குப் போகப் பயமாக இருக்கிறதா என்று கேட்டாள். நான், இல்லை என்றேன். இதைப் பற்றி மேலும் பேச விருப்பமா என்று கேட்டாள். நான் இல்லை என்றேன். அவள் சரி என்றாள். அதற்குப் பிறகு நாங்கள் அதைப் பற்றிப் பேசவில்லை. ஏனென்றால் நீங்கள் கோபத்தில் இருக்கும்போது கையை அல்லது தோளை இறுக்கமாகப் பற்றுவது தவறில்லை, முகத்தை அல்லது தலைமுடியை பற்றக்கூடாது. ஆனால்

அடிப்பதற்கு அனுமதி இல்லை. ஒருவேளை, ஏற்கெனவே நீங்கள் யாரோடும் சண்டையில் ஈடுபட்டிருந்தால் தவிர, அப்போது அது அவ்வளவு தவறானதில்லை.

பள்ளியிலிருந்து வீட்டுக்கு வந்தபோது அப்பா இன்னும் வேலையில் இருந்து வரவில்லை. எனவே நான் சமையலறைக்குச் சென்று கன்னித்துறவி வடிவில் இருக்கும் சீன ஜாடியிலிருந்து சாவியை எடுத்து, பின்கதவைத் திறந்து வெளியே சென்று குப்பைத்தொட்டிக்குள் என் புத்தகம் இருக்கிறதா என்று பார்த்தேன்.

எனக்கு என் புத்தகம் மறுபடியும் வேண்டும். ஏனென்றால் அதை எழுதுவது எனக்குப் பிடித்திருக்கிறது. செய்வதற்கென செயல்திட்டம் இருப்பது எனக்குப் பிடிக்கும். அது புத்தகம் எழுதுவதுபோல கடினமான செயல்திட்டமாக இருந்தால் மிகவும் பிடிக்கும். மேலும், வெலிங்டனைக் கொன்றது யார் என்று எனக்கு இன்னும் தெரியவில்லை. மேலும், கண்டுபிடித்த அனைத்துத் தடயங்களையும் என் புத்தகத்தில் குறித்து வைத்திருக்கிறேன் என்பதால் அவை தூக்கி எறியப்படுவதை நான் விரும்பவில்லை.

ஆனால் என் புத்தகம் குப்பைத்தொட்டியில் இல்லை.

மறுபடியும் மூடியை அதன் இடத்தில் வைத்துவிட்டு தோட்டத்தில் நடந்துசென்று அப்பா, தோட்டக் கழிவுகளைக் கொட்டிவைக்கும் குப்பைத்தொட்டியில் இருக்கிறதா என்று பார்த்தேன். புல்வெளியில் நறுக்கப்படும் புற்கள் மரத்தில் இருந்து விழுந்துவிட்ட ஆப்பிள்கள் போன்ற கழிவுகள் அதில் கொட்டப்படும். அங்கேயும் என் புத்தகம் இல்லை.

ஒருவேளை, அப்பா தன்னுடைய வண்டியில் அதை எடுத்துச்சென்று தெருமுனையில் இருக்கும் பெரிய குப்பைத்தொட்டியில் வீசி எறிந்திருப்பாரோ என்று நினைத்தேன். அது உண்மையாக இருக்க நான் விரும்பவில்லை. ஏனெனில், அப்படியிருந்தால் அதைக் கண்டுபிடிக்கவே முடியாது.

இன்னொரு சாத்தியம் என்னவென்றால், அப்பா என் புத்தகத்தை வீட்டுக்குள் எங்கேயோ ஒளித்து வைத்திருக்கலாம். எனவே

கொஞ்சம் துப்பறியும் வேலை செய்து அதைக் கண்டுபிடிக்க முடிகிறதா பார்க்கலாம் என்று முடிவெடுத்தேன். ஆனால் அப்பாவின் வண்டி, வாசலில் வந்து நிற்கிறதா என்று அதன் சத்தத்தை மிகவும் கவனமாகக் கேட்டுக்கொண்டே இருக்கவேண்டும். அப்போது நான் துப்பறிவதை அவர் பார்க்க முடியாது.

முதலில் சமையலறையில் இருந்து தேடத் தொடங்கினேன். என் புத்தகம் கிட்டத்தட்ட 25 செ.மீ x 35 செ.மீ x 1 செ.மீ அளவுள்ளது. எனவே அதைச் சிறிய இடங்களில் ஒளித்துவைக்க முடியாது. அதன் பொருள் மிகச்சிறிய இடங்களில் நான் தேட வேண்டியதில்லை. அலமாரிகளின் மேலும் கீழும் தேடினேன், இழுப்பறைகளின் பின்னால், நுண்ணலை அடுப்பின் அடியில் தேடினேன், தோட்டத்தில் இருந்து எலிகள் வீட்டிற்குள்ளே வந்து குழந்தை பெற்றுக்கொள்ளக்கூடிய அலமாரியின் பின்புறத்தில் உள்ள இருட்டான இடத்தில் பார்ப்பதற்கு மேக்-லைட் கைவிளக்கு மற்றும் பயன்பாட்டு அறையிலிருந்து எடுத்த துண்டுக் கண்ணாடியைப் பயன்படுத்தினேன்.

பிறகு பொருள்கள் வைக்கும் அறைக்குச் சென்று துப்பறிந்தேன்.

பிறகு உணவு அறைக்குச் சென்று துப்பறிந்தேன்.

பிறகுகூடத்திற்கு வந்து துப்பறிந்தேன். அங்கே இதுவரை காணாமல் போயிருந்த என் Airfix Messerschmitt Bf 109 G-6 ரக பந்தயவண்டி பொம்மையின் சக்கரம் சோஃபாவின் கீழே இருந்ததைக் கண்டுபிடித்தேன்.

அப்போது அப்பா முன்வாசல் வழியாக வருவது கேட்டது. நான் கீழே குதித்து, நேராக நிற்கும் முயற்சியில் அருகிலிருந்த தேநீர் மேசையின் முனையில் இடித்துக்கொண்டேன், வலிதாங்க முடியவில்லை. ஆனால் அது அப்பா வரும் சத்தமல்ல, பக்கத்து வீட்டில் இருக்கும் போதைப்பொருள் பயன்படுத்துபவர்கள் தரையில் எதையோ தவறவிட்ட சத்தம்.

பிறகு நான் மாடிப்பகுதிக்குச் சென்றேன். ஆனால் என் அறைக்குள் நான் தேடவில்லை. ஏனென்றால் அப்பா என்னிடமிருந்து மறைத்து வைக்கவேண்டிய பொருளை என்

அறையிலேயே வைக்கமாட்டார். ஒருவேளை, அவர் மர்ம நாவல்களில் வருவதுபோல இரட்டை புத்திசாலித்தனமாக என் அறையிலேயே ஒளித்து வைத்திருக்கலாம். எனவே வேறு எங்கேயும் கிடைக்கவில்லை என்றால் என் அறையில் தேட முடிவுசெய்தேன்.

குளியலறையில் தேடினேன், அங்கே இருக்கும் ஒரே இடம் காற்று வெளியேறும் வழி மட்டுமே. ஆனால் அங்கே எதுவும் இல்லை.

இப்போது மிச்சமிருப்பது அப்பாவின் படுக்கை அறை. எனக்கு என்ன செய்வதென்று புரியவில்லை. ஏனென்றால் ஏற்கெனவே ஒருமுறை அப்பா அவர் அறையில் உள்ள பொருட்களைத் தொடக்கூடாது என்று சொல்லியிருக்கிறார். ஆனால் அவர் என்னிடமிருந்து எதையாவது மறைத்துவைக்க விரும்பினால் அதை மறைத்துவைக்கச் சிறந்த இடம் கண்டிப்பாக அவர் அறைதான்.

எனவே எனக்கு நானே சொல்லிக்கொண்டேன். அவர் அறையில் எதையும் கலைத்துவிடக்கூடாது, பொருட்களை நகர்த்தினால் மீண்டும் அதே இடத்தில் வைத்துவிட வேண்டும்.

கட்டிலுக்கு அடியிலிருந்து தேடத் தொடங்கினேன். அதற்கடியில் இருந்தவை 7 காலணிகள் மற்றும் தலைமுடியுடன் ஒரு சீப்பு, தாமிரக்குழாய், சாக்லேட் பிஸ்கட் பெட்டி, Fiesta என்ற வயது வந்தோருக்கான பத்திரிகை, இறந்துபோன தேனீ, ஹோமர் சிம்ப்சன் வகை டை ஒன்று, மரக்கரண்டி. ஆனால் என் புத்தகம் இல்லை.

பிறகு அலங்காரம் செய்துகொள்ளும் மேசையின் இருபக்க இழுப்பறைகளில் தேடினேன். அதில் இருந்தது ஆஸ்பிரின் மாத்திரைகள், க்ளிப்புகள் மற்றும் பாட்டரிகள், பற்களைச் சுத்தம் செய்யும் நூல், நாப்கின், மென்காகிதங்கள், அப்பாவுடைய பொய்ப்பல் ஒன்று, பறவைக்கூண்டு ஒன்றைப் பொருத்தும்போது ஏணியிலிருந்து தவறி விழுந்து பல் ஒன்றை உடைத்துக்கொண்டார். இப்போது இருக்கும் பொய்ப்பல் விழுந்துவிட்டால் அதற்குப் பதிலாக இதைப் பயன்படுத்துவார். இங்கேயும் என் புத்தகம் இல்லை.

அவர் உடைகள் வைக்கும் அலமாரியில் பார்த்தேன். முழுக்க ஆடைகளால் நிரம்பி இருந்தது. மெத்தைமேல் ஏறி நின்றால் மேல்தட்டில் சிறு அறையொன்று இருப்பது தெரியும். காலணியைக் கழற்றிவிட்டு ஏறவேண்டும். இல்லை என்றால் அப்பா துப்பறிய நினைத்தால் மெத்தையில் அழுக்கு படிந்திருப்பதை வைத்துக் கண்டுபிடித்துவிடலாம். ஆனால் அங்கே இருந்தது இன்னமும் சில வயது வந்தோருக்கான பத்திரிகைகள், உடைந்த சான்ட்விச் தயாரிக்கும் கருவி, கம்பியால் ஆன ஹேங்கர்கள் 12, அம்மாவுடைய பழைய தலைமுடி உலர்த்தும் கருவி ஆகியவை மட்டுமே.

கடைசித்தட்டில் கருவிகள் வைக்கும் பெரியபெட்டி ஒன்று இருந்தது. உள்ளேயிருப்பது துளைப்பான்கள், வர்ணம்பூசும் தூரிகைகள் என்பதைத் திறக்காமலேயே பார்க்கமுடிந்தது. ஏனென்றால் அது கண்ணாடி போன்ற மூடி உடையது.

பிறகுதான் அங்கே இன்னொரு பெட்டி இருப்பதைப் பார்த்தேன். கருவிகள் இருந்த பெட்டியை அலமாரியிலிருந்து வெளியே எடுத்து வைத்தேன். இது மேல்சட்டைகள் வைத்துக்கொள்ளும் பெட்டி. அதைத் திறந்ததும் என் புத்தகம் அதில் இருந்தது.

கொஞ்சநேரம் என்ன செய்வதென்றே எனக்குத் தெரியவில்லை.

எனக்கு மகிழ்ச்சியாக இருந்தது. ஏனென்றால் அப்பா என் புத்தகத்தைத் தூக்கி எறியவில்லை. ஆனால் புத்தகத்தை எடுத்துவிட்டால் அவர் பொருட்களை எடுத்தது அப்பாவுக்குத் தெரிந்துவிடும். நிச்சயம் கோபப்படுவார். ஏனென்றால் நான் அவர் பொருட்களைத் தொடமாட்டேன் என்று சத்தியம் செய்திருக்கிறேன்.

அப்பாவின் வண்டி வீட்டுக்கு வெளியே வந்து நிற்கும் சத்தம் கேட்டது, நான் இப்போது வேகமாகவும் புத்திசாலித்தனமாகவும் நடந்துகொள்ள வேண்டும். எனவே புத்தகத்தை அங்கேயே வைத்துவிட முடிவு செய்தேன், அப்பா எப்படியும் புத்தகத்தை வீசி எறியமாட்டார், அப்படி நினைத்திருந்தால் இதை இங்கே வைத்திருக்கமாட்டார், நான் இன்னொரு புத்தகத்தில் ரகசியமாகத் தொடர்ந்து எழுதப்போகிறேன். ஒருவேளை, அவர் மனம்மாறி ஒருநாள் இதை என்னிடம் திருப்பிக்கொடுத்தால்

பிறகு முதல் பகுதிகளை மீண்டும் படியெடுத்துக்கொள்ளலாம். அவர் தரவில்லை என்றாலும் பெரும்பாலான பகுதிகள் எனக்கு ஞாபகம் இருக்கிறது, நான் மீண்டும் அதை இரண்டாவது ரகசியப் புத்தகத்தில் எழுதிவிடுவேன். எந்தப் பகுதியிலாவது சந்தேகம் வந்தால் அப்பா வெளியில் இருக்கும்போது அறைக்கு வந்து பார்த்துக்கொள்ளலாம்.

அப்பா வண்டியின் கதவை மூடும் சத்தம் கேட்டது.

அப்போது அந்த அஞ்சல் உறையைப் பார்த்தேன்.

அது எனக்கு எழுதப்பட்டது. அந்தப் பெட்டியில் புத்தகத்தின் அடியில் மற்ற அஞ்சல் உறைகளுடன் இருந்தது. அதைக் கையிலெடுத்தேன். அது பிரிக்கப்படவில்லை. அதில்,

க்றிஸ்டோஃபர் பூன்
36, ராண்டால்ப் வீதி
ஸ்விண்டன்
வில்ட்ஷையர்

என்று எழுதப்பட்டிருந்தது.

அதோடு, மற்ற உறைகளையும் கவனித்தேன். நிறையக் கடிதங்கள், அத்தனையும் எனக்கு எழுதப்பட்டவை. எனக்கு ஒரே சமயத்தில் சுவாரசியமாகவும் குழப்பமாகவும் இருந்தது.

பிறகு க்றிஸ்டோஃபர் மற்றும் ஸ்விண்டன் என்ற வார்த்தைகள் எப்படி எழுதப்பட்டிருக்கிறது என்று பார்த்தேன். அவை இப்படி இருந்தன.

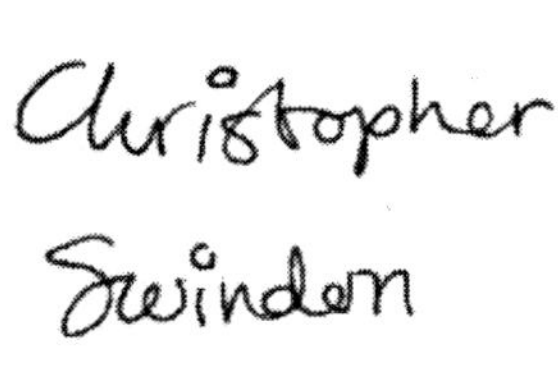

Christopher

Swindon

i என்ற எழுத்தில், புள்ளிக்குப் பதிலாக சிறிய வட்டமிட்டு எழுதும் 3 பேரை எனக்குத் தெரியும். ஒன்று ஷெவோன், இன்னொருவர் திரு. லாக்ஸ்லி, பள்ளியில் எனக்கு ஆசிரியராக இருந்தவர், இன்னொருவர் அம்மா.

அப்பா முன்வாசல் கதவைத் திறக்கும் சத்தம் கேட்டது. ஒரேயொரு அஞ்சல் உறையை மட்டும் எடுத்துக்கொண்டேன். பெட்டியை மூடி உள்ளே வைத்து, கருவிப்பெட்டியை மீண்டும் அதன்மேலே வைத்துவிட்டு, அலமாரியின் கதவை ஜாக்கிரதையாக மூடினேன்.

"க்றிஸ்டோஃபர்," என்று கூப்பிட்டார்.

நான் எதுவும் பேசவில்லை. ஏனென்றால் நான் எங்கிருந்து பேசுகிறேன் என்பது அவருக்குத் தெரிந்துவிடும். படுக்கையிலிருந்து எழுந்து, எவ்வளவு குறைவாக சத்தம் எழுப்ப முடியுமோ அவ்வளவு குறைவான சத்தத்தோடு கதவை நோக்கி நடந்தேன், கையில் அஞ்சல் உறை இருந்தது.

அப்பா, மாடிப்படிக்குக் கீழே நின்றுகொண்டிருந்தார். என்னைப் பார்த்துவிடுவார் என்று நினைத்தேன். ஆனால் அன்று காலையில் தபாலில் வந்த கடிதங்களைப் பார்த்துக்கொண்டிருந்ததால் அவர் தலை கீழ்நோக்கி இருந்தது. பிறகு அவர் படிக்கு அருகிலிருந்து நகர்ந்து சமையலறையை நோக்கிப் போனார். நான் சத்தம் வராமல் அவர் அறைக்கதவை மூடிவிட்டு என் அறைக்குச் சென்றேன்.

அஞ்சல் உறையைப் பார்க்க விரும்பினாலும் அப்பாவைக் கோபப்படுத்த நான் விரும்பவில்லை. எனவே அஞ்சல் உறையை என் மெத்தைக்கு அடியில் ஒளித்துவைத்தேன். பிறகு கீழே இறங்கி அப்பாவைப் பார்த்தேன்.

அப்பா "இன்றைக்கு என்ன நடந்தது? இளைஞனே!" என்றார்.

நான் "இன்றைக்கு, பள்ளியில் வாழ்க்கைக்குத் தேவையான பயிற்சியை திருமதி. க்ரே நடத்தினார். **பணத்தைப் பயன்படுத்துவது மற்றும் பொதுப் போக்குவரத்தைப் பயன்படுத்துவது** ஆகிய பயிற்சிகள். மதிய உணவில் தக்காளி சூப்பும் 5 ஆப்பிளும் சாப்பிட்டேன். மதியம் சிறிதுநேரம் கணிதப் பயிற்சி செய்தேன். பிறகு திருமதி. பீட்டர்ஸ் உடன் பூங்காவில் நடந்தோம். கொலாஜ் ஓவியத்துக்கு இலைகள் சேகரித்தோம்," என்றேன்.

அப்பா "அருமை, அருமை... இன்றைக்கு என்ன சாப்பிட விருப்பம்?" என்றார்.

நான் "வேகவைத்த பீன்சும், ப்ரோக்கோலியும் வேண்டும்," என்றேன்.

அப்பா "அதைத் தயாரிப்பது சுலபம் என்று நினைக்கிறேன்," என்றார்.

பிறகு சோஃபாவில் உட்கார்ந்து நான் படித்துக்கொண்டிருந்த புத்தகத்தை மீண்டும் படிக்கத் தொடங்கினேன். அது, ஜேம்ஸ் க்ளீய்க் எழுதிய Chaos.

பிறகு சமையலறைக்குச் சென்று வேகவைத்த பீன்ஸ் மற்றும் ப்ரோக்கோலி சாப்பிட்டேன். அப்பா ஸாசேஜ், முட்டை, பொரித்த ரொட்டி மற்றும் தேநீர் சாப்பிட்டார்.

பிறகு "உனக்குச் சரி என்றால், இந்த அலமாரியை எல்லாம் முன்னறைக்கு நகர்த்தவேண்டும். கொஞ்சம் சத்தம் வரும். எனவே நீ தொலைக்காட்சி பார்க்க வேண்டுமானால் சொல், அதை மாடிக்குக்கொண்டுவருகிறேன்" என்றார்.

நான் "அறையில் இருந்துகொள்வேன்," என்றேன்.

அப்பா "நல்ல பையன்," என்றார்.

நான் "இரவு உணவுக்கு நன்றி," என்றேன், இப்படிச் சொல்வது நல்ல பண்பு.

அப்பா "பரவாயில்லை சின்னப்பையா..." என்றார்.

நான் என்னுடைய அறைக்குச் சென்றேன்.

அறைக்குள் சென்றதும் கதவை மூடிவிட்டு மெத்தைக்கு அடியிலிருந்த உறையை எடுத்தேன். உறைக்குள் என்ன இருக்கிறது என்பதைப் பார்க்க வெளிச்சத்தில் உயர்த்திப் பிடித்தேன். ஆனால் கனமான உறை என்பதால் உள்ளே இருப்பது தெரியவில்லை. அதைப் பிரிப்பதா, வேண்டாமா என்று குழப்பமாக இருந்தது. ஏனென்றால் அதை அப்பாவின் அறையிலிருந்து எடுத்திருக்கிறேன். ஆனால், முகவரியில் என்

பெயர் இருக்கிறது. அதனால் நான் அதைப் பிரிக்கலாம் என்று நினைத்துக்கொண்டேன்.

அதைப் பிரித்தேன்.

உள்ளே ஒரு கடிதம்.

அதில் இவ்வாறு எழுதப்பட்டிருந்தது:

415C சாப்டர் சாலை
விட்டெஸ்டன்
லண்டன் NW2 5NG
0208 887 8907

அன்புள்ள க்றிஸ்டோஃபர்,

உனக்குக் கடிதம் எழுதி வெகுநாள்களாயிற்று. எனவே முதலில் என்னை மன்னித்துவிடு. வேலை அதிகமாக இருந்தது. இரும்புப் பொருட்கள் தயாரிக்கும் தொழிற்சாலையில் காரியதரிசியாக எனக்கு வேலை கிடைத்துள்ளது. இது உனக்கு மிகவும் பிடிக்கும். தொழிற்சாலை முழுக்க பெரிய இயந்திரங்கள், இரும்பை உருவாக்குவதும் துண்டாக்குவதும் வேண்டிய வடிவில் வளைப்பதையும் செய்கின்றன. இந்த வாரம் பிர்மிங்ஹாமில் உள்ள உணவு விடுதிக்கான கூரையை உருவாக்கினார்கள், அது மிகப்பெரிய மலர் வடிவத்தில் இருந்தது. அதன்மீது துணியை வைத்து அதைக்கூடாரம்போல் மாற்றப் போகிறார்களாம்.

மேலும், நாங்கள் புதுவீட்டுக்கு குடிவந்திருக்கிறோம், மேலே உள்ள முகவரி அதுதான். இது பழைய வீடளவுக்கு வசதியாக இல்லை, மேலும், எனக்கு வில்லெஸ்டன் அவ்வளவாகப் பிடிக்கவில்லை, ஆனால் இது ரோஜர் வேலைக்குச் சென்றுவர வசதியான இடத்தில் இருப்பதால் வாங்கியிருக்கிறார் (இதற்குமுன் வாடகைக்கு இருந்தோம்), எனவே எங்களுக்குச் சொந்தமான மேசை நாற்காலிகள் வாங்கலாம், சுவருக்கு நாங்கள் விரும்பும் வண்ணத்தைப் பூசலாம்.

இவ்வளவு நாள்களாக எழுதாமல் இருந்ததற்கு அதுவும் ஒரு காரணம், அனைத்துப் பொருட்களையும் கட்டிவைப்பது, பிறகு அவற்றைப் பிரித்தெடுப்பது, புது வேலைக்குப் பழகிக்கொள்வது கடினமாக இருந்தது.

இப்போது மிகவும் களைத்திருக்கிறேன், தூங்கச்செல்ல வேண்டும். நாளை காலையில் இதைத் தபாலில் சேர்த்துவிடுவேன். எனவே விடைபெற்றுக்கொள்கிறேன். அடுத்த கடிதத்தை விரைவில் எழுதுவேன்.

நீ எனக்குக் கடிதம் எழுதவில்லை. எனவே என் மீது கோபத்தில் இருக்கிறாய் என்பது புரிகிறது. என்னை மன்னித்துவிடு க்றிஸ்டோஃபர். ஆனால் நான் இன்னமும் உன்னை நேசிக்கிறேன். நீ என் மீது நிரந்தரமாகக் கோபத்தில் இருக்கமாட்டாய் என்று நம்புகிறேன். எனக்குக் கடிதம் எழுதினால் மிகவும் மகிழ்ச்சியடைவேன் (அதை புதிய முகவரிக்கு அனுப்ப மறக்காதே!).

எப்போதும் உன்னைப் பற்றியே நினைத்துக்கொண்டிருக்கிறேன்.

மிக்க அன்புடன்,
உன் அம்மா
xxxxxxxxx

எனக்குக் குழப்பமாக இருந்தது. அம்மா எப்போதும் இரும்பினால் பொருட்கள் தயாரிக்கும் தொழிற்சாலையில் காரியதரிசியாக வேலை பார்த்ததில்லை. அம்மா வேலை பார்த்தது, நகரத்தில் இருக்கும் பெரிய வாகனங்கள் பழுதுபார்க்கும் இடத்தில். அம்மா எப்போதும் லண்டனில் வசித்ததே இல்லை. எப்போதும் எங்களுடனேயே இருந்தார். எப்போதும் எனக்குக் கடிதம் எழுதியதும் இல்லை.

கடிதத்தில் தேதி எதுவும் எழுதப்படவில்லை. எனவே எப்போது எழுதப்பட்டது என்று தெரியவில்லை. ஒருவேளை, வேறு யாரும் அம்மாவைப் போல எனக்குக் கடிதம் எழுதி இருப்பார்களோ என்று நினைத்தேன்.

பிறகு கடித உறையின் முன்புறமிருந்த அஞ்சல் முத்திரையைப் பார்த்தேன். அதில் தேதி இருந்தாலும் படிக்கக் கடினமாக இருந்தது, இதுபோல.

இதன் பொருள், அக்கடிதம் 16, அக்டோபர், 1997ல் தபாலில் சேர்க்கப்பட்டிருக்கிறது. அதாவது அம்மா இறந்து 18 மாதங்கள் கழித்து.

அப்போது என் அறைக்கதவு தட்டப்பட்டது. அப்பா "என்ன செய்கிறாய்?" என்று கேட்டார்.

நான் "ஒரு கடிதத்தைப் படித்துக்கொண்டிருக்கிறேன்," என்றேன்.

அப்பா "துளையிடும் வேலைகளை முடித்துவிட்டேன். அந்த 'டேவிட் அட்டன்பரோவின் இயற்கை' நிகழ்ச்சி தொலைக் காட்சியில் தொடங்கிவிட்டது, நீ பார்க்க விரும்புவாயே," என்றார்.

நான் "சரி" என்றேன்.

பிறகு அவர் கீழே இறங்கிப்போனார்.

நான் மீண்டும் கடிதத்தைப் பற்றி யோசித்துக்கொண்டிருந்தேன். இந்த மர்மத்தை என்னால் புரிந்துகொள்ள முடியவில்லை. ஒருவேளை, இந்தக் கடிதம் தவறான உறையில் இருக்கலாம் அல்லது அம்மா இறப்பதற்கு முன் இதை எழுதியிருக்கலாம். ஆனால் லண்டனிலிருந்து ஏன் எழுதப்போகிறாள்? அதிகபட்சமாக அவள் சென்றது ஒரு வாரப் பயணமாக தன் சகோதரி ரூத்தைப் பார்க்கச் சென்றது மட்டுமே. ரூத்திற்குப் புற்றுநோய், அவர் மான்செஸ்டரில் வசித்தார்.

பிறகு அந்தக் கடிதம் அம்மாவால் எழுதப்பட்டிருக்காது என்று நினைத்தேன். இது வேறு யாரோ க்றிஸ்டோஃபருக்கு அவன் அம்மா எழுதியிருப்பது.

என் ஆர்வம்கூடிவிட்டது, புத்தகத்தை எழுதத் தொடங்கியபோது ஒரேயொரு மர்மத்தை மட்டுமே நான் தீர்க்க வேண்டும். இப்போது அது இரண்டாகிவிட்டது.

பிறகு, இன்று இரவு இதைப் பற்றி யோசிக்கவேண்டாம் என்று முடிவெடுத்தேன், ஏனெனில் என்னிடம்போதுமான தகவல்கள் இல்லை. இப்போது யோசித்தால் ஸ்காட்லண்ட்யார்டின் திரு.அதெல்னி ஜோன்ஸ்போல அது என்னைத் தவறான

முடிவுக்குக்கொண்டு செல்லும். அது ஆபத்தானது, தீர்மானத்திற்கு வரும் முன் உங்களிடம் அனைத்துத் தகவல்களும் இருக்கவேண்டும். அப்படிச் செய்தால், நீங்கள் தவறு செய்வதற்கான வாய்ப்பு மிகவும் குறைவு.

அப்பா வெளியில் செல்லும்வரை காத்திருப்பது என்று முடிவுசெய்தேன். பிறகு அவரது படுக்கை அறையின் அலமாரியில் இருக்கும் மற்ற கடிதங்களையும் பார்க்க வேண்டும், அவை யாரிடமிருந்து வந்திருக்கின்றன, அதில் என்ன எழுதியிருக்கிறது என்று தெரிந்துகொள்ள வேண்டும்.

கடிதத்தை மடித்து மீண்டும் உறைக்குள் வைத்து மெத்தைக்கு அடியில் வைத்தேன், அப்பா கண்டுபிடித்துவிட்டால் கோபப்படுவார். பிறகு கீழே இறங்கிச் சென்று தொலைக்காட்சி பார்த்துக்கொண்டிருந்தேன்.

151. நிறைய விஷயங்கள் மர்மமானவை. ஆனால் அதன் பொருள், அவற்றுக்கு விடையே இல்லை என்பதல்ல. இன்னமும் விஞ்ஞானிகள் அதற்கான விடையைக் கண்டுபிடிக்கவில்லை.

எடுத்துக்காட்டாக, சிலர் இறப்புக்குப் பின் மீண்டும் ஆவியாகத் தோன்றும் விஷயத்தை நம்புகிறார்கள். டெர்ரி சித்தப்பாகூட நார்த்தம்டன் பகுதியில் உள்ள வணிக வளாகம் ஒன்றில் ஆவியைப் பார்த்ததாகச் சொன்னார். அவர் தரைகீழ் தளத்துக்குச் செல்லும்போது சாம்பல்நிற உடையணிந்த உருவம் மாடிப்படியின் கீழ் நடந்து சென்றதைப் பார்த்திருக்கிறார். ஆனால் கீழே இறங்கிப் பார்த்தபோது அங்கே யாருமில்லை. மேலும், அங்கிருந்து வெளியேற வேறு கதவுகளும் இல்லை.

இந்த விஷயத்தை மாடியில் பணம் வசூலிக்கும் இடத்திலிருந்த பெண்ணிடம் சொன்னபோது, அந்த உருவத்தின் பெயர் டக் என்றும் அது ஃப்ரான்சிஸின் சீடர், பல நூற்றாண்டுகளுக்கு முன்பு அங்கிருந்த மடாலயத்தில் வசித்தவர் என்றும் அதன் காரணமாகவே அவ்விடத்திற்கு *சாம்பல்நிறச் சீடர் வணிக வளாகம்* என்று பெயரிடப்பட்டது என்றாளாம். அவர்கள் அவரைக் கண்டு பயப்படுவதில்லை, பழகிவிட்டது என்கிறார்களாம்.

கண்டிப்பாக ஒருநாள் ஆவிகளை விளக்கும் ஒன்றை விஞ்ஞானிகள் கண்டுபிடிக்கப் போகிறார்கள், மின்சாரம் கண்டுபிடித்ததைப் போல. அது மின்னல் எப்படி உண்டாகிறது என்று விளக்குகிறது. இது மனிதர்களின் மூளையில் ஏற்படுகிற விளைவாகக்கூட இருக்கலாம் அல்லது பூமியின் காந்தப்புலத்துடன் தொடர்புடையதாக இருக்கலாம் அல்லது அனைத்தும் சேர்ந்த புது ஆற்றலாகக்கூட இருக்கலாம். அப்போது மின்சாரம், வானவில், நான்ஸ்டிக் பாத்திரம் போல ஆவிகள் மர்மமான ஒன்றாக இருக்காது, சாதாரணமாகிவிடும்.

சில சமயம், மர்மங்கள் உண்மையில் மர்மங்களாக இருப்பதில்லை. மர்மங்கள் மர்மங்களாக இல்லாததற்கு இது ஓர் எடுத்துக்காட்டு.

எங்கள் பள்ளியில் ஒரு குளம் உண்டு. அதில் தவளைகள் இருக்கும். விலங்குகளை எப்படி அன்புடனும் மரியாதையுடனும் நடத்தவேண்டும் என்று நாங்கள் கற்றுக்கொள்வதற்காக அது அங்கே இருக்கிறது. ஏனென்றால் பள்ளியில் சில குழந்தைகள் விலங்குகளிடம் குரூரமாக நடந்துகொள்வார்கள். புழுக்களை நசுக்குவது அல்லது பூனைகள் மீது கல்லெறிவது போன்றவற்றை விளையாட்டு என்று நினைக்கின்றனர்.

சில வருடங்களில் குளத்தில் நிறைய தவளைகள் இருக்கும், சில வருடம் மிகக் குறைவாக இருக்கும். குளத்தில் உள்ள தவளைகளின் எண்ணிக்கையை வரைபடமாக்கினால் அது இப்படி இருக்கிறது (இந்த வரைபடம் கருதுகோள் என்பதுபோல. அதாவது, எண்ணிக்கை துல்லியமானது அல்ல, எடுத்துக்காட்டு மட்டுமே).

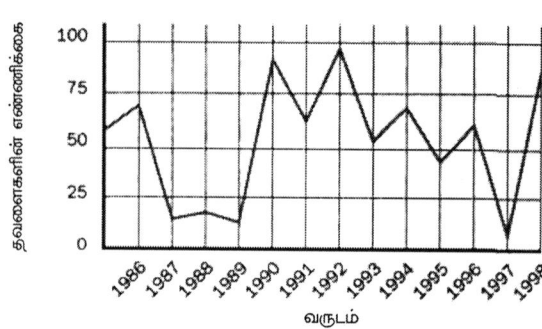

இந்த வரைபடத்தைப் பார்த்தால் 1987, 1988 மற்றும் 1997ல் குளிர்காலத்தில் வெப்பநிலை மிகவும் குறைந்துள்ளது என்று நீங்கள் நினைக்கலாம் அல்லது ஏதேனும் பறவை நிறைய தவளைகளைத் தின்றுவிட்டது என்றும் நினைக்கலாம். (சில சமயம், பறவைகள் தவளைகளைத் தின்ன முயற்சி செய்வதுண்டு, ஆனால் குளம் வலையால் பாதுகாக்கப்பட்டது).

ஆனால் சில சமயங்களில் குளிர், பூனைகள், பறவைகள் ஆகியவற்றுக்கும் இதற்கும் எந்தத் தொடர்பும் இல்லை. இது வெறும் கணிதம்.

இந்தச் சூத்திரம் விலங்குகளின் எண்ணிக்கைக்கானது.

$N_{NEW} = \lambda \ (N_{OLD}) \ (1-N_{OLD})$

இந்தச் சூத்திரத்தில், N என்பது எண்ணிக்கையின் அடர்த்தி. N = 1 ஆக இருக்கும்போது, எண்ணிக்கை எவ்வளவு அதிகமாக முடியுமோ அவ்வளவு அதிகரிக்கும். எப்போது N = 0 என்று ஆகிறதோ அப்போது அந்தத் தொகை அழிந்துபோகிறது. N_{NEW} என்பது ஒரு வருடத்தின் தொகை, N_{OLD} என்பது முந்தைய வருடத் தொகை. λ என்பது மாறிலி எனப்படும்.

எப்போது λ 1 க்கும் குறைவாக இருக்கிறதோ, அப்போது தொகை எண்ணிக்கையில் குறைந்து, குறைந்து அழிந்துபோகிறது. எப்போது λ 1 க்கும் 3 க்கும் இடையில் இருக்கிறதோ, அப்போது தொகை வளர்ந்து வரைபடத்தில் காட்டப்பட்டது போல் நிலையாக இருக்கிறது (இந்த வரைபடமும் கருதுகோள் மட்டுமே).

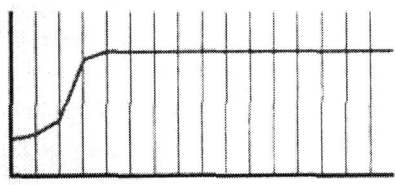

எப்போது λ என்பது 3 லிருந்து 3.57 க்கு இடையில் இருக்கிறதோ அப்போது தொகை இப்படியான சுழற்சியில் இருக்கும்.

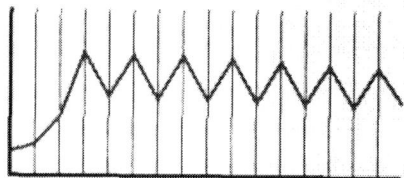

ஆனால் λ *3.57* ஐத் தாண்டினால், தொகையானது முதல் வரைபடத்தில் உள்ளதுபோல் குழப்பமானது.

இதை நிறுவியவர்கள் ராபர்ட் மே, ஜார்ஜ் ஆஸ்டர் மற்றும் ஜிம் யோர்க்கே. மேலும், இது விஷயங்கள் சில சமயம் அடுத்து எப்படி மாறும் என்று முன்னுணர முடியாதபடி சிக்கலானவை. ஆனாலும் அவை எளிய விதிகளின்படி இயங்குகின்றன என்பதைப் புரியவைக்கும்.

எனவே இதன் பொருள், சில சமயங்களில் தவளைகளோ, புழுக்களோ அல்லது மனிதர்களோ எந்தக் காரணமும் இல்லாமல் இறந்துபோகலாம். ஏனெனில் எண்கள் அவ்வாறே இயங்குகின்றன.

157. அப்பாவின் அறைக்குள் சென்று அலமாரிக்குள் இருக்கும் அந்தப் பெட்டியைப் பார்ப்பதற்கு மேலும் ஆறு நாள்கள் ஆனது.

முதல்நாள், அது புதன்கிழமை. ஜோசப் ஃப்ளெமிங், தனது கால்சராயைக் கழற்றி உடைமாற்றும் அறை முழுக்க பீ இருந்து அதைத் தின்னத் தொடங்கினான். ஆனால் திரு. டேவிட் அவனைத் தடுத்துவிட்டார்.

ஜோசப் எல்லாவற்றையும் தின்பான். ஒருமுறை, கழிப்பறையில் தொங்கவிடப்பட்டிருக்கும் கிருமிநாசினிக் கட்டியின் சிறுபகுதியைத் தின்றுவிட்டான். ஒருமுறை, அவனது அம்மாவின் பணப்பையில் இருந்த £50 தாளைத் தின்றான். நூல், ரப்பர் பாண்ட், மென்தாள்கள், எழுது தாள்கள், பெயிண்ட், ப்ளாஸ்டிக் முள்கரண்டி ஆகியவற்றையும் தின்றிருக்கிறான். அடிக்கடி தன் தாடையைத் தரையில் மோதிக்கொண்டு அலறுவான்.

அவனுடைய பீயில் குதிரையும் பன்றியும்கூட இருந்ததாக டைரோன் கூறினான். நான் அவனை முட்டாள் என்று சொன்னேன். ஆனால் ஷெவோன், அவன் சொல்வது சரி என்றாள். அவை நூலகத்தில் குழந்தைகளுக்குக் கதைசொல்லப் பயன்படுத்தப்படும் பிளாஸ்டிக்கால் செய்யப்பட்ட விலங்கின் சிறிய மாதிரிகள் என்றாள். அதைத்தான் ஜோசப் தின்றிருக்கிறான்.

நான் இனிமேல் கழிப்பறைக்குள் செல்லமாட்டேன் என்று சொல்லிவிட்டேன், தரையில் பீ இருந்தது எனக்கு அருவருப்பை ஏற்படுத்திவிட்டது. திரு. என்னிசன் உடனே அதைச் சுத்தம் செய்துவிட்டாலும் என்னால் அங்கே போகமுடியவில்லை. எனவே என் கால்சராய் கொஞ்சம் நனைந்துவிட்டது. திருமதி. கேஸ்கோயினின் அறையில் இருந்த அலமாரியில் என்னுடைய மற்றொரு கால்சராய் இருந்தது. அதை அணிந்துகொண்டேன். ஷெவோன், நான் ஆசிரியர்களுக்கான கழிப்பறையை இரண்டு நாள்களுக்குப் பயன்படுத்திக்கொள்ளலாம் என்றாள். இரண்டு நாள்கள் மட்டும். அதற்கடுத்து குழந்தைகளுக்கான கழிப்பறையைப் பயன்படுத்த வேண்டும் என்றாள். இதை ஒப்பந்தமாகச் செய்துகொண்டோம்.

அடுத்த இரண்டாம், மூன்றாம், நான்காம் நாள்களில், அதாவது வியாழக்கிழமை, வெள்ளிக்கிழமை மற்றும் சனிக்கிழமைகளில் சுவாரசியமாக எதுவும் நடக்கவில்லை.

ஐந்தாம் நாள், அது ஞாயிற்றுக்கிழமை. பலமாக மழைபெய்தது. பலமாக மழைபெய்வது எனக்குப் பிடிக்கும். எங்கும் வெண்ணிரைச்சல் கேட்பதுபோல. அது கிட்டத்தட்ட அமைதி. ஆனால் அதில் வெறுமை இல்லை.

மாடியில் என்னுடைய அறையில் உட்கார்ந்து வீதியில் மழைபெய்வதை பார்த்துக்கொண்டிருந்தேன். அவ்வளவு வேகமாக மழைநீர் விழுவது வெள்ளை ஒளித்துணுக்குகளாகத் தெரிந்தது (இது உவமை, உருவகம் அல்ல). அக்கம்பக்கத்தில் யாரையும் பார்க்க முடியவில்லை. ஏனென்றால் அனைவரும் வீட்டுக்குள் இருந்தனர். எனக்கு உலகத்தில் உள்ள அனைத்து நீரும் எப்படி ஒன்றோடு ஒன்று தொடர்புடையது என்று யோசிக்கத் தோன்றியது. இந்த மழைநீர், மெக்சிகோ வளைகுடாவில் இருந்தோ அல்லது பஃபின் விரிகுடாவில் இருந்தோ ஆவியாகி

வந்திருக்கலாம். இப்போது வீட்டின் முன்னே பெய்யும் இந்த மழை, வடிகால் வழியாகச் சாக்கடையில் கலந்து சுத்திகரிப்பு நிலையத்துக்குச் சென்று தூய்மையாக்கப்பட்டு மீண்டும் ஆற்றின் வழியாகக் கடலை அடையும்.

திங்கள்கிழமை மாலை, நிலவறையில் தண்ணீர் புகுந்துவிட்டதாக அப்பாவுக்கு யாரோவொரு பெண்ணிடமிருந்து தொலைபேசி வந்ததும் அதைச் சரிசெய்ய அவர் அவசரமாகப் புறப்பட வேண்டியதாகிவிட்டது.

இதுபோன்ற அவசர வேலைகளை ரோட்ரி கவனிப்பதே வழக்கம். ஏனென்றால் அவரது மனைவியும் குழந்தைகளும் சாமர்செட்டில் வசிக்கப் போய்விட்டார்கள். எனவே ரோட்ரிக்கு மாலை நேரங்களில் எதுவும் வேலை இருக்காது. ஸ்நூக்கர் விளையாடிக்கொண்டு, மது அருந்தியபடி தொலைக்காட்சி பார்த்துக்கொண்டு பொழுதைக் கழிப்பார், அவருக்கு மேல் வருமானம் ஏதாவது கிடைத்தால் அதை மனைவிக்கு அனுப்புவதன் மூலம் குழந்தைகளை நன்றாகப் பார்த்துக்கொள்ள முடியும். மேலும், அப்பா என்னைக் கவனித்துக்கொள்ள வேண்டும். ஆனால் இன்று இரண்டு அவசர வேலைகள் வந்துவிட்டன. எனவே அப்பா, என்னை ஒழுங்காக இருக்க வேண்டும், ஏதேனும் பிரச்சினை என்றால் அவருக்கு உடனே கைபேசியில் அழைக்க வேண்டும் என்று கூறிவிட்டு வண்டியை எடுத்துக்கொண்டு கிளம்பினார்.

எனவே நான், அவர் அறைக்குள் நுழைந்து அலமாரியைத் திறந்து கருவிகள் இருந்த பெட்டியை வெளியில் வைத்து, அந்தப் பெட்டியின் மூடியைத் திறந்தேன்.

கடிதங்களை எண்ணிப் பார்த்தேன். மொத்தம் 43 கடிதங்கள். அனைத்தும் ஒரே கையெழுத்தில் எனக்கு எழுதப்பட்டவை.

ஓர் உறையை எடுத்துப் பிரித்தேன்.

உள்ளே இந்தக் கடிதம் இருந்தது.

மே, 3

45/C, சேப்டர் சாலை
விட்டெஸ்டன்
லண்டன் NW2 5NG
0208 887 8907

ஒருவழியாக, புது ஃப்ரிட்ஜும் குக்கரும் வாங்கியாகிவிட்டது. பழைய பொருட்களைத் தூக்கி எறிவதற்காக வார இறுதியில் நானும் ரோஜரும் வண்டியை எடுத்துக்கொண்டு ஊரின் கடைக்கோடிக்குச் சென்றோம். பழைய மற்றும் வேண்டாத பொருட்களை அனைவரும் இங்கு எறிவார்கள். வெவ்வேறு வண்ணத்தில் மூன்று மிகப்பெரிய குப்பைத்தொட்டிகள். கண்ணாடிப் புட்டிகளுக்கு, மரப் பெட்டிகளுக்கு, இயந்திர எண்ணெய்க் கழிவுகள் மற்றும் தோட்டக் கழிவுகளுக்கு, வீட்டுச் சாமான்கள் மற்றும் பெரிய பொருட்களுக்கு என, (இதில் நாங்கள் பழைய ஃப்ரிட்ஜையும் குக்கரையும் வைத்துவிட்டு வந்தோம்).

பிறகு நாங்கள் இருவரும் மறுவிற்பனை செய்யும் கடைக்குச் சென்று புதிய குக்கரும் ஃப்ரிட்ஜும் வாங்கினோம். இப்போதுதான் வீடு கொஞ்சம் வீடாகத் தெரிகிறது.

நேற்றிரவு பழைய புகைப்படங்கள் சிலவற்றைப் பார்த்துக்கொண்டிருந்தேன், அது என்னை வருத்தத்தில் ஆழ்த்தியது. பிறகு உன்னுடைய புகைப்படம் ஒன்றைப் பார்த்தேன், இரண்டு கிறிஸ்துமஸுக்கு முன்பு வாங்கிய உன்னுடைய ரயில்வண்டி பொம்மையுடன் நீ விளையாடிக்கொண்டிருக்கும் புகைப்படம் அது. அதைப் பார்த்ததும் மீண்டும் மகிழ்ச்சி வந்துவிட்டது. ஏனென்றால் நாம் மகிழ்ச்சியாகக் கழித்த நல்ல தருணங்கள் அவை.

உனக்கு ஞாபகம் இருக்கிறதா, நீ அதோடு எப்படி நாள் முழுதும் விளையாடிக்கொண்டிருப்பாய், இரவில் படுக்கைக்குக்கூட செல்லமாட்டாய், அப்போதும்கூட விளையாடிக்கொண்டிருப்பாய். பிறகு நாங்கள் உனக்கு ரயில்வண்டியின் அட்டவணை பற்றி சொல்லிக் கொடுத்தோமே ஞாபகம் இருக்கிறதா, நீ உடனே உன் புகைவண்டிக்கான அட்டவணை ஒன்றைத் தயாரித்து கடிகாரம் ஒன்றை வைத்துக்கொண்டு, நேரப்படி உன்னுடைய ரயில் வண்டியை இயக்கினாய். அதோடு, மரத்தாலான ரயில்நிலையம் ஒன்றும் இருந்தது. அதைவைத்து ரயிலில் செல்ல விரும்புபவர்கள் எப்படி நிலையத்திற்குள் சென்று பயணச்சீட்டு வாங்கிக்கொண்டு ரயிலில் ஏறிக்கொள்வார்கள் என்று

விளக்கினோமே? பிறகு வரைபடத்தைக் காண்பித்து அதில் உள்ள இருப்புப் பாதைகளைப் பற்றியும் அவை எவ்வாறு அனைத்து நிலையங்களையும் இணைக்கின்றன என்றும் சொல்லிக் கொடுத்தோம். அதன்பிறகு நீ அந்தப் பொம்மைகளை வைத்துக்கொண்டு வாரக்கணக்கில் விளையாடினாய், நாங்கள் உனக்கு மேலும் மேலும் ரயில்வண்டி பொம்மைகளை வாங்கிக் கொடுத்தோம், அனைத்து வண்டிகளும் எங்கெங்கே போகின்றன என்று உனக்குத் தெரிந்திருந்தது.

இதை நினைத்துப் பார்க்கும்போது நன்றாக இருக்கிறது.

நான் இப்போது கிளம்பவேண்டும். இப்போது மதியம் மூன்றரை மணி. எப்போதும் சரியான மணியைத் தெரிந்துகொள்வது உனக்குப் பிடிக்குமென்று எனக்குத் தெரியும். நான் இப்போதுகூட்டுறவு அங்காடிக்குச் சென்று ஹாம் வாங்கவேண்டும். ரோஜர், தேநீர் அருந்தும்போது அதைச் சாப்பிடுவார். இந்தக் கடிதத்தை போகிற வழியில் அஞ்சலில் சேர்த்துவிடுவேன்.

அன்புடன்,
உன் அம்மா
XXXXXXXXX

பிறகு இன்னொரு உறையை பிரித்துப் பார்த்தேன். அதில் இருந்த கடிதம் இது.

ப்ளாட் எண் 1, 312,

லாசேன் சாலை
லண்டன் N8 5NG
0208 756 4321

அன்புள்ள க்றிஸ்டோஃபர்,

உன்னைவிட்டு நான் ஏன் விலகினேன் என்பதை ஒருநாள் என்னால் சரியாக விளக்க முடியும்போது சொல்வேன் என்று எழுதியிருந்தேன். இப்போது எனக்கு நிறைய நேரமிருக்கிறது. எனவே சோஃபாவில் இந்தக் கடிதத்தோடு உட்கார்ந்து, வானொலியை கேட்டுக்கொண்டு உனக்கு அந்த விளக்கத்தைக் கொடுக்க முயற்சி செய்யப் போகிறேன்.

க்றிஸ்டோஃபர், நான் நல்ல அம்மாவாக இருந்ததில்லை. ஒருவேளை, விஷயங்கள் வேறுமாதிரி இருந்திருந்தால், ஒருவேளை, நீ வேறுமாதிரி

இருந்திருந்தால், நான் அதைச் சரியாகச் செய்திருப்பேனோ என்னவோ. ஆனால் இது இப்படித்தான் இருக்கிறது.

நான், உன் அப்பாவைப்போல் இல்லை. உன் அப்பா மிகப் பொறுமைசாலி. ஒரு முயற்சியில் ஈடுபட்டு அது அவரை வருத்தினால் வெளியில் காண்பித்துக்கொள்ள மாட்டார். ஆனால் நான் அப்படி இல்லை, என்னை மாற்றிக்கொள்ள என்னால் எதுவும் செய்ய முடியவில்லை.

ஒருமுறை, பொருட்களை வாங்க நகரத்துக்குச் சென்றோமே, ஞாபகம் இருக்கிறதா? பென்டால்ஸ் அங்காடிக்குச் சென்றோம். அன்று நிறையகூட்டம் இருந்தது. நாம், பாட்டிக்கு கிறிஸ்துமஸ் பரிசு வாங்கவேண்டும். கடையில் இருந்தகூட்டத்தைப் பார்த்து நீ பயந்துவிட்டாய். அது கிறிஸ்துமஸ் விற்பனையின் நடுப்பகுதி நாள் என்பதால் அனைவரும் நகரத்தில் குவிந்திருந்தனர். நான் என்னுடன் பள்ளியில் படித்தவரும், அந்தக்கடையில் சமையல் உபகரணத் தளத்தில் வேலை பார்ப்பவருமான திரு. லேண்ட் என்பவரிடம் பேசிக்கொண்டிருந்தேன். நீ கைகளால் காதை மூடிக்கொண்டு அனைவரும் போய்வரும் பாதையில் குறுகிப் படுத்துவிட்டாய். எனக்குக் கோபம் வந்தது. ஏனென்றால் எனக்கும் கிறிஸ்துமஸ் சமயங்களில் கடைக்குச் செல்வது பிடிக்காது, ஒழுங்காக நடந்துகொள் என்று சொல்லியபடி, உன்னைத் தூக்கவும் நகர்த்தவும் முயற்சி செய்தேன். ஆனால் நீ கத்தியபடி அங்கே பொருட்கள் அடுக்கி வைக்கப்பட்டிருந்த அலமாரியை உதைத்ததில், பொருட்கள் அனைத்தும் சரிந்து விழுந்து நொறுங்கின. அனைவரும் என்ன நடக்கிறதென்று திரும்பிப் பார்த்தார்கள். திரு.லேண்ட் உண்மையில் நல்லமுறையில் நடந்துகொண்டார். அட்டைப்பெட்டிகள் மற்றும் கண்ணாடிக் கிண்ணங்களின் உடைந்த பகுதிகள் தரையில் சிதறிக்கிடந்தன, அனைவரும் வெறித்துப் பார்த்துக்கொண்டிருந்தார்கள், நான் உன்னைப் பார்த்தபோது நீ கால்சராயை நனைத்துவிட்டிருந்தாய், எனக்குக் கோபம் அதிகரித்தது, உன்னை கடைக்கு வெளியேகூட்டிச் செல்லலாம் என்றால் நீ என்னை தொடக்கூட அனுமதிக்கவில்லை. தரையில் படுத்துக் கைகளையும் கால்களையும் தரையில் அடித்தபடி கத்திக்கொண்டிருந்தாய். அந்தநேரத்தில், மேலாளர் வந்து என்ன நடக்கிறதென்று விசாரிக்கத் தொடங்கினார். நான் அவமானத்தின் உச்சியிலிருந்தேன். மேலும், உடைந்துபோன இரண்டு மிக்சிகளுக்குக் காசுகொடுக்க வேண்டியதாயிற்று, நீ கத்துவதை நிறுத்தும்வரை நான் காத்திருந்தேன். அதன்பிறகு உன்னை அழைத்துக்கொண்டு வீடுவரை

நடந்தே வந்தோம். ஏனென்றால் நீ மறுபடியும் பேருந்தில் ஏறமாட்டாய் என்று எனக்குத் தெரியும்.

அந்த இரவு முழுக்க நான் அழுதேன், அழுதேன், அப்படி அழுதேன். எனக்கு அது ஞாபகமிருக்கிறது. உன் அப்பா அன்று என்னிடம் முதலில் பொறுமையாக நடந்துகொண்டார். உனக்கு இரவு உணவைத் தயாரித்துக் கொடுத்து, உன்னைப் படுக்க வைத்துவிட்டு, இதெல்லாம் நடக்கக்கூடியதே, அனைத்தும் சரியாகிவிடும் என்று என்னிடம் சொன்னார். ஆனால் நான், இதற்குமேல் என்னால் தாங்கமுடியாது என்று சொன்னதும் இயல்பாகவே அவருக்கும் கோபம் வந்து, என்னை முட்டாள் என்றும் நான் இதைக்கடந்து இயல்புநிலைக்கு வரவேண்டும் என்றும் கத்தினார், நான் அவரை அடித்தேன். அது தவறுதான். ஆனால் நான் வருத்தத்தில் இருந்தேன்.

எங்களுக்குள் இதைப்போல நிறைய வாக்குவாதங்கள் நடந்திருக்கின்றன. ஏனென்றால், நான் பலமுறை இதற்குமேல் என்னால் தாங்கமுடியாது என்று நினைத்திருக்கிறேன். உன் அப்பா மிகவும் பொறுமையுள்ளவர், நான் அப்படி இல்லை. நான் விரும்பாவிட்டாலும்கூட எனக்குக் கோபம் வரும். காலப்போக்கில் நாங்கள் பேசிக்கொள்வதை நிறுத்தி விட்டிருந்தோம். ஏனென்றால் பேசினால் அது வாக்குவாதத்தில் முடியப்போகிறது, அதற்கு முடிவேதும் இல்லை. நான் அதிகமாகத் தனிமையை உணரத் தொடங்கினேன்.

அப்போதுதான் ரோஜருடன் அதிகநேரம் செலவழிக்கத் தொடங்கினேன். உண்மையில், பெரும்பாலான நேரங்கள் ரோஜர் மற்றும் எய்லீனுடன் கழிந்தது. ஆனால் நான் மட்டும் ரோஜரைத் தனியாகச் சந்திக்கத் தொடங்கினேன். ஏனென்றால் அவருடன் என்னால் பேசமுடிந்தது. உண்மையில், அவருடன் மட்டுமே என்னால் பேசமுடிந்தது. அவருடன் இருக்கும்போது நான் தனிமையை உணரவில்லை.

உனக்கு இதெல்லாம் புரியாது என்று எனக்குத் தெரியும். ஆனால் நான் உனக்கு விளக்க விரும்புகிறேன், நீ தெரிந்துகொள்ள வேண்டும். ஒருவேளை, இப்போது புரியாவிட்டாலும்கூட, நீ இந்தக் கடிதத்தை மீண்டும் ஒருநாள் படிக்கலாம் அப்போது உனக்குப் புரியும்.

பிறகு ரோஜர், ஒருநாள் தனக்கும் எய்லீனுக்கும் இடையில் காதல் இல்லை என்று சொன்னார், காதல் முடிந்துபோய் வெகுநாள் ஆகிவிட்டது என்றார். அதாவது, அவரும் தனிமையில் இருக்கிறார்.

எங்களுக்கிடையில் நிறைய விஷயங்கள் பொருத்தமாக இருந்தன. பிறகு, நாங்கள் ஒருவரை ஒருவர் நேசிக்கிறோம் என்று உணர்ந்தோம். நான், உன் அப்பாவைவிட்டுப் பிரிந்து வந்தால் இருவரும் ஒரே வீட்டில் வசிக்கலாம் என்றார். ஆனால் நான் உன்னைவிட்டு வரமுடியாது என்றேன். அது அவருக்கு வருத்தமாக இருந்தாலும் நீ எனக்கு எவ்வளவு முக்கியம் என்பதைப் புரிந்துகொண்டார்.

அதன்பிறகு உனக்கும் எனக்கும் ஒரு சண்டை நடந்தது, ஞாபகம் இருக்கிறதா? ஒருநாள் மாலை உன்னுடைய இரவு உணவுகுறித்து அது நடந்தது. நான் உனக்குச் சமைத்து வைத்திருந்ததை நீ சாப்பிடமாட்டேன் என்று அடம்பிடித்தாய். நீ ஏற்கெனவே பலநாளாகச் சாப்பிடவில்லை, மெலிந்து போயிருந்தாய். மேலும், நீ கத்தத் தொடங்கியவுடன் எனக்குக் கோபம் வந்து நான் உணவைத் தூக்கி எறிந்தேன், அது அறை முழுவதும் சிதறிக்கிடந்தது. நான் அப்படிச் செய்திருக்கக்கூடாது. நீ காய்கறி வெட்டும் பலகையைத் தூக்கி அடித்ததில் அது என் பாதத்தில் பட்டு எலும்பு முறிந்தது. பிறகு, மருத்துவமனைக்குச் சென்று காலில் கட்டுப் போட்டுக்கொண்டு வந்தோம். வீட்டுக்கு வந்ததும் மீண்டும் எனக்கும் உன் அப்பாவுக்கும் பெரிய சண்டை தொடங்கியது. நான் உன்மேல் கோபப்பட்டது தவறு என்றார். உனக்கு என்ன விருப்பமோ அதைத் தரவேண்டும் என்றார். அது வெறும் லெட்டூஸ் அல்லது ஸ்ட்ராபெர்ரி பால் மட்டுமே என்றாலும் அதைத் தரவேண்டும் என்றார். நான் உனக்கு ஆரோக்கியமான உணவைத் தர விரும்புவதாகச் சொன்னேன். உன் அப்பா, உன்னால் அதைப் புரிந்துகொள்ள முடியாது என்றார். நானும் அதைப் புரிந்துகொள்ள முடியாது என்றேன். இதைச் சொல்லும்போது என் கட்டுப்பாட்டை இழந்திருந்தேன். உன் அப்பா, அவரால் கோபத்தைக் கட்டுப்படுத்திக்கொள்ள முடியும்போது என்னால் ஏன் முடியவில்லை என்றார். இப்படியே இது தொடர்ந்தது.

என்னால் ஒரு மாதத்திற்குச் சரியாக நடக்க முடியவில்லை. உனக்கு ஞாபகம் இருக்கிறதா? உன் அப்பா உன்னைக் கவனித்துக்கொண்டார். நான் உங்கள் இருவரையும் பார்த்துக்கொண்டிருந்தது ஞாபகமிருக்கிறது, உங்கள் இருவரையும் சேர்த்துப் பார்க்கும்போது, நீ அவருடன் வேறுமாதிரி நடந்துகொள்வது புரிந்தது, மிகவும் அமைதியாக இருந்தாய். உங்களுக்குள் சண்டை வருவதில்லை. அது என்னை மேலும் வருத்தியது, உனக்கு நான் தேவையில்லை என்று தோன்றியது. அது ஏனோ, உனக்கும் எனக்கும் சண்டை நடக்கும் தருணங்களைவிட

மோசமானதாக இருந்தது, ஏனென்றால் நான் அங்கே இருப்பதே யாருக்கும் தெரியவில்லை.

அநேகமாக, அந்தத் தருணத்தில்தான் நீங்கள் இருவர் மட்டுமே சேர்ந்து இருப்பதும் நான் அங்கே இல்லாமல் இருப்பதுமே சரியானது என்று எனக்குத் தோன்றியிருக்க வேண்டும். அப்படியென்றால், உன் அப்பா உன்னை மட்டும் கவனித்துக்கொண்டால்போதும், இருவரையும் கவனித்துக்கொள்ள வேண்டாம்.

அப்போது ரோஜர், தான் வங்கியில் இடமாற்றலுக்காக விண்ணப்பித்திருப்பதாகச் சொன்னார். அதாவது, லண்டனுக்கு மாற்றல் கிடைக்குமா என்று கேட்டிருப்பதாகச் சொன்னார், அவர் கிளம்பப் போகிறார். தன்னுடன் வந்துவிட விருப்பமா என்று கேட்டார். நான் இதைப்பற்றி நிறைய நாள் யோசித்தேன், க்றிஸ்டோஃபர். சத்தியமாக யோசித்தேன். என்னால் தாங்கமுடியவில்லை, நான் கிளம்புவது நம் எல்லோருக்கும் நல்லது என்று தோன்றியது. எனவே அவரிடம் சரி என்று சொல்லிவிட்டேன்.

நான் உன்னிடம் விடைபெற விரும்பினேன், நீ பள்ளியிலிருந்து வந்திருக்கும் நேரம் மறுபடி வந்து சில துணிமணிகளை எடுத்துச்செல்ல நினைத்தேன். அப்போது உன்னிடம், நான் ஏன் இதைச் செய்கிறேன் என்று விளக்க விரும்பினேன், நான் அடிக்கடி வந்து உன்னைப் பார்ப்பேன், விரும்பினால் நீ லண்டன் வந்து சிலநாள் எங்களுடன் தங்கலாம் என்று சொல்ல விரும்பினேன். ஆனால் உன் அப்பாவிடம் தொலைபேசியில் விஷயத்தைச் சொன்னதும் நான் திரும்பி வரவேகூடாது என்று சொல்லிவிட்டார். கோபமாக இருந்தார். நான் உன்னுடன் பேசக்கூடாது என்று சொல்லிவிட்டார், எனக்கு என்ன செய்வதென்று தெரியவில்லை. நான் சுயநலத்துடன் நடந்துகொள்கிறேன், இனி அந்த வீட்டுக்குள் நான் காலடி எடுத்து வைக்கக்கூடாது என்றார். நான் இதுவரை காலடி எடுத்து வைக்கவில்லை. ஆனால் உனக்கு இந்தக் கடிதங்களை எழுதுகிறேன்.

இதெல்லாம் உனக்குப் புரியுமா என்று ஆச்சரியமாக இருக்கிறது. இது உனக்குச் சங்கடமாக இருக்கும். ஆனால் உனக்கும் சில விஷயங்கள் புரியும் என்று நம்புகிறேன்.

க்றிஸ்டோஃபர், நான் உன்னைக் காயப்படுத்த விரும்பியதே இல்லை. நான் செய்ததே நம் எல்லோருக்கும் நல்லது. நல்லது என்றே நம்புகிறேன். இதில் உன் தவறு எதுவும் இல்லை என்று உனக்குத் தெரியவேண்டும்.

இரவில் நாய்க்கு நடந்த விநோத சம்பவம் | 133

அனைத்தும் நல்லபடியாக மாறிவிட்டதாக நான் கனவு காண்பதுண்டு. உனக்கு ஞாபகமிருக்கிறதா, நீ விண்வெளி வீரனாக வேண்டும் என்று சொல்வாயே? நானும் நீ விண்வெளி வீரனாகிவிட்டதுபோல், உன்னைத் தொலைக்காட்சியில் பார்ப்பதுபோல், அது என் மகன் என்று சொல்வதுபோல் கனவு காண்கிறேன். நீ இன்னமும் கணிதப் பயிற்சி செய்கிறாயா? செய்வாய் என்று நம்புகிறேன்.

க்றிஸ்டோஃபர், தயவுசெய்து எனக்குப் பதில் எழுது அல்லது என்னைத் தொலைபேசியில் அழை. தொலைபேசி எண்ணை கடிதத்தின் ஆரம்பத்தில் எழுதியிருக்கிறேன்.
அன்பு முத்தங்களுடன்,
உன் அம்மா.
XXXXXXXXX

பிறகு மூன்றாவது உறையைப் பிரித்தேன். அதில் இருந்த கடிதம்

18, செப்டம்பர்

ப்ளாட் எண் 1,
312, லாசேன் சாலை
லண்டன் N8 5NG
0208 756 4321

அன்புள்ள க்றிஸ்டோஃபர்,

உனக்கு வாரம் தவறாமல் எழுதுவேன் என்று சொன்னேன். அதன்படியே எழுதிக்கொண்டிருக்கிறேன். உண்மையில், இந்த வாரம் எழுதும் இரண்டாவது கடிதம் இது. ஆகவே, நான் சொன்னதைவிட சிறப்பாகச் செயல்பட்டுக்கொண்டிருக்கிறேன்.

எனக்கு வேலை கிடைத்துவிட்டது! நான் இப்போது கேம்டனில் உள்ள பெர்கின் & ரஷித் நிறுவனத்தில் வேலை பார்க்கிறேன். இது மதிப்பீடுகள் செய்துகொடுக்கும் நிறுவனம். அதாவது இவர்கள், வீடுகளைப் பார்த்து அதன் மதிப்பு என்ன, அதில் என்னென்ன வேலைகள் செய்யவேண்டும், அதற்கு எவ்வளவு ஆகும் என்று மதிப்பிடுவார்கள். அதேபோல புதிய வீடுகள், அலுவலகங்கள் மற்றும் தொழிற்சாலைகள் அமைக்க எவ்வளவு ஆகும் என்றும் கணக்கிட்டுச் சொல்வார்கள்.

இது நல்ல வேலை. இங்கே இன்னொரு காரியதரிசியாக இருப்பவள் ஆன்ஜி. அவள் மேசை முழுக்க கரடி பொம்மைகள், மற்ற பஞ்சுப் பொம்மைகள், அவளது குழந்தைகளின் படங்கள் வைக்கப்பட்டிருக்கும்

(நானும் உன் படத்தை என் மேசைமேல் வைத்திருக்கிறேன்). மிகவும் நல்லவள், நானும் அவளும் சேர்ந்து மதிய உணவுக்குச் செல்வோம்.

எவ்வளவு நாள் இங்கே வேலை பார்ப்பேன் என்று தெரியாது, மதிப்பீடுகளை வாடிக்கையாளர்களுக்கு அனுப்பும்போது, நிறைய எண்களைக்கூட்டல் செய்து எழுத வேண்டியுள்ளது, நான் இதில் சிறந்தவள் அல்ல (நீயாக இருந்தால் என்னைவிட சிறப்பாகச் செய்வாய்!).

இந்த நிறுவனம் இரண்டு நபர்களால் நடத்தப்படுகிறது, திரு. பெர்கின் மற்றும் திரு. ரஷித். திரு. ரஷித் பாகிஸ்தானைச் சேர்ந்தவர், கண்டிப்பானவர், வேலை சீக்கிரம் முடியவேண்டும் என்று எதிர்பார்ப்பவர். பெர்கின் மோசமான ஆள் (ஆன்ஜி அவரை பெர்வி பெர்கின் என்று சொல்வாள்). அவர், என் பக்கத்தில் வந்து நின்று ஏதாவது கேள்வி கேட்கும்போதெல்லாம் என் தோளில் கைபோட்டு, அவர் பற்பசையின் நாற்றம் எனக்குத் தெரியும்படி குனிந்து, முகத்தின் அருகே வந்து பேசுவார், இது என்னைக் கூசவைக்கிறது. சம்பளமும் அதிகமில்லை. ஆகவே வாய்ப்புக் கிடைத்தால் மாறிவிட வேண்டும்.

நேற்று அலெக்ஸாண்ட்ரா அரண்மனை வரை சென்றிருந்தேன். அது எங்கள் வீட்டின் பக்கத்தில் இருக்கும் மிகப்பெரிய பூங்கா, அந்தப் பூங்காவே பெரிய மலை, உச்சியில் மிகப்பெரியகூடம் இருக்கிறது. அதைப் பார்க்கும்போது உன் ஞாபகம் வந்தது. நீ இங்கே வந்தால் இந்த இடத்துக்கு வந்து நாம் இருவரும் சேர்ந்து பட்டம் விடலாம் அல்லது ஹீத்ரு விமான நிலையத்தில் இருந்து பறக்கும் விமானங்களை ரசிக்கலாம், இது உனக்குப் பிடிக்கும் என்று எனக்குத் தெரியும்.

நான் இப்போது கிளம்பவேண்டும், க்றிஸ்டோஃபர். என் மதிய உணவு இடைவேளையில் இதை எழுதிக்கொண்டிருக்கிறேன் (ஆன்ஜிக்கு ஃப்ளூ ஜுரம் விடுமுறையில் இருக்கிறாள். எனவே நாங்கள் சேர்ந்து சாப்பிட முடியவில்லை) தயவுசெய்து நீ எப்படி இருக்கிறாய், பள்ளியில் என்ன செய்துகொண்டிருக்கிறாய் என்று எனக்கு எழுது.

நான் அனுப்பிவைத்த பரிசு உனக்குக் கிடைத்திருக்கும் என்று நம்புகிறேன். அதில் விளையாடி ஜெயித்துவிட்டாயா? கேம்டனில் உள்ள கடையில் ரோஜரும் நானும் அதை உனக்காக வாங்கினோம், உனக்குப் புதிர்கள் என்றால் பிடிக்கும் என்று எனக்குத் தெரியும். ரோஜர், அதை அட்டைப் பெட்டிக்குள் வைத்து மூடும் முன்பு இரண்டு

மரத்துண்டுகளையும் பிரித்தெடுக்க முயற்சி செய்துபார்த்தார். அவரால் முடியவில்லை. உன்னால் முடிந்தால் நீ மிகப்பெரிய அறிவாளி என்றார்.

நிறைய அன்புடன்,
உன் அம்மா,
XXXXXXXXX

இது நான்காவது கடிதம்.

23, ஆகஸ்ட்

ப்ளாட் எண் 1,
312, லாசேன் சாலை
லண்டன் N8 5NG
0208 756 4321

அன்புள்ள க்றிஸ்டோஃபர்,

சென்ற வாரம் எழுத முடியவில்லை, மன்னித்துவிடு. பல் மருத்துவரைப் பார்த்து என் இரண்டு கடைவாய்ப் பற்களை எடுக்க வேண்டி இருந்தது. உன்னைப் பல் மருத்துவரிடம் அழைத்துச் சென்றது உனக்கு ஞாபகமிருக்காது. யாரையும் உன் வாய்க்குள் கைவைக்க நீ அனுமதிக்க மாட்டாய், எனவே உன்னைத் தூங்க வைத்தபின் பல்லை எடுக்கவேண்டி இருந்தது. ஆனால் என்னை இவர்கள் தூங்க வைக்கவில்லை, மரத்துப்போகச் செய்யும் மருந்தை மட்டும் செலுத்தினார்கள். அதாவது, குறிப்பிட்ட இடத்தில் செலுத்தினால் வாயில் உணர்ச்சி எதுவும் இருக்காது, அது நல்லது. ஏனென்றால் மருத்துவர் என் தாடை எலும்பைத் துளைத்து, பல்லை வெளியே எடுத்தார். வலியே தெரியவில்லை, சிரித்துக்கொண்டிருந்தேன். காரணம், மருத்துவர் குனிந்தும் வளைந்தும் என் வாய்க்குள் பார்க்க வேண்டியிருந்தது எனக்குச் சிரிப்பை வரவழைத்தது. ஆனால் வீட்டுக்குள் நுழைந்ததும் வலி தொடங்கியது, இரண்டு நாள் சோஃபாவிலேயே படுத்துக்கொண்டு நிறைய வலிநீக்கும் மாத்திரைகளைச் சாப்பிட்டேன்.

இதற்குமேல் நான் படிக்கவில்லை, ஏனென்றால் என் உடல்நிலை சரியில்லை என்று உணர்ந்தேன்.

அம்மாவுக்கு மாரடைப்பு எதுவும் வரவில்லை. அம்மா இறக்கவும் இல்லை. அம்மா உயிருடன் இருந்திருக்கிறாள். அப்பா பொய் சொல்லியிருக்கிறார்.

இதற்கு வேறு விளக்கங்கள் இருக்க முடியுமா என்று ஆழ்ந்து யோசித்தேன், ஆனால் எதுவும் தோன்றவில்லை. அதன்பிறகு என்னால் எதுவும் யோசிக்க முடியவில்லை. ஏனென்றால் என் மூளை சரியாக வேலை செய்யவில்லை.

மயக்கம் வருவதுபோல் இருந்தது. அந்த அறை ஊஞ்சல்போல ஆடுவதாகத் தோன்றியது. உயரமான கட்டடத்தின் உச்சியில் அந்த அறை இருப்பது போலவும் அந்தக் கட்டடம் காற்றில் முன்னும் பின்னுமாக அசைவது போலவும் இருந்தது (இதுவும் உவமை). ஆனால் அறை முன்னும் பின்னுமாக அசையவில்லை என்று எனக்குத் தெரியும், என் தலைக்குள் ஏதோ நடக்கிறது.

படுக்கையில் பந்துபோல சுருண்டு படுத்துக்கொண்டேன்.

வயிறு வலிக்கிறது.

பிறகு என்ன நடந்தது என்று எனக்குத் தெரியாது. ஏனென்றால் என் ஞாபகத்தில் இடைவெளி ஏற்பட்டது, ஒலிநாடாவின் துண்டுப்பகுதி அழிக்கப்பட்டது போல. ஆனால் நிறையநேரம் கடந்திருக்க வேண்டும். ஏனென்றால் கண்ணைத் திறந்து பார்த்தபோது சன்னலுக்கு வெளியே இருட்டாக இருந்தது. என் உடல்நிலை சரியில்லாமல் இருக்கிறது. ஏனென்றால் படுக்கை முழுவதும் கையிலும் முகத்திலும் வாந்தி ஒட்டிக்கொண்டிருந்தது.

ஆனால் இதற்கு முன்பே அப்பா வீட்டுக்குள் நுழைந்து என் பெயரைக் கூப்பிட்டது கேட்டது, நிறையநேரம் ஆகிவிட்டது என்று நான் தெரிந்துகொண்டதற்கு இதுவும் காரணம்.

ஆனால் வித்தியாசமாக இருந்தது என்னவென்றால் அவர் என்னை "க்றிஸ்டோஃபர்...? க்றிஸ்டோஃபர்...?" என்று கூப்பிட அது எனக்கு எழுத்தாகத் தெரிந்தது. பல சமயங்களில் யாராவது பேசும்போது அது எனக்குக் கணினித்திரையில் தட்டச்சிட்டது போல் தெரியும். குறிப்பாக, வேறு அறையிலிருந்து பேசினால். ஆனால் இது கணினித்திரையில் இல்லை, பேருந்தின் பக்கவாட்டில் இருக்கும் விளம்பரங்களில் வருவதுபோல பெரிய எழுத்தில் இருந்தது. அது, அம்மாவின் கையெழுத்தாக இருந்தது, இதைப்போல.

Christopher Christopher

பிறகு அப்பா, மேலே வந்து அறைக்குள் நுழைவது தெரிந்தது.

“க்றிஸ்டோஃபர், என்ன செய்துகொண்டிருக்கிறாய்?” என்றார். அவர் அறைக்குள் இருந்தார் என்று எனக்குத் தெரியும். ஆனால் அவர் குரல் மெல்லியதாக தூரத்தில் இருந்தது. யாராவது எனக்குப் பக்கத்தில் இருப்பதை விரும்பாமல் நான் முனகிக்கொண்டிருக்கும்போது கேட்பதுபோல இருந்தது.

“நீ என்ன செய்து…? அது என் அலமாரி, க்றிஸ்டோஃபர். அது… ஓ… கடவுளே… ஷிட், ஷிட், ஷிட், ஷிட்.” என்றார்.

சிறிதுநேரம் எதுவும் பேசாமல் இருந்தார்.

கைகளை என் தோள்மீது வைத்து என்னைத் திருப்பி, “ஓ… க்றிஸ்ட்,” என்றார். ஆனால் அவர் என்னைத் தொட்டது எனக்கு வித்தியாசமாகப் படவில்லை. எப்போதும் அப்படியிருக்காது. அந்த அறையில் நடப்பது திரைப்படம் போலத் தோன்றியது, அவர் என்னைத் தொடுவதை என்னால் பார்க்க முடிந்தது. ஆனால் அவர் என்னைத் தொடுவதை என்னால் சரியாக உணர முடியவில்லை. எனக்கு எதிரிலிருந்து காற்று வீசுவது போல இருந்தது.

மீண்டும் சிறிதுநேரம் எதுவும் பேசாமல் இருந்தார்.

பிறகு, “என்னை மன்னித்துவிடு, க்றிஸ்டோஃபர். என்னை மன்னித்துவிடு,” என்றார்.

பிறகு, “நீ அந்தக் கடிதங்களைப் படித்துவிட்டாய்,” என்றார்.

பின், அவர் அழுதுகொண்டிருப்பது எனக்குக் கேட்டது. சளி பிடித்தவர்கள் மூக்கடைத்துக்கொண்டு உறிஞ்சுவதுபோல் சத்தம் வந்தது.

பிறகு “உன் நல்லதுக்காகவே அப்படிச் செய்தேன், க்றிஸ்டோஃபர். உண்மையாகவே அதற்குத்தான். பொய் சொல்லவேண்டும் என்று அப்படிச் சொல்லவில்லை. நான் நினைத்தது… உனக்குத் தெரியாமல் இருந்தால் நல்லது என்று நினைத்து… அதனால்… அதனால்… நான் வேண்டுமென்று செய்யவில்லை… நீ வளர்ந்தபிறகு உன்னிடம் காண்பிக்கலாம் என்று நினைத்தேன்.”

மீண்டும் அமைதியாக இருந்தார்.

பிறகு, "அது விபத்து," என்றார்.

பின் மீண்டும் அமைதியாக இருந்தார்.

பிறகு "எனக்கு என்ன சொல்வதென்று தெரியவில்லை... நான் மோசமான நிலையில் இருந்தேன். அவள் கடிதம் எழுதி வைத்துவிட்டு... பிறகு தொலைபேசியில்... நான் அவள் மருத்துவமனையில் இருக்கிறாள் என்று ஏன் சொன்னேன் என்றால்... எனக்கு எப்படிச் சொல்வதென்று தெரியவில்லை. இது சிக்கலானது. கடினமானது... நான்... மருத்துவமனையில் இருக்கிறாள் என்று சொல்லிவிட்டேன். அது உண்மை இல்லை என்று எனக்குத் தெரியும். ஆனால் அப்படிச் சொல்லிவிட்டேன்... பிறகு... பிறகு... என்னால் மாற்றிச்சொல்ல முடியவில்லை. உனக்குப் புரிகிறதா... க்றிஸ்டோஃபர்...? க்றிஸ்டோஃபர்...? நான்... நான் என் கட்டுப்பாட்டில் இல்லை. ஆனால் நான் விரும்பியது..."

பிறகு வெகுநேரம் அமைதியாக இருந்தார்.

பிறகு மீண்டும் என் தோளைத் தொட்டார், "க்றிஸ்டோஃபர், உன்னை சுத்தப்படுத்த வேண்டும் சரியா?"

என் தோளை மெதுவாக அசைத்தார், நான் நகரவில்லை.

"நான் உனக்காகத் தண்ணீரைச் சுடவைக்கிறேன், பிறகு வந்து உன்னைக் குளியலறைக்கு அழைத்துச் செல்வேன், சரியா? பிறகு இந்தத் துணிகளை எல்லாம் துவைத்துவிடலாம்."

பிறகு அவர் எழுந்து குளியலறைக்கு நடந்து செல்வதும் தண்ணீரைத் திறந்துவிடுவதும் தொட்டியில் தண்ணீர் நிரம்புவதும் கேட்டது. சிறிது நேரத்திற்கு அவர் வரவில்லை. பிறகு வந்து மறுபடி என் தோளைத் தொட்டு, "நிதானமாக இதைச் செய்யலாம் க்றிஸ்டோஃபர். உன்னை உட்கார வைத்து, உடைகளைக் கழற்றலாம், பிறகு குளிக்கச் செல்லலாம், சரியா? நான் உன்னைத் தொடவேண்டி இருக்கும், ஆனால் ஒன்றும் தவறாக நடக்காது," என்றார்.

பிறகு என்னைத் தூக்கி கட்டிலின் விளிம்பில் உட்கார வைத்தார். என் மேலாடை, சட்டையைக் கழற்றி படுக்கை மீது போட்டார். என்னை நிற்கவைத்து குளியலறைக்கு அழைத்துச் சென்றார். நான் கத்தவில்லை. அவருடன் சண்டை போடவில்லை. அவரை அடிக்கவும் இல்லை.

163. சிறுவயதில், நான் முதலில் பள்ளிக்குச் சென்றபோது எனக்கு வகுப்பாசிரியராக இருந்தவர் பெயர் ஜூலி. ஏனென்றால் அப்போது ஷெவோன் பள்ளியில் வேலைக்குச் சேரவில்லை. எனக்குப் பன்னிரண்டு வயதாகும்போது அவள் எங்கள் பள்ளிக்கு வந்தாள்.

ஒருநாள் ஜூலி, என் மேசைக்கருகில் உட்கார்ந்துகொண்டு ஸ்மார்ட்டீஸ் சாக்லேட் குழாயை மேசைமேல் வைத்து, "க்றிஸ்டோஃபர் இது என்னவென்று நினைக்கிறாய்?" என்று கேட்டாள்.

நான் "இது ஸ்மார்ட்டீஸ்," என்றேன்.

அவள் உடனே அந்தக் குழாயின் மூடியைக் கழற்றித் தலைகீழாகக் கவிழ்த்ததும் உள்ளிருந்து சிறிய சிவப்புநிற பென்சில் வெளிவந்தது, அவள் சிரித்துக்கொண்டே, "இது ஸ்மார்ட்டீஸ் இல்லை, பென்சில்," என்றாள்.

மறுபடி பென்சிலை உள்ளே வைத்து மூடினாள்.

பிறகு, "உன் மம்மி இப்போது இங்கே வந்து, அவரிடம் இந்தக் கேள்வி கேட்கப்பட்டால், அவர் என்ன சொல்வார் என்று நினைக்கிறாய்?" என்று கேட்டாள்.

நான் முன்பெல்லாம் அம்மாவை, மம்மி என்று அழைத்துக்கொண்டிருந்தேன், அம்மா என்று அல்ல.

நான் "பென்சில்," என்றேன்.

ஏனென்றால், என்னுடைய சிறுவயதில் எனக்கு மற்றவர் மனதைப் புரிந்துகொள்ளத் தெரியாது. அது எனக்கு மிகவும் கடினமான வேலையாக இருக்கும் என்று ஜூலி என்னுடைய

அம்மா அப்பாவிடம் சொன்னாள். ஆனால் இப்போது எனக்கு அது கடினமான வேலையாக இல்லை. ஏனென்றால் நான் அதை ஒருவகைப் புதிர் என்று முடிவு செய்துவிட்டேன். ஒரு விஷயம் புதிர் என்றால் அதைத் தீர்க்கும் வழியும் இருக்கும்.

அது கணினியைப் போல. மனிதர்கள் தங்களிலிருந்து கணினி வேறுபட்டது என்று நினைக்கிறார்கள். ஏனென்றால் அவற்றுக்கு மனம் என்பது இல்லை. ஆனால் ட்யூரிங் சோதனையின்படி, அவற்றால் நம்முடன் பருவநிலை பற்றி, ஒயினைப் பற்றி, இத்தாலி எப்படி இருக்கிறது என்பது பற்றி உரையாட முடியும். அவற்றால் நகைச்சுவையைக்கூட சொல்ல முடியும்.

ஆனால் மனம் என்பது சிக்கலான இயந்திரம் மட்டுமே.

நாம் கண்களால் பொருட்களைப் பார்க்கும்போது, நம் தலைக்குள் இருக்கும் ஒருவர் ஜன்னலின் வழியாகப் பார்ப்பதுபோல நாம் கண்களால் பார்க்கிறோம் என்று நினைக்கிறோம். ஆனால் அப்படி இல்லை, கணினியின் திரைபோல நம் தலைக்குள் உள்ள திரையையே பார்க்கிறோம்.

இதை எப்படிச் சொல்கிறேன் என்றால், தொலைக்காட்சியில் **'மனம் எப்படி வேலை செய்கிறது'** என்ற தொடரில் பரிசோதனை ஒன்றைப் பார்த்தேன். அதில் உங்கள் தலை அசைய முடியாதபடி நிறுத்தி வைக்கப்பட்டு எதிரில் உள்ள திரையில் சிலவரிகள் காண்பிக்கப்படும். பார்ப்பதற்கு அவை சாதாரணமான எழுத்துகள், எதுவும் மாறாது. ஆனால் சிறிதுநேரத்தில் நீங்கள் படித்துக்கொண்டிருக்கும்போது ஏதோ வித்தியாசமாக உணர்வீர்கள். ஏனென்றால் இதற்குமுன் நீங்கள் படித்த பகுதி இப்போது வேறாக இருக்கும்.

இது ஏனென்றால், பார்வை ஓரிடத்தில் இருந்து மற்றோர் இடத்திற்கு நகரும் இடைவெளியில் நீங்கள் எதையும் பார்க்க முடியாது. அப்போது நீங்கள் பார்வையற்றவர். இதற்கு கண்நகர்ச்சி என்று பெயர். நகர்ச்சிக்கு இடையிலும் உங்கள் கண் பார்க்கத் தொடங்கினால் நீங்கள் மயக்கமாக உணர்வீர்கள். இந்தச் சோதனையில் உள்ள கருவி உங்கள் கண்நகர்ச்சியை கண்காணிக்கிறது. அப்படி நகரும்போது அது, திரையில் உள்ள சில வார்த்தைகளை மாற்றிவிடும்.

நகர்ச்சியின்போது கண் பார்ப்பதில்லை என்பதை நீங்கள் கவனிப்பதில்லை. ஏனென்றால் இரண்டு சிறிய ஜன்னல்களின் வழியாகப் பார்ப்பதுபோல உங்கள் மூளை அந்த இடைவெளியில் திரையில் நிரப்பிவிடுகிறது, இதனால் இன்னொரு பகுதியில் உள்ள வார்த்தைகள் மாறுவதை நீங்கள் கவனிப்பதில்லை. உங்கள் மூளை அந்த நேரத்தில் நீங்கள் கண்ணால் பார்த்துக்கொண்டிராத விஷயத்தின் படம் ஒன்றை உங்களுக்குக் காண்பிக்கிறது.

மனிதர்கள் விலங்குகளில் இருந்து வேறுபட்டவர்கள், ஏனென்றால் அவர்களால் தாங்கள் பார்க்காத பல வேறுபட்ட விஷயங்களின் படத்தைத் தலையில் வைத்துக்கொள்ள முடியும். வேறு அறையில் உள்ளவர்களின் படம் அல்லது நாளை என்ன நடக்கப் போகிறது என்பதன் படம் அல்லது விண்வெளி வீரனாக தங்களின் படம் அல்லது மிகப்பெரிய எண்ணின் படம் அல்லது எதைப் பற்றியாவது யோசிக்கும்போது அதனுடைய பெரிய காரணச் சங்கிலியின் படத்தை வைத்துக்கொள்ள முடியும்.

மருத்துவரிடம் சென்று மிகப்பெரிய அறுவை சிகிச்சை முடிந்து தன் காலில் உலோக ஆணிகள் வெளியே நீட்டிக்கொண்டிருக்கும் நிலையில்கூட நாய் பூனையைப் பார்த்ததும் அதைத் துரத்துகிறது. ஆனால் மனிதர்கள் தங்களுக்கு நடந்திருக்கும் அறுவை சிகிச்சை தரும் வலி என்ற படத்தை மாதக்கணக்கில் வைத்திருக்கிறார்கள். காலில் உள்ள தையலின் படமும் உடைந்த எலும்பும் அதில் செருகப்பட்டிருக்கும் உலோக ஆணியும் அவர்களின் மூளையில் இருக்கும். எனவே பேருந்தைப் பிடிக்க அவர்கள் ஓடுவதில்லை. காரணம், எலும்புகள் உரசும்போது, தையல் பிரிந்தால் ஏற்படும் வலி படமாக மூளைக்குள் இருக்கிறது.

இதனால் கணினிக்கு மனம் இல்லை, எனவே தங்கள் மூளை சிறப்பானது, அது கணினியிலிருந்து வேறுபட்டது என்று நினைக்கிறார்கள். ஏனென்றால் அவர்களால் தங்கள் மூளைக்குள் உள்ள திரையைப் பார்க்க முடிகிறது, யாரோ ஒரு நபர் அவர்கள் தலைக்குள் உட்கார்ந்து அதைப் பார்ப்பதுபோல. எடுத்துக்காட்டாக *Star Trek: The Next Generation* திரைப்படத்தில் வரும் ழான்-லூக் பிக்கார்ட், தன்னுடைய நாற்காலியில் உட்கார்ந்து எதிரில் உள்ள பெரிய திரையைப் பார்ப்பதுபோல. மேலும், மனிதர்கள் அந்த நபரே மனிதர்களின் சிறப்பு வாய்ந்த

மனம் என்று நினைக்கிறார்கள், அதற்கு *homunculus* என்று பெயர், இந்த வார்த்தைக்குப் பொருள் சிறிய மனிதன். மேலும், கணினிகளுக்கு இந்த *homunculus* என்பது கிடையாது என்று நம்புகிறார்கள்.

ஆனால் இந்த *homunculus* என்பதும் அவர்கள் மூளையில் உள்ள படம் மட்டுமே. *Homunculus*இன் படம், அவர்கள் தலைக்குள்ளே உள்ள திரையில் இருக்கும்போது (ஏனென்றால் அவர்கள் அவனைப் பற்றி யோசித்துக்கொண்டிருக்கிறார்கள்) மூளையின் மற்றொரு பகுதி திரையைப் பார்த்துக்கொண்டிருக்கிறது. மூளையின் இந்தப் பகுதியைப் பற்றி யோசித்தால் (*homunculus*ஐ திரையில் பார்த்துக்கொண்டிருக்கும் பகுதி) இந்தப் பகுதியை திரைக்குள்கொண்டு வருகிறார்கள், வேறொரு பகுதி திரையைக் கவனித்துக்கொண்டிருக்கிறது. ஆனால் மூளை இந்தச் செயல்பாடுகளைப் பார்ப்பதில்லை. ஏனென்றால் இதுவும் கண்நகர்ச்சி போல. ஒன்றிலிருந்து இன்னொன்றுக்கு சிந்தனையை நகர்த்தும்போது, அந்த நேரத்தில் தலைக்குள் மூளை செயலற்று இருக்கிறது.

எனவே மனிதர்களின் மூளை கணினியைப் போன்றது. அது சிறப்பானது என்பதால் இல்லை. கணினியைப் போலவே பிம்பத்தை மாற்றும்போது விநாடியின் சிறுபகுதி நேரத்திற்கு திரையை அணைத்து மீண்டும் உயிர்ப்பிக்க வேண்டி இருப்பதால் அது கணினியைப் போன்றது. மேலும், தங்களால் பார்க்க முடியாததை மனிதர்கள் சிறப்பானதாக இருக்கும் என்று நினைக்கிறார்கள். ஏனென்றால் மனிதர்கள் எப்போதுமே தங்களால் பார்க்க முடியாதது சிறப்பான ஒன்றே என்று நம்புகிறார்கள். எடுத்துக்காட்டாக, நிலவின் இருண்ட பகுதி அல்லது கருந்துளையின் மறுபக்கம் அல்லது நடுஇரவில் விழித்துப் பார்க்கும்போது இருட்டாக இருந்தால் பயம்கொள்வது.

மேலும், மனிதர்கள், தங்களைக் கணினியிலிருந்து மேம்பட்டவர்களாக நினைப்பதற்கு உணர்ச்சிகளும் காரணம். கணினிக்கு உணர்ச்சிகள் கிடையாது. ஆனால் உணர்ச்சி என்பதும் மூளைக்குள் சில படங்களை வைத்திருப்பதே, நாளையோ அல்லது அடுத்த வருடமோ என்ன நடக்கப் போகிறது என்பது பற்றி அல்லது என்ன நடந்ததோ அதல்லாமல்

என்ன நடந்திருக்க வேண்டுமோ அது பற்றிய படம், அது மகிழ்ச்சியான படம் என்றால் சிரிக்கிறார்கள், வருத்தமான படம் என்றால் அழுகிறார்கள்.

167. அப்பா என்னைக் குளிக்கவைத்து, என்மேல் இருந்த அழுக்கைச் சுத்தம் செய்து, என்னைத் துடைத்து, என் படுக்கையறைக்கு அழைத்துச் சென்று, எனக்குச் சுத்தமான உடைகளை அணிவித்தார்.

பிறகு, "மாலையிலிருந்து ஏதாவது சாப்பிட்டாயா?" என்று கேட்டார்.

நான் எதுவும் பேசவில்லை.

பிறகு மீண்டும், "நான் உனக்குச் சாப்பிட ஏதாவதுகொண்டுவரட்டுமா, க்றிஸ்டோஃபர்?" என்றார்.

ஆனால் இப்போதும் நான் பேசவில்லை.

அப்பா "சரி, கவனி. நான் உன் ஆடைகளையும் படுக்கைத் துணிகளையும் துவைக்கும் இயந்திரத்தில் போட்டுவிட்டு வருகிறேன், சரியா?" என்றார்.

நான் படுக்கையில் உட்கார்ந்தபடி என் முழங்கால்களைப் பார்த்துக்கொண்டிருந்தேன்.

அப்பா அறையிலிருந்து வெளியேறி என் துணிகளை குளியலறையிலிருந்து எடுத்து துவைக்கப் போட்டார். பிறகு அவர் அறையிலிருந்த என் மேலாடைகளையும் படுக்கைத் துணிகளையும்கொண்டுவந்து இயந்திரத்தினுள் போட்டார். பிறகு இயந்திரம் வேலைசெய்யும் சத்தமும் கொதிநீர் இயந்திரத்தினுள் நீர் விழும் சத்தமும் கேட்டது.

வெகுநேரத்திற்கு நான் கேட்க முடிந்தது இதை மட்டுமே.

நான், என்னை அமைதியாக்கிக்கொள்ள 2ன் மடங்காக மனதுக்குள் பெருக்கிக்கொண்டே இருந்தேன். 33554432 வரை வந்தேன். அது, 2^{25} ஆகும். ஆனால் இது அதிகம் என்று சொல்ல

முடியாது. இதற்குமுன் 2^{43} வரை பெருக்கி இருக்கிறேன். ஆனால் இப்போது மூளை சரியாக வேலை செய்யவில்லை.

அப்பா மறுபடி என் அறைக்குள் வந்து, "இப்போது எப்படி இருக்கிறாய்? உனக்கு ஏதாவது வேண்டுமா?" என்றார்.

நான் எதுவும் பேசாமல் முழங்கால்களைப் பார்த்தபடி இருந்தேன்.

அப்பாவும் எதுவும் பேசவில்லை. படுக்கையில் எனக்குப் பக்கத்தில் உட்கார்ந்து முழங்கைகளை கால்களில் ஊன்றியபடி கால்களுக்கிடையில் தரைவிரிப்பைப் பார்த்தபடி இருந்தார். அங்கே ப்ளாஸ்டிக்கால் ஆன சிவப்புநிற எட்டு முனைகள்கொண்ட கனசதுரம் ஒன்று கிடந்தது.

பிறகு டோபி விழித்துக்கொண்டு கூண்டுக்குள் அலையும் சத்தம் கேட்டது, அவன் இரவில் கண்விழிக்கும் விலங்கு.

அப்பா வெகுநேரம் அமைதியாக இருந்தார்.

பிறகு "கவனி, ஒருவேளை நான் இதைச் சொல்லக்கூடாதோ என்னவோ. ஆனால்... நீ என்னை நம்பலாம் என்பதைத் தெரிந்துகொள்ள வேண்டும்... சரி, நான் எல்லா நேரமும் உண்மையே பேசுவதில்லை. கடவுள் அறிவார். நான் அப்படி இருக்கவே முயற்சி செய்கிறேன் க்றிஸ்டோஃபர். கடவுளுக்குத் தெரியும், இது உண்மை. ஆனால்... வாழ்க்கை மிகவும் கடினமானது என்பது உனக்குத் தெரியும். எப்போதும் உண்மை பேசுவது என்பது மிகக் கடினம். சில சமயம் அது சாத்தியமற்றது. ஆனால் நான் முயற்சி செய்கிறேன் என்று நீ தெரிந்துகொள்ள வேண்டும், உண்மை அதுதான். ஆனால் இப்போது இதைச் சொல்வதற்கு சரியான நேரமல்ல; உனக்கு இது பிடிக்காமலும் இருக்கலாம். ஆனால்... நான் இப்போதிருந்து உண்மை மட்டுமே சொல்லப் போகிறேன், எல்லாவற்றைப் பற்றியும். ஏனென்றால்... இப்போது சொல்லவில்லை என்றால்... பின்னால் தெரிய வரும்போது... அப்போது இன்னமும் வலி அதிகமாகலாம். எனவே..."

அப்பா முகத்தைத் தேய்த்துக்கொண்டார், முகவாயை விரல்களால் கீழே இழுத்துப் பிடித்துக்கொண்டு சுவரை வெறித்துப் பார்த்தபடி இருந்தார். என் கடைக்கண்ணால் அவரைப் பார்க்க முடிந்தது.

பிறகு அப்பா "வெலிங்டனை நான்தான் கொன்றேன், க்றிஸ்டோஃபர்," என்றார்.

விளையாட்டாகச் சொல்கிறாரோ என்று வியந்தேன். ஏனென்றால் எனக்கு நகைச்சுவை புரியாது. யாராவது நகைச்சுவை ஒன்றைச் சொன்னால், அதற்கான விளக்கத்தை அவர்கள் ஒருபோதும் சொல்வதில்லை.

ஆனால் அப்பா "க்றிஸ்டோஃபர்... தயவுசெய்து. என் விளக்கத்தைக் கேள்" என்றபடி காற்றை உள்ளே இழுத்தார். "உன் அம்மா சென்றபிறகு... எய்லீன்... திருமதி. ஷியர்ஸ்... நம்மிடம் நல்லவிதமாக நடந்துகொண்டாள். என்னிடம் நன்றாக நடந்துகொண்டாள். கடினமான காலத்தைக் கடக்க உதவினாள். அவள் இல்லாமல் அதைக் கடந்திருப்பேனா என்று தெரியாது. உனக்கே தெரியும், நிறைய நாள் அவள் இங்கே வந்துபோய்க்கொண்டிருந்தாள். சமையல் செய்வது மற்றும் வீட்டைச் சுத்தமாக்க உதவியது. அவ்வப்போது வந்து நாம் நலமாக இருக்கிறோமா, நமக்கு ஏதாவது வேண்டுமா என்று பார்த்துக்கொண்டது... நான் நம்பினேன்... அது... ஷிட்!!!... க்றிஸ்டோஃபர், இதை எளிமையாகச் சொல்கிறேன். அவள் எப்போதும் இங்கே வருவாள் என்று எதிர்பார்த்தேன். நான்... ஒருவேளை முட்டாள்தனமாகக்கூடத் தெரியலாம்... நான் நினைத்தேன் அவள்... கண்டிப்பாக... இங்கே வந்துவிடுவாள் அல்லது நாம் அவள் வீட்டுக்குச் சென்றுவிடுவோம். எங்களுக்குள்... எங்களுக்குள் எல்லாம் சரியாக நடந்துகொண்டிருந்தது. நாங்கள் இருவரும் நண்பர்கள் என்று நம்பினேன். நான் நினைத்தது தவறு என்று புரிந்தது. கடைசியில்... புரிந்தது. முடிவில்... ஷிட்!!!... எங்களுக்குள் சண்டை ஆரம்பமானது, க்றிஸ்டோஃபர். பிறகு... அவள் சொன்ன விஷயங்களை உனக்குச் சொல்ல முடியாது. அவை நல்ல விஷயங்கள் அல்ல. ஆனால் அவை வலிதரும் விஷயங்கள். ஆனால்... அவளுக்கு அந்த நாசமாய்ப்போன நாய் முக்கியமாகத் தெரிந்தது, என்னைவிட, நம்மைவிட. ஆனால் அது அவ்வளவு முட்டாள்தனமில்லை என்று இப்போது தோன்றுகிறது. நமக்கு அவ்வளவுதான் மதிப்பு. ஒருவேளை, தனியாக வாழ்ந்துகொண்டு அந்த மட்டமான நாயைக் கவனித்துக்கொள்வது மற்ற மனிதர்களோடு வாழ்வதைவிடச் சுலபமானதாக இருக்கலாம். நான் என்ன சொல்கிறேன் என்றால்,

ஷிட்... க்றிஸ்ட், நாம் என்ன அவ்வளவு கேவலமானவர்களா? எப்படியோ இது பிரச்சினையாகிவிட்டது. ஒன்றல்ல, உண்மையில் பல பிரச்சினைகள். அதற்கப்புறம் அவள் என்னைத் தூக்கி எறிந்துவிட்டாள். அந்த நாய் எப்படி இருந்தது என்று உனக்குத் தெரியுமே, ஒரு சமயம் நல்லவிதமாக இருக்கும், சில சமயம் காலில் பல்லைப் பதிக்கும், மனநோய் பிடித்த சனியன். இவளுடன் சண்டை போட்டுக்கொண்டிருந்தபோது அது தோட்டத்தில் ஓய்வெடுத்துக்கொண்டிருந்தது, என்னை வெளியில் தள்ளிக் கதவை அறைந்து மூடுகிறாள். இந்தச் சனியன் வெளியில் காத்துக்கொண்டிருந்தது. பிறகு... எனக்குத் தெரியும், புரிகிறது. உதைத்திருந்தால் அது என்னைவிட்டுத் தள்ளிப் போயிருக்கும். ஆனால், ஷிட்... எனக்குள் இருந்த மிருகம் வெளிவந்தது... க்றிஸ்ட், உனக்குப் புரியும், நானும் நீயும், அதாவது நமக்குள் அவ்வளவு வித்தியாசம் இல்லை. எனக்குத் தோன்றியதெல்லாம் என்னையும் உன்னையும்விட அவளுக்கு அந்த நாய் பெரிதாக இருந்தது. இரண்டு வருடங்களாக அடக்கி வைத்திருந்தது எல்லாம் அப்படியே வெளியில்..."

சிறிதுநேரம் அமைதியாக இருந்தார்.

பிறகு, "என்னை மன்னித்துவிடு க்றிஸ்டோஃபர், இது இப்படி ஆகவேண்டுமென்று நான் விரும்பியதே இல்லை," என்றார்.

அது நகைச்சுவை அல்ல என்று எனக்கு அப்போது தெரிந்தது, நான் உண்மையில் பயந்து போனேன்.

அப்பா "நாம் எல்லோருமே தவறு செய்கிறோம், க்றிஸ்டோஃபர். நீ, நான், உன் அம்மா, அனைவரும். சில சமயம் மிகப்பெரிய தவறுகள். நாம் வெறும் மனிதர்கள்தானே..." என்றார்.

தன் கைகளை உயர்த்தி விசிறிபோல விரித்துக்காட்டினார்.

ஆனால் நான் கத்தியபடி அவரைப் பின்னால் தள்ளியதால் படுக்கையில் இருந்து கீழே விழுந்தார்.

அப்பா எழுந்து உட்கார்ந்து, "சரி, இங்கே பார், க்றிஸ்டோஃபர். இப்போதைக்கு இதைப் பற்றிப் பேசவேண்டாம், சரியா? நான் கீழே செல்லப் போகிறேன், நீ கொஞ்சம் தூங்கு. நாம்

நாளைக்குக் காலையில் பேசலாம்,'' என்றார். பிறகு, ''எல்லாம் சரியாகிவிடும், உண்மையாக. என்னை நம்பு,'' என்றார்.

பிறகு எழுந்து நின்று மூச்சை உள்ளே இழுத்துவிட்டு அறையிலிருந்து வெளியே சென்றார்.

நான் வெகுநேரம் படுக்கையில் உட்கார்ந்து தரையைப் பார்த்தபடி இருந்தேன். டோபி கூண்டுக்குள் சுரண்டும் சத்தம் கேட்டது, நிமிர்ந்து பார்த்தபோது கம்பிவழியாக என்னை வெறித்துக்கொண்டிருந்தான்.

நான் இந்த வீட்டைவிட்டு வெளியேற வேண்டும். அப்பா வெலிங்டனைக் கொலை செய்திருக்கிறார். அதன் பொருள், அவர் என்னையும் கொலை செய்யலாம். ஏனென்றால் அவர் ''என்னை நம்பு,'' என்று சொல்லியிருந்தாலும் என்னால் அவரை நம்பமுடியவில்லை. அவர் பெரிய விஷயத்தில் பொய் சொல்லிவிட்டார்.

ஆனால் நேராக வீட்டைவிட்டு வெளியே போகமுடியாது, அவர் என்னைப் பார்த்துவிடுவார். எனவே அவர் தூங்கும்வரை காத்திருக்க வேண்டும்.

இப்போது நேரம் இரவு *11:16*.

மீண்டும் மனதுக்குள் 2ன் மடங்காகப் பெருக்க முயற்சி செய்தபடி இருந்தேன். ஆனால் 2^{15} க்குமேல் தாண்ட முடியவில்லை. அது ***32768***, யோசிப்பதை நிறுத்த, நேரத்தைக் கடத்த முனகத் தொடங்கினேன்.

பிறகு மணி *11:20* ஆனது. ஆனாலும் அப்பா படுத்துக்கொள்ள மாடிக்கு வரும் சத்தம் கேட்கவில்லை. அவர் கீழே தூங்குகிறாரா அல்லது என்னைக் கொல்வதற்குக் காத்துக்கொண்டிருக்கிறாரோ என்று யோசித்தேன். என்னுடைய ஸ்விஸ் ராணுவக் கத்தியை எடுத்து அதில் உள்ள அரத்தைப் பிரித்து வைத்துக்கொண்டேன். அவர் என்னைத் தாக்கினால் தற்காத்துக்கொள்ள முடியும். படுக்கை அறையிலிருந்து சத்தம் போடாமல் வெளியே வந்து கவனித்துக் கேட்டேன். எந்தச் சத்தமும் இல்லை. எனவே மெதுவாக சத்தம் வராமல் கீழே இறங்கினேன். கீழே இறங்கியதும் முன்னறைக் கதவு வழியாக அப்பாவின் கால்

தெரிந்தது. கால் அசைகிறதா என்று பார்த்தபடி 4 நிமிடங்கள் வரை பொறுத்திருந்தேன், அசையவில்லை. முன்னறைக்குச் செல்லும் வழியில் நடந்துசென்று கதவு வழியாக எட்டிப் பார்த்தேன்.

அப்பா சோஃபாவில் கண்களை மூடிப் படுத்திருந்தார்.

வெகுநேரம் அவரையே பார்த்தபடி இருந்தேன்.

திடீரென்று அவரிடமிருந்து குறட்டைச் சத்தம் வந்ததும் துள்ளி நகர்ந்தேன், காதில் ரத்தம் பாய்வது கேட்டது. இதயம் வேகமாகத் துடித்து, யாரோ நெஞ்சுக்குள் பலூன் ஒன்றை வெடித்ததுபோல் வலித்தது.

எனக்கு மாரடைப்பு வரப்போகிறதோ என்று பயமாக இருந்தது.

அப்பாவின் கண்கள் இன்னமும் மூடியபடி இருந்தன. ஒருவேளை, தூங்குவதுபோல் நடிக்கிறாரா என்று நினைத்தேன். பேனாக்கத்தியை இறுக்கமாகப் பிடித்தபடி கதவை லேசாக உதைத்தேன்.

அப்பா தலையை மறுபக்கம் திருப்பினார், கால்கள் வெடுக்கென்று ஒருமுறை அசைந்தன, "ம்ம்ம்ம்ங்" என்று சத்தம் வந்தது. ஆனால் கண்கள் மூடியிருந்தன. மறுபடி குறட்டைவிடத் தொடங்கினார்.

அவர் தூங்கிக்கொண்டிருந்தார்.

அதன் பொருள் நான் சத்தம் போடாமல் இருந்தால் வீட்டைவிட்டு வெளியே போகலாம், எனவே நான் அவரை எழுப்பவில்லை.

முன்னறைக் கதவுக்குப் பக்கத்தில் உள்ள கம்பியில் இருந்த என்னுடைய இரண்டு மேலங்கிகளையும் கழுத்துத் துண்டையும் எடுத்துக்கொண்டேன். ஏனென்றால் வெளியில், இரவு நேரத்தில் குளிர் அதிகமாக இருக்கும். பிறகு மெதுவாக மீண்டும் மாடிக்குச் சென்றேன். ஆனால் என் கால்கள் நடுங்கிக்கொண்டிருந்ததால் கடினமாக இருந்தது. என் அறைக்குச் சென்று டோபி இருந்த கூண்டை எடுத்துக்கொண்டேன். அவன் கூண்டைக் கீறி சத்தம் எழுப்பியதால், மேலங்கியை கூண்டின் மேல் மூடி சத்தம்

குறைவாக வரும்படிச் செய்து, கூண்டைத் தூக்கிக்கொண்டு மீண்டும் கீழே இறங்கினேன்.

அப்பா இன்னமும் தூங்கிக்கொண்டிருந்தார்.

சமையலறைக்குச் சென்று என் உணவுப்பெட்டியை எடுத்துக்கொண்டேன். பின்புறக் கதவைத் திறந்து வெளியே வந்தேன். கதவின் கைப்பிடியைக் கீழே இறக்கிக்கொண்டு கதவை மூடினேன். இதனால் சத்தம் குறைவாக வரும். பிறகு தோட்டத்தின் கடைசிப் பகுதிக்கு நடந்து சென்றேன்.

தோட்டத்தின் கடைசியில் சிறிய அறை ஒன்று உண்டு. தோட்டத்தைச் சீர்படுத்தும் கருவிகள் அதில் இருக்கும், அத்தனையும் அம்மா பயன்படுத்தியது. உள்ளே சற்று கதகதப்பாக இருக்கும். ஆனால் அப்பா என்னைக் கண்டுபிடித்து விடுவார் என்பதால், பின்பக்கமாகச் சென்று தோட்டவேலிக்கும் அறைக்குமிடையே உள்ள குறுகிய இடைவெளியில் உள்ள மழைநீர் சேகரிப்புத் தொட்டியின் பக்கத்தில் உட்கார்ந்துகொண்டதும் சற்றுப் பாதுகாப்பாக உணர்ந்தேன்.

இன்னொரு மேலங்கியை டோபியின் கூண்டுக்கு மேலேயே இருக்கட்டும் என்று விட்டுவிட்டேன். அவன் குளிரில் விறைத்து இறந்துபோவதை நான் விரும்பவில்லை.

என் உணவுப்பெட்டியைத் திறந்து பார்த்தேன். சாக்லேட், இழைமிட்டாய், க்ளமென்டைன் வகை ஆரஞ்சுப் பழங்கள், பிஸ்கட்டுகள் மற்றும் உணவுக்கு நிறம்சேர்க்கும் சிவப்புநிறப் பொடி ஆகியவை இருந்தன. எனக்குப் பசிக்கவில்லை என்றாலும் சாப்பிடாமல் இருந்தால் குளிர் அதிகமாகத் தெரியும் என்பதால் இரண்டு பழங்களையும் சாக்லேட்டையும் சாப்பிட்டேன்.

பின், அடுத்து என்ன செய்வது என்று யோசிக்கத் தொடங்கினேன்.

173. அந்த அறையின் கூரைக்கும் அடுத்த வீட்டிலிருந்து வேலியின் மேல் படர்ந்துள்ள செடிக்கும் இடையில் என்னால் **ஓரியன்** நட்சத்திரத் தொகுதியைப் பார்க்க முடிந்தது.

ஓரியனுக்கு ஏன் ஓரியன் என்று பெயர் வைக்கப்பட்டது என்றால், ஓரியன் என்பவன் வேட்டைக்காரன், அந்த நட்சத்திரத் தொகுதி கைத்தடி, வில் மற்றும் அம்புடன் உள்ள வேட்டைக்காரனைப் போல இருப்பதால் அந்தப் பெயர், இப்படி.

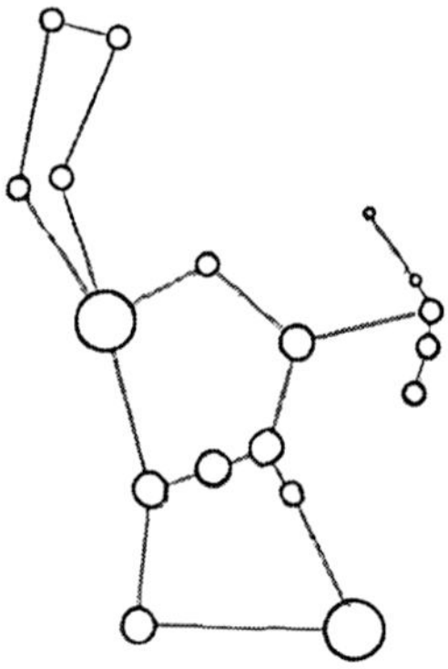

ஆனால் இது வேடிக்கையானது. ஏனென்றால் அவை வெறும் நட்சத்திரங்கள். புள்ளிகளை நீங்கள் எப்படி வேண்டுமானாலும் இணைத்து அதைக் குடையுடன் கையசைக்கும் பெண்ணாகவோ அல்லது திருமதி. ஷியர்ஸ் வைத்திருக்கும் இத்தாலியிலிருந்து வாங்கிய காபி தயாரிக்கும் எந்திரம் கைப்பிடியுடன் நீராவியை வெளியேற்றுவது போலவோ அல்லது டைனோசர் போலவோ கற்பனை செய்யலாம்.

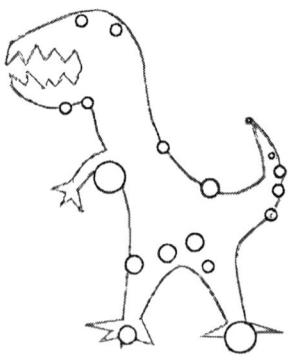

மேலும், விண்வெளியில் கோடுகள் எதுவும் கிடையாது. எனவே நீங்கள் ஓரியனின் ஒரு பகுதியோடு லெபஸ் அல்லது

டாரஸ் அல்லது **ஜெமினி**யின் பகுதிகளைச் சேர்த்து, அந்தத் தொகுதியை **திராட்சைக்கொத்து** அல்லது **இயேசு** அல்லது **மிதிவண்டி** என்றுகூடச் சொல்லலாம் (ரோமானிய மற்றும் கிரேக்க காலத்தில் மிதிவண்டிகள் கிடையாது. அதனால் ஓரியனை **ஓரியன்** என்று சொல்லி இருக்கிறார்கள்).

எப்படியோ, **ஓரியன்** என்பது வேட்டைக்காரனோ, காபி இயந்திரமோ அல்லது டைனோசரோ இல்லை. பீடல்ஜியஸ், பெல்லாட்ரிக்ஸ், அல்னீலம், ரைஜல் மற்றும் எனக்குப் பெயர் மறந்துவிட்ட இன்னும் 17 நட்சத்திரங்களின் தொகுதி அது. மேலும், பல பில்லியன் மைல்களுக்கு அப்பால் அங்கே அணுவெடிப்பு நிகழ்ந்துகொண்டிருக்கிறது.

அதுவே உண்மை.

179. காலை *5:47*வரை விழித்திருந்தேன், தூங்குவதற்கு முன்பு கடைசியாக மணி பார்த்தது அப்போதுதான். என் கடிகாரம் இருளில் ஒளிரும், அதிலுள்ள பொத்தானை அழுத்தினால் இருளிலும் மணி பார்க்கலாம். குளிராக இருந்தது, அப்பா வெளியில் வந்து என்னைக் கண்டுபிடித்துவிடுவாரோ என்று பயமாகவும் இருந்தது. ஆனால் தோட்டத்தில் இருப்பதே பாதுகாப்பாகத் தோன்றியது. ஏனென்றால் நான் ஒளிந்துகொண்டிருக்கிறேன்.

நிறைய நேரம் வானத்தைப் பார்த்துக்கொண்டிருந்தேன். இரவு நேரத்தில் தோட்டத்தில் இருந்தபடி வானத்தைப் பார்ப்பது எனக்குப் பிடிக்கும். கோடை காலங்களில் சில சமயம் என் கைவிளக்கு, கோளத்தட்டமைவுடன் தோட்டத்துக்கு வருவேன். கோளத்தட்டமைவு என்பது இரண்டு வட்டவடிவிலான ப்ளாஸ்டிக் உருண்டையின் இடையில் ஆணியால் இணைக்கப் பட்டிருக்கும். அதன் அடிப்பக்கத்தில் வானத்தின் வரைபடம் இருக்கும். மேல்புறம் துளை இடப்பட்டிருக்கும். துளையானது பரவளையத்தைப் போல இருக்கும். இதன் மூலம் குறிப்பிட்ட பகுதியின் வானத்தை அந்த வருடத்தின் குறிப்பிட்ட நாளில் நீங்கள் பார்க்க முடியும். *51.50* வடக்கு அட்சரேகை என்பது

ஸ்விண்டன் அமைந்துள்ள இடம். ஏனென்றால் வானத்தின் பெரிய பகுதி எப்போதும் பூமியின் மறுபக்கத்திலேயே உள்ளது.

மேலும், நீங்கள் வானத்தைப் பார்க்கும்போது எத்தனையோ நட்சத்திரங்கள் நூற்றுக்கணக்கான, ஆயிரக்கணக்கான பில்லியன் ஒளி ஆண்டுகள் தொலைவு நம்மிடமிருந்து விலகியிருக்கிறது என்பது உங்களுக்குத் தெரியும். அதில் சில நட்சத்திரங்கள் இப்போது இருக்காது, அதன் ஒளி நம்மை வந்து அடைவதற்குள் அவை இறந்திருக்கும் அல்லது அவை வெடித்துக் குளிர்ந்து சுருங்கி சிவப்புக் குறுமீன்களாக ஆகியிருக்கும். இதோடு ஒப்பிட்டால் நாம் அளவில் மிகவும் சிறியவர்கள். எனவே, வாழ்க்கையில் துன்பம் ஏதாவது வந்தால் அவை அற்பமானவை என்று யோசிப்பது நல்லது. அதாவது, ஒப்பீட்டளவில் அவை மிகவும் சிறியவை.

எனக்கு அடியில் தரை கடினமாக, குத்துவதாக இருந்தது, குளிராக இருந்தது என்பதால் என்னால் சரியாகத் தூங்க முடியவில்லை. டோபி கூண்டைச் சுரண்டி அதிகமாகச் சத்தமிட்டுக்கொண்டிருந்தான். ஆனால் கண்விழித்தபோது விடிந்து வானம் இளஞ்சிவப்பு, நீலம் மற்றும் ஊதாநிறத்தில் இருந்தது. பறவைகளின் ஒலி கேட்டுக்கொண்டிருந்தது. இதற்கு 'விடிகாலைகூட்டுப் பாடல்' என்று பெயர். நான் அதே இடத்தில் 2 மணிநேரம் 32 நிமிடங்கள் உட்கார்ந்திருந்தேன். அப்போது அப்பாவின் குரல் கேட்டது: "க்றிஸ்டோஃபர்...? க்றிஸ்டோஃபர்...?"

சுற்றிப் பார்த்ததில், மண்மூடிய சாக்கு ஒன்று கண்ணில் பட்டது, நான் வேலிக்கும் மர அறைக்கும் மழைநீர்த் தொட்டிக்குமிடையே உள்ள இடைவெளியில் நுழைந்து டோபியின் கூண்டையும் என் உணவுப் பெட்டியையும் எனக்கருகில் வைத்துக்கொண்டு சாக்கினால் மூடிக்கொண்டேன். பிறகு அப்பா தோட்டத்தில் இறங்கிவருவது கேட்டது. நான் ஸ்விஸ் கத்தியை எடுத்து அரத்தை பிரித்து வைத்துக்கொண்டேன். ஒருவேளை, அப்பா எங்களைக் கண்டுபிடித்தால் அது எனக்கு உதவும். அவர் அறைக்கதவைத் திறப்பதும் பிறகு அவர் "ஷிட்" என்பதும் கேட்டது. அந்த அறையைச் சுற்றிய புதர்களில் அவருடைய காலடிச்சத்தம் கேட்டது. என் இதயம் வேகமாக துடிக்கத்

தொடங்கியது, மீண்டும் நெஞ்சுக்குள் பலூன் இருப்பதுபோன்ற உணர்வு. அநேகமாக, அவர் அறையின் பின்பக்கம் வந்து பார்த்திருக்க வேண்டும். ஆனால் நான் ஒளிந்துகொண்டிருந்தேன் என்பதால் என்னால் அதைப் பார்க்க முடியவில்லை. ஆனால் அவர் என்னைக் கண்டுபிடிக்கவில்லை, ஏனென்றால் அவர் திரும்பி நடந்துசெல்லும் சத்தம் கேட்டது.

நான் அசையாமல் அங்கேயே இருந்து கடிகாரத்தைப் பார்த்துக்கொண்டிருந்தேன். 27 நிமிடங்கள் ஆனதும் அப்பா, தன் வண்டியை எடுக்கும் சத்தம் கேட்டது. அது எனக்கு நன்றாகத் தெரியும். ஏனென்றால் நான் அடிக்கடிக் கேட்ட சத்தம் அது. மேலும், அது அருகிலிருந்து கேட்டது. பக்கத்தில் வசிப்பவர்கள் யாருடைய வண்டியின் சத்தமும் அப்படியிருக்காது, போதைமருந்து எடுப்பவர்கள் வோல்க்ஸ்வேகன் கேம்பர் வேன் வைத்திருக்கிறார்கள், 40ம் எண்ணிலுள்ள திரு. தாம்சன் வைத்திருப்பது வாக்ஸ்ஹால் கேவலீர், 34ல் இருப்பவர்கள் வைத்திருப்பது பீஜியோட், அனைத்தும் வெவ்வேறு சத்தம்.

அவர் வீட்டைவிட்டுக் கிளம்பிச் சென்ற சத்தம் கேட்டதும் இப்போது வெளியில் வருவது பாதுகாப்பானது என்று நினைத்தேன்.

இப்போது என்ன செய்வதென்று நான் முடிவெடுக்க வேண்டும். ஏனென்றால் இனி இந்த வீட்டில் அப்பாவுடன் இருப்பது ஆபத்தானது.

எனவே, நான் முடிவெடுத்தேன்.

திருமதி. ஷியர்ஸ் வீட்டுக் கதவைத் தட்டுவது, அவர் வீட்டிலேயே இருப்பது என்று முடிவுசெய்தேன். ஏனென்றால் எனக்கு அவரைத் தெரியும். அவர் அந்நியர் அல்ல. அவருடன் ஏற்கெனவே எங்கள் வீட்டு வரிசையில் மின்வெட்டு ஏற்பட்ட சமயங்களில் தங்கியிருக்கிறேன். இந்தமுறை, அவர் என்னை வெளியேறும்படி சொல்லமாட்டார். ஏனென்றால் வெலிங்டனைக் கொன்றது யார் என்று என்னால் இப்போது சொல்ல முடியும். இதனால் நான் அவரது நண்பன் என்பதை அவர் உணர்ந்துகொள்வார். மேலும், என்னால் ஏன் இனிமேல் அப்பாவுடன் சேர்ந்து வாழ முடியாது என்பதையும் புரிந்துகொள்வார்.

நான் இழைமிட்டாய், பிஸ்கட் மற்றும் கடைசி க்ளமென்டைன் பழத்தையும் எடுத்து என் மேல்சட்டைப் பைக்குள் போட்டுக்கொண்டு, உணவுப்பெட்டியை உரச்சாக்கின் அடியில் மறைத்து வைத்தேன். என்னுடைய இன்னொரு மேலங்கியையும் டோபியின் கூண்டையும் எடுத்துக்கொண்டு மறைவில் இருந்து வெளியே வந்தேன். வீட்டின் பக்கவாட்டில் உள்ள தோட்டப் பகுதி வழியாக நடந்து, வேலிக்கதவின் தாழ்ப்பாளைத் திறந்து வீட்டின் முன்னால் நடந்தேன்.

தெருவில் யாருமில்லை, தெருவைக் கடந்து திருமதி. ஷியர்ஸின் வீட்டுக் கதவைத் தட்டிவிட்டு, அவர் கதவைத் திறந்ததும் என்ன சொல்லவேண்டும் என்று யோசித்தேன்.

ஆனால் அவர் கதவைத் திறக்கவில்லை. எனவே மறுபடி தட்டினேன். திரும்பிப் பார்க்கும்போது தெருவில் சிலர் நடந்துகொண்டிருப்பதைப் பார்த்ததும் பயமாக இருந்தது. ஏனென்றால் அவர்களில் இரண்டு பேர் அடுத்த வீட்டில் இருக்கும் போதைமருந்து பயன்படுத்துபவர்கள். டோபியின் கூண்டை எடுத்துக்கொண்டு திருமதி. ஷியர்ஸ் வீட்டின் பக்கவாட்டில் வைத்திருக்கும் குப்பைத்தொட்டிக்குப் பின்னால் மறைந்து உட்கார்ந்துகொண்டேன், இப்போது அவர்களால் என்னைப் பார்க்க முடியாது.

பிறகு, நான் என்ன செய்ய வேண்டுமென்று யோசிக்க வேண்டி இருந்தது.

இதை, 'நான் என்னவெல்லாம் செய்ய முடியும்' என்றும் 'அதைச் செய்வது சரியான முடிவா?' என்றும் யோசித்துப் பார்த்தேன்.

நான் மறுபடி வீட்டுக்குப் போக முடியாது என்று முடிவெடுத்தேன்.

மேலும், நான் ஷெவோனுடன் சென்று இருக்க முடியாது. ஏனென்றால் பள்ளி முடிந்ததும் அவளால் என்னைப் பார்த்துக்கொள்ள முடியாது, அவள் என் ஆசிரியை, நண்பரோ அல்லது குடும்ப உறுப்பினரோ இல்லை.

டெர்ரி சித்தப்பாவுடன் போய் இருக்க முடியாது, அவர் சண்டர்லேண்டில் இருக்கிறார், எனக்கு சண்டர்லேண்டுக்கு

எப்படிப் போக வேண்டும் என்று தெரியாது. மேலும், எனக்கு டெர்ரி சித்தப்பாவைப் பிடிக்காது. ஏனென்றால் அவர் புகைபிடிப்பார், என் தலையைக் கோதிக்கொண்டே இருப்பார்.

திருமதி. அலெக்ஸாண்டர் வீட்டில் இருக்க முடியாது, ஏனென்றால் அவரிடம் நாய் இருந்தாலும்கூட அவர் நண்பரோ அல்லது குடும்ப உறுப்பினரோ இல்லை. என்னால் அவர் வீட்டில் இரவில் தங்க முடியாது, அவருடைய கழிப்பறையைப் பயன்படுத்த முடியாது. ஏனென்றால் அவர் அந்நியர், அவர் அதைப் பயன்படுத்தியிருப்பார்.

பிறகு அம்மாவுடன் சென்று இருக்கலாமே என்று யோசித்தேன். ஏனென்றால் அவர், என் குடும்பத்தைச் சேர்ந்தவர், அவர் எங்கே வசிக்கிறார் என்பது எனக்குத் தெரியும். அவர் எழுதிய கடிதத்தில் இருந்த முகவரி எனக்கு ஞாபகம் இருக்கிறது. அது 451C சாப்டர் சாலை, லண்டன் NW2 5NG. ஆனால் அவர் லண்டனில் இருக்கிறார். நான் அங்கே சென்றதே இல்லை. நான் இதுவரை, பிரான்சுக்குச் செல்லும் வழியில் ஒருமுறை டோவருக்கும், டெர்ரி சித்தப்பாவைப் பார்க்க சண்டர்லேண்டுக்கும், ரூத் சித்தியைப் பார்க்க ஒருமுறை மான்செஸ்டருக்கும் போயிருக்கிறேன். அவருக்குப் புற்றுநோய். ஆனால் நான் செல்லும்போது அவருக்கு அந்த நோய் இல்லை. மேலும், நான் தெருமுனையில் உள்ள கடையைத் தாண்டி எங்கேயும் தனியாகச் சென்றதில்லை. தனியாகச் செல்லவேண்டும் என்ற சிந்தனையே பயமளிப்பதாக இருந்தது.

மறுபடி வீட்டுக்குப் போவதைப் பற்றி யோசித்தேன் அல்லது இங்கேயே இருக்கலாமா அல்லது ஒவ்வொரு இரவிலும் தோட்டத்தில் ஒளிந்துகொள்ளலாமா என்று யோசித்தேன், நிச்சயம் அப்பா கண்டுபிடித்துவிடுவார். அதை நினைக்க இன்னமும் பயமாக இருந்தது. நேற்று இரவைப் போலவே மறுபடியும் உடல்நிலை சரியில்லாமல் ஆவதுபோல் இருந்தது.

ஆனால் பாதுகாப்பாக உணர்வதற்கு நான் எதுவும் செய்ய முடியாது என்பதை உணர்ந்தேன். அதைப் பற்றிய வரைபடம் ஒன்றைத் தயாரித்தேன், இப்படி.

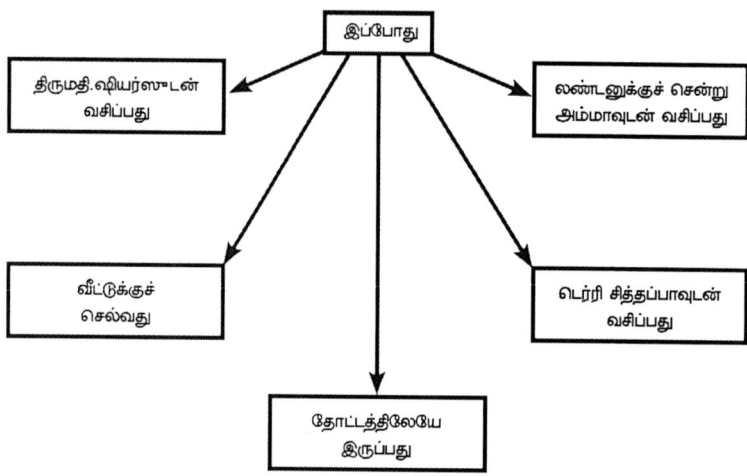

இதில் சாத்தியமில்லாத விஷயங்களை அடித்துவிடுவதாகக் கற்பனை செய்தேன். இது, கணிதத் தேர்வில் வினாத்தாளில் உள்ள கேள்விகளில் எதற்கு நீங்கள் பதில் எழுதப் போகிறீர்கள், எதை விட்டுவிடப் போகிறீர்கள் என்று முடிவுசெய்து, எழுதாத கேள்விகளை அடித்துவிடுவதுபோல. ஏனென்றால் உங்கள் முடிவு இறுதியானது - நீங்கள் அதை மாற்றிக்கொள்ள முடியாது. அது இப்படி இருந்தது.

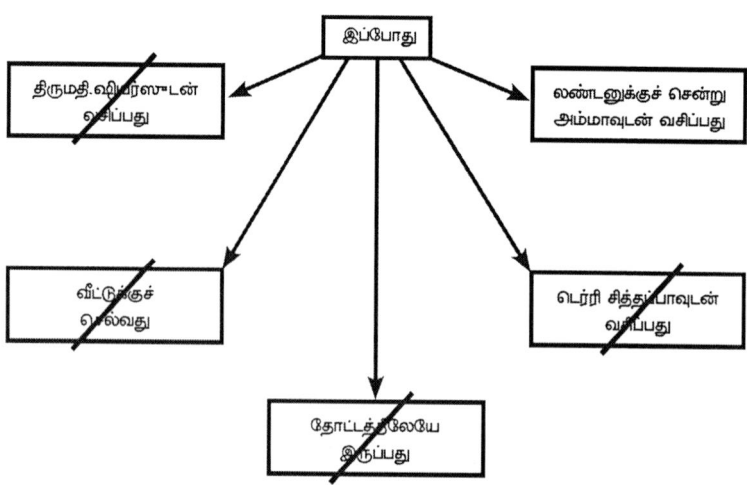

இதன் பொருள், நான் லண்டனுக்குச் சென்று அம்மாவுடன் இருக்கவேண்டும். ரயிலில் லண்டனுக்குச் செல்லலாம், எனக்கு ரயிலைப் பற்றிய அனைத்து விஷயங்களும் ரயில் பொம்மை விளையாட்டின் மூலமாகத் தெரியும். எப்படி அட்டவணையைப் பார்ப்பது, பயணச்சீட்டு வாங்குவது, எவ்வாறு ரயில் கிளம்பும் நேரம் மற்றும் நீங்கள் போகும் ரயில் சரியான நேரத்திற்கு வருமா என்று தெரிந்துகொள்வது, எப்படிச் சரியான நடைமேடைக்குச் சென்று ரயிலில் ஏறுவது என்று அனைத்தும் தெரியும். நான் ஸ்விண்டன் நிலையத்தில் இருந்தே செல்லலாம். ஷெர்லக் ஹோம்ஸ், மருத்துவர் வாட்சன் இருவரும் **பாஸ்கோம்ப் பள்ளத்தாக்கின் மர்மம்** என்ற கதையில் பேடிங்டன்னில் இருந்து ராஸ்க்குச் செல்லும்போது மதிய உணவுக்காக இங்கே இறங்கினார்கள்.

நான் உட்கார்ந்திருந்த திருமதி. ஷியர்ஸ் வீட்டுத் தோட்டத்து நடைபாதைக்குப் பக்கத்தில் பழைய வட்டமான மூடி துரு பிடித்து சுவரை நோக்கி வளைந்திருந்தது. பார்ப்பதற்கு ஏதோவொரு கிரகத்தின் மேற்புறம் போல இருந்தது. ஏனென்றால் துரு பிடித்தது கண்டங்கள் போல, நாடுகள் போல, தீவுகள் போலத் தெரிந்தன.

பிறகு, நான் விண்வெளி வீரனாவது எப்படிச் சாத்தியமில்லை என்று யோசித்தேன். ஏனென்றால் விண்வெளி வீரன் நூற்றுக்கணக்கான, ஆயிரக்கணக்கான மைல்கள் வீட்டிலிருந்து விலகியிருக்க வேண்டும். இப்போது என் வீடு லண்டனில் இருக்கிறது. அது 100 மைல் தாண்டி இருக்கிறது, நான் விண்வெளியில் இருப்பதைவிட 1,000 மடங்கு பக்கத்தில் இருக்கிறேன், இதைப் பற்றி யோசித்ததும் எனக்குள் வலித்தது. எப்படி என்றால், ஒருமுறை பள்ளி மைதானத்தில் விழுந்தபோது யாரோ எறிந்துவிட்டுப்போன உடைந்த கண்ணாடித் துண்டு ஒன்று என் கால்முட்டியை வெட்டி சதையைப் பிளந்துவிட்டது. திரு. டேவிஸ் சதைக்கடியில் இருந்த கிருமிகளை, தூசுகளை வெளியேற்ற கிருமிநாசினி வைத்துத் துடைத்தார். நான் வலி தாங்காமல் அழுதேன். ஆனால் இந்த வலி என் தலைக்குள். நான் விண்வெளி வீரனாக முடியாது என்பது என்னை வருத்தப்பட வைத்தது.

நான் ஷெர்லக் ஹோம்ஸைப் போல இருக்க வேண்டும் என்று நினைத்தேன், நான் வியப்பான வகையில் மனதைத் துண்டித்துக்கொள்ள வேண்டும். அப்போது, என் தலைக்குள் எவ்வளவு வலிக்கிறது என்று தெரியாமல் இருக்கும்.

லண்டன் போகவேண்டும் என்றால் எனக்குப் பணம் வேண்டும், தூரப்பயணம் என்பதால் சாப்பிட ஏதாவது வேண்டும், உணவு எங்கே கிடைக்கும் என்று எனக்குத் தெரியாது. மேலும், நான் லண்டனுக்குப் போகும்போது டோபியைக் கவனித்துக்கொள்ள யாராவது வேண்டும். ஏனென்றால் அவனை என்னுடன் எடுத்துச்செல்ல முடியாது.

எனவே திட்டம் ஒன்றைத் தயாரித்தேன். அது எனக்கு அமைதியைக் கொடுக்கிறது. ஏனென்றால் இப்போது எனக்குள் ஒழுங்குடன், வரிசையாக, திட்டம் ஒன்று இருக்கிறது, நான் செய்யவேண்டியது எல்லாம் ஒன்றன்பின் ஒன்றாக அதை நிறைவேற்றுவது மட்டுமே.

எழுந்து நின்று தெருவில் யாரும் இல்லை என்பதை உறுதிப்படுத்திக்கொண்டு, திருமதி. அலெக்ஸாண்டர் வீட்டுக்குச் சென்றேன். அது, திருமதி. ஷியர்ஸ் வீட்டுக்கு அடுத்த வீடு. கதவைத் தட்டினேன்.

திருமதி. அலெக்ஸாண்டர் கதவைத் திறந்தார், "க்றிஸ்டோஃபர், என்ன நடந்தது உனக்கு?" என்றார்.

நான் "நீங்கள் எனக்காக டோபியை கவனித்துக்கொள்ள முடியுமா?" என்றேன்.

அவர் "டோபி என்பது யார்?" என்றார்.

நான் "அது என் வளர்ப்பு எலி," என்றேன்.

அவர் "ஓ... ஓ... ஆமாம். இப்போது ஞாபகம் வருகிறது. நீ சொல்லியிருக்கிறாய்," என்றார்.

நான் டோபியின் கூண்டை தூக்கிக் காண்பித்து, "இதுதான் அவன்" என்றேன். திருமதி. அலெக்ஸாண்டர் ஒரு அடி பின்னால் நகர்ந்தார். "இவன் சாப்பிடும் உணவு வில்லைகள்

கடையில் கிடைக்கும். இவன் பிஸ்கட், கேரட், ரொட்டி அல்லது கோழியின் எலும்புகூட சாப்பிடுவான். ஆனால் இவனுக்கு சாக்லேட் மட்டும் கொடுக்கக்கூடாது. ஏனென்றால் அதில் காஃபின் மற்றும் தியோப்ரோமின் இருக்கிறது. அவை மெத்தில்சாந்தைன் வகை, அதிகளவில் கொடுத்தால் எலிகளுக்கு விஷமாகிவிடும். தினமும் இவனுக்குத் தண்ணீர் மாற்றவேண்டும். மற்றவர்கள் வீட்டில் இருப்பதை இவன் கண்டுகொள்ள மாட்டான். ஏனென்றால் இவன் விலங்கு. கூண்டைவிட்டு வெளியில் வருவது இவனுக்குப் பிடிக்கும். ஆனால் நீங்கள் இவனை வெளியில் எடுக்காவிட்டாலும் பரவாயில்லை," என்றேன்.

அவர் "நீ ஏன், டோபியை மற்றவர்கள் கவனிப்பில் விடுகிறாய், க்றிஸ்டோஃபர்?" என்றார்.

நான் "லண்டனுக்குப் போகிறேன்," என்றேன்.

அவர் "எத்தனை நாளுக்காகப் போகிறாய்?" என்றார்.

நான் "பல்கலைக்கழகம் போகும்வரை," என்றேன்.

அவர் "டோபியை உன்னுடன் எடுத்துச்செல்ல முடியாதா?" என்றார்.

நான் "லண்டன் வெகுதூரத்தில் இருக்கிறது. இவனை ரயிலில்கொண்டுபோக விரும்பவில்லை, நான் இவனைத் தொலைத்துவிடுவேன்," என்றேன்.

அவர் "சரி, நீயும் அப்பாவும் வீட்டை மாற்றப் போகிறீர்களா?" என்றார்.

நான் "இல்லை," என்றேன்.

அவர் "அப்படி என்றால், எதற்கு லண்டனுக்குப் போகிறீர்கள்?" என்றார்.

நான் "அம்மாவுடன் இருக்கப் போகிறேன்," என்றேன்.

அவர் "நீ, உன் அம்மா இறந்துவிட்டதாகச் சொன்ன ஞாபகம்," என்றார்.

நான் "அவர் இறந்துவிட்டதாக நானும் நினைத்தேன். ஆனால் அவர் உயிரோடு இருக்கிறார். அப்பா என்னிடம் பொய் சொல்லியிருக்கிறார். மேலும், அப்பா வெலிங்டனைக் கொன்றதை ஒப்புக்கொண்டார்," என்றேன்.

அவர் "ஓ, கடவுளே..." என்றார்.

நான் "இதனால் நான் அம்மாவுடன் இருக்கப் போகிறேன். அப்பா வெலிங்டனைக் கொன்றுவிட்டார், என்னிடம் பொய் சொல்லிவிட்டார், அவரோடு வீட்டில் இருக்க எனக்குப் பயமாக இருக்கிறது," என்றேன்.

அவர் "உன் அம்மா இங்கே இருக்கிறாரா?" என்றார்.

நான் "இல்லை. அம்மா லண்டனில் இருக்கிறார்," என்றேன்.

அவர் "அப்படியென்றால், நீ லண்டனுக்குத் தனியாகப் போகப் போகிறாயா?" என்றார்.

நான் "ஆமாம்," என்றேன்.

அவர் "பார், க்றிஸ்டோஃபர். நீ ஏன் வீட்டுக்குள் வந்து உட்காரக்கூடாது. நாம் இதைப் பற்றிப் பேசி நல்ல முடிவு எடுக்கலாம்." என்றார்.

நான் "இல்லை. நான் உள்ளே வரமுடியாது. நீங்கள் எனக்காக டோபியைக் கவனித்துக்கொள்ள முடியுமா?" என்றேன்.

அவர் "உண்மையில், இது நல்ல யோசனை என்று தோன்றவில்லை, க்றிஸ்டோஃபர்," என்றார்.

நான் எதுவும் பேசவில்லை.

அவர் "இப்போது உன் அப்பா எங்கே?" என்றார்.

நான் "எனக்குத் தெரியாது," என்றேன்.

அவர் "நாம் தொலைபேசியில் அவரைத் தொடர்புகொள்ள முடியுமா என்று பார்க்கலாம். கண்டிப்பாக அவர் கவலைப்பட்டுக்கொண்டிருப்பார். கண்டிப்பாக, ஏதோ தவறான புரிதல் ஏற்பட்டுள்ளது," என்றார்.

நான் திரும்பி வீட்டுக்கு ஓடத் தொடங்கினேன், சாலையைக் கடக்கும் முன்பு கவனிக்காமல் கடந்ததால் சிறுவண்டி ஒன்று என் மீது மோதுவதைத் தவிர்க்க பெருத்த கிறீச்சிடலுடன் டயர்கள் சாலையில் தேய நின்றது. வீட்டின் பக்கவாட்டில் ஓடி தோட்டத்தில் நுழைந்து வேலிக் கதவைத் தாழ் போட்டேன்.

சமையலறைக் கதவைத் திறக்க முயற்சி செய்ததும் அது பூட்டியிருப்பது தெரிந்தது. செங்கல் ஒன்றை எடுத்து சன்னல் கண்ணாடியை நோக்கி எறிந்தேன், கண்ணாடி சிதறியது. அதன்வழியே கையை நுழைத்து உள்பக்கமிருந்து கதவைத் திறந்தேன்.

வீட்டின் உள்ளே நுழைந்து டோபியை உணவுமேசை மேல் வைத்தேன். மாடிக்கு ஓடிச்சென்று என் பள்ளிப்பையை எடுத்துக்கொண்டு அதில் டோபிக்கான உணவு, என்னுடைய சில கணக்குப் புத்தகங்கள் மற்றும் என்னுடைய துவைத்த கால்சராய், மேலங்கி மற்றும் சட்டை ஆகியவற்றை எடுத்துக்கொண்டேன். கீழேவந்து குளிர்சாதனப் பெட்டியைத் திறந்து ஆரஞ்சுசாறை எடுத்துப் பையில் போட்டுக்கொண்டேன். திறக்காத பால்புட்டி, மேலும் இரண்டு க்ளமென்டைன் வகை ஆரஞ்சு பழங்கள், இரண்டு டப்பா வேகவைத்த பீன்ஸ், அலமாரியிலிருந்த கஸ்டர்ட் கிரீம் ரொட்டிகள் ஆகியவற்றைப் பையில் எடுத்துப் போட்டுக்கொண்டேன். இவற்றைத் திறப்பான் மூலமாகவோ அல்லது என்னுடைய ஸ்விஸ் ராணுவக் கத்தி மூலமாகவோ திறந்துகொள்ளலாம்.

கைகழுவும் தொட்டிக்குப் பக்கத்தில் அப்பாவின் கைபேசி, அவருடைய பணப்பை மற்றும் முகவரிகள் எழுதப்பட்ட டைரி ஆகியவை இருந்தன. அதைப் பார்த்தவுடன் *The Sign of Four* கதையில், நார்வுட்டில் இருக்கும் பார்த்தோலோமே ஷோல்டோவின் வீட்டுக் கூரையில் அந்தமான் தீவைச் சேர்ந்த டோங்காவின் சிறிய காலடிகளைப் பார்த்ததும் வாட்சனுக்கு வருவதுபோல எனக்கும் உடைகளுக்குக் கீழே... தோல் சில்லிட்டது. ஏனென்றால் அப்பா வீட்டுக்குத் திரும்பி வந்துவிட்டதாக நினைவு. தலை முன்பைவிட அதிகமாக வலித்தது. மீண்டும் மனதில் அப்பாவின் வண்டி வாசலில் இல்லை என்ற நினைவை ஏற்படுத்திக்கொண்டேன். அவர்

அவசரமாகச் செல்லும்போது கைபேசியை, பணப்பையை, முகவரிகள் எழுதப்பட்ட டைரியை விட்டுச் சென்றிருக்க வேண்டும். அவருடைய பணப்பையைத் திறந்து வங்கி அட்டையை எடுத்துக்கொண்டேன், அதில் இருந்து பணம் எடுக்க முடியும், அதற்கென்று ரகசியக் குறியீட்டு எண் இருக்கிறது. அப்பா அதை எங்கேயும் எழுதி வைக்கவில்லை, அதுவே சரியானது. ஆனால் நான் மறக்கமாட்டேன் என்பதற்காக அதை என்னிடம் சொல்லியிருந்தார். அந்த எண் 3558. அந்த அட்டையைப் பைக்குள் போட்டுக்கொண்டேன். டோபியைக் கூண்டிலிருந்து வெளியில் எடுத்து மேலங்கியின் பைக்குள் போட்டுக்கொண்டேன். ஏனென்றால் கூண்டு எடை அதிகமானது, லண்டன் வரை என்னால் அதைச் சுமக்க முடியாது. பிறகு மீண்டும் சமையலறை வழியாக வெளியேறி தோட்டத்துக்கு வந்தேன். தோட்டக்கதவு வழியாக வெளியே வரும்போது யாரும் என்னைக் கவனிக்கவில்லை என்பதை நிச்சயித்துக்கொண்டு பள்ளியை நோக்கி நடக்கத் தொடங்கினேன். ஏனென்றால் எனக்குத் தெரிந்த வழி அது. பள்ளிக்குச் சென்றதும் ஷெவோனிடம் ரயில் நிலையம் எங்கேயிருக்கிறது என்று விசாரித்துக்கொள்ளலாம்.

பொதுவாக, இப்படி பள்ளிக்கு நடந்து செல்ல வேண்டும் என்று சொன்னால் எனக்குப் பயம் அதிகமாகி இருக்கும், ஏனென்றால் இதற்குமுன் நான் இப்படிச் செய்ததில்லை. ஆனால் இந்தமுறை இரண்டுவிதமான பயம் இருந்தது. ஒன்று, நான் பழகிய இடத்தில் இருந்து தொலைவில் இருப்பது. மற்றொன்று, அப்பா இருக்கும் இடத்துக்குப் பக்கத்தில் இருப்பது. அவை ஒன்றுக்கொன்று தலைகீழ் விகிதத்தில் இருந்தன. எனவே என் பயம், வீட்டைவிட்டு விலகிச் செல்லும்போதும் அப்பாவிடமிருந்து விலகிச் செல்லும்போதும் மாறிலியாக இருந்தது. இப்படி.

$$\text{பயம்}_{\text{முழுமை}} = \text{பயம்}_{\text{புது இடம்}} \times \text{பயம்}_{\text{அப்பாவின் அருகில்}} = \text{மாறிலி}$$

பேருந்தில் வரும்போது 19 நிமிடங்களில் வீட்டிலிருந்து பள்ளிக்கு வந்துவிடுவேன். ஆனால் இப்போது அதே தூரத்தைக் கடக்க 47 நிமிடங்கள் ஆகின. எனவே நான் வந்து சேர்ந்தபோது மிகவும் களைத்துப் போயிருந்தேன். ரயில் நிலையத்திற்குச் செல்லும்முன் சிறிதுநேரம் பள்ளியில் ஓய்வாக இருந்து கொஞ்சம் பிஸ்கட்டும்

ஆரஞ்சு சாறும் சாப்பிட வேண்டும் என்று நினைத்திருந்தேன், ஆனால் முடியவில்லை. ஏனென்றால் பள்ளியில் நுழைந்ததும் அப்பாவின் வண்டி அங்கே நிற்பதைப் பார்த்தேன். அது அவருடைய வண்டி என்று எனக்குத் தெரியும். ஏனென்றால் அதில் *Ed Boone Heating Maintenance & Boiler Repair* என்ற வாசகமும் பக்கவாட்டில் இரண்டு ஸ்பானர்கள்கொண்ட படமும் இருந்தது. இப்படி.

வண்டியைப் பார்த்தவுடன் மறுபடி வாந்தி வருவதுபோல இருந்தது. இந்தமுறை கண்டிப்பாக வந்துவிடும் என்று தெரிந்ததால், மேலே படாமல் நடைபாதைச் சுவர் ஓரமாக எடுத்தேன், சாப்பிடாததால் அதிகமாக வரவில்லை. இப்படி இருக்கும்போது சுருண்டு படுத்து முனக வேண்டும்போல் இருக்கும். ஆனால் இங்கே தரையில் படுத்திருந்தால் அப்பா வெளியில் வந்ததும் என்னைக் கண்டுபிடித்து வீட்டுக்கு அழைத்துச் சென்றுவிடுவார். எனவே நிறையமுறை ஆழமாக மூச்சுவிட்டேன். ஷெவோன், பள்ளியில் யாராவது என்னை அடித்தால் இப்படிச் செய்யச் சொல்வாள். 50 முறை ஆழமாக மூச்சுவிட்டு, மிகத்தீவிரமாக எண்களில் கவனத்தைக் குவித்து அவற்றைச் சொல்லும்போது அவற்றின் கனமூலத்தையும் சொல்லிக்கொண்டே வந்தேன். எனவே வலி குறைவாக இருந்தது.

வாயைத் துடைத்துக்கொண்டு, நானே ரயில் நிலையத்தைக் கண்டுபிடிப்பது என்று முடிவெடுத்தேன். யாரையாவது கேட்கலாம், அது நிச்சயம் ஒரு பெண்ணாக இருக்கவேண்டும். ஏனென்றால் பள்ளியில் அந்நியரால் ஆபத்து என்று பேசும்போது, ஓர் ஆண் உங்களிடம் வந்து பேசும்போது உங்களுக்குப் பயமாக இருந்தால் நீங்கள் யாரேனும் பெண்ணை உதவிக்கு அழைத்து அவளிடம் சென்றுவிட வேண்டும், ஏனென்றால் பெண்கள் பாதுகாப்பானவர்கள் என்று சொன்னார்கள்.

எனவே நான், கத்தியை எடுத்து அரத்தைப் பிரித்து வைத்துக்கொண்டு டோபி இல்லாத பக்கம் மேலங்கிப் பைக்குள் கையை விட்டுக்கொண்டேன். யாராவது என்னைப் பிடித்தால் அவர்களைக் குத்தலாம். தெருவின் அடுத்த பக்கத்தில் குழந்தையுடன் ஒரு பெண் இருந்தாள், சிறுவன் ஒருவன் கையில் யானை பொம்மையுடன் நின்றிருந்தான். அவளிடம் கேட்கலாம் என்று முடிவெடுத்தேன். ஆனால் இந்தமுறை தெருவில் இரண்டு பக்கமும் வண்டி வருகிறதா என்று இடமும் வலமும் பார்த்து பிறகு மீண்டும் இடதுபக்கம் பார்த்தபிறகு கடந்தேன். ஏனென்றால் வண்டி எதுவும் என்னை இடித்துவிடக்கூடாது, சாலையைக் கடந்தேன்.

நான் அவளிடம், "வரைபடம் எங்கே வாங்கலாம்?" என்றேன்.

அவள் "மன்னிக்கவும், என்ன?" என்றாள்.

நான் "வரைபடம் எங்கே கிடைக்கும்?" என்றேன். சட்டைப் பைக்குள் கத்தியைப் பிடித்திருந்த கை நடுங்கிக்கொண்டிருந்ததை உணரமுடிந்தது. ஆனால் நானாக அப்படிச் செய்யவில்லை.

அவள் "பாட்ரிக், அதைக் கீழே போடு, அது அழுக்கு. எந்த இடத்தின் வரைபடம்?" என்றாள்.

நான் "இந்த இடத்தின் வரைபடம்," என்றேன்.

அவள் "எனக்குத் தெரியாது," என்றாள். பிறகு, "நீ எங்கே போக வேண்டும்?" என்றாள்.

நான் "ரயில் நிலையத்துக்குப் போகிறேன்," என்றேன்.

அவள் சிரித்துவிட்டு, "ரயில் நிலையம் போவதற்கு வரைபடம் தேவை இல்லை," என்றாள்.

நான் "எனக்குத் தேவை. ஏனென்றால் அது எங்கே இருக்கிறது என்று எனக்குத் தெரியாது," என்றேன்.

அவள் "அதை இங்கிருந்தே உன்னால் பார்க்க முடியும்," என்றாள்.

நான் "என்னால் முடியாது. மேலும், பணம் எடுக்கும் இயந்திரம் எங்கே இருக்கிறது என்றும் தெரியவேண்டும்," என்றேன்.

அவள் கையை நீட்டிக் காண்பித்து, "அதோ. அந்தக் கட்டடம். மேலே சிக்னல் பாயிண்ட் என்று எழுதியிருக்கிறதே, அதன் மறுபக்கம் ப்ரிட்டிஷ் ரயில்வேயின் சின்னம் வரைந்திருக்கும். அதன் அடியில் ரயில் நிலையம் இருக்கிறது. பாட்ரிக், உனக்கு ஒருமுறை சொன்னால் ஆயிரம் முறை சொல்லிவிட்டேன் என்று பொருள். கீழேயிருந்து எதையும் எடுத்து வாயில் வைக்காதே," என்றாள்.

அங்கே பார்த்தபோது கட்டடம் ஒன்று மேலே எழுத்துகளுடன் தெரிந்தது. ஆனால் வெகுதூரத்தில் இருந்ததால் படிக்கக் கடினமாக இருந்தது. நான் "அந்த கிடைமட்ட சன்னல்களுடன் கோடுபோட்டது போல் இருக்கும் கட்டடமா?" என்றேன்.

அவள் "அதேதான்," என்றாள்.

நான் "அங்கே எப்படிப் போவது?" என்றேன்.

அவள் "கார்டன் பென்னெட், அதோ அந்தப் பேருந்தின் பின்னால் போ," என்று கடந்துசென்ற பேருந்தைக் காண்பித்தாள்.

ஓடத் தொடங்கினேன். பேருந்துகள் வேகமாகச் செல்கின்றன, டோபி பைக்குள் இருந்து வெளியே விழுந்துவிடாமல் கவனமாக ஓடவேண்டி இருந்தது. வெகுதூரம் அதன் பின்னால் ஓடி 6 சாலைச் சந்திப்புகளைக் கடந்தபின் பேருந்து நெடுஞ்சாலையில் திரும்பி மறைந்தது.

ஓடுவதை நிறுத்தினேன். ஏனென்றால் மூச்சு வெகுவேகமாகிக் கால் வலித்தது. நிறைய கடைகள் உள்ள தெருவில் நின்றுகொண்டிருந்தேன். அந்த இடத்திற்கு அம்மாவுடன் ஏற்கெனவே வந்திருக்கிறேன் என்று ஞாபகம் வந்தது. தெருவில் நிறைய மனிதர்கள் பொருள்களை வாங்கிக்கொண்டிருந்தனர், அவர்கள் என்னைத் தொடுவதை நான் விரும்பவில்லை. எனவே சாலை ஓரமாகவே நடந்து சென்றேன். இத்தனை பேர் எனக்குப் பக்கத்தில் இருப்பதும் எனக்குப் பிடிக்கவில்லை. நிறைய சத்தம், நிறைய தகவல்கள் எனக்குள் வருவதால் என்னால் யோசிக்க முடியவில்லை. தலைக்குள் யாரோ கத்துவதுபோல இருந்தது.

என் கைகளை காதின்மேல் வைத்துக்கொண்டு மெதுவாக முனகினேன்.

இன்னமும் அவள் காண்பித்த ☀ சின்னத்தை என்னால் பார்க்க முடிந்தது. எனவே அதை நோக்கி நடந்துகொண்டிருந்தேன்.

திடீரென ☀ சின்னத்தைக் காணவில்லை. நானும் அது எங்கே இருக்கிறது என்று மறந்துவிட்டேன். நான் தொலைந்து விட்டேன் என்பது பயம் ஏற்படுத்துவதாக இருந்தது, நான் எதையும் மறக்கமாட்டேன். பொதுவாக, என் நினைவில் வரைபடம் ஒன்றை வைத்திருப்பேன், அதையே பின்பற்றுவேன். கண்டிப்பாக அதில் நான் எங்கே இருக்கிறேன் என்பதை பெருக்கல் குறியிட்டுக் குறித்து வைத்திருப்பேன். ஆனால் இப்போது என் தலைக்குள் நிறைய குறுக்கீடுகள் இருந்ததால் குழம்பிவிட்டேன். பச்சைக் காய்கறிகள் விற்கும் கடையின் பச்சை மற்றும் வெள்ளை வண்ணமிட்ட கூரைநிழலில் ஒதுங்கி நின்றேன். அங்கே கேரட், வெங்காயம், பார்ஸ்னிப் கிழங்கு மற்றும் ப்ரோக்கோலி ஆகியவை அடர்பச்சைநிற ப்ளாஸ்டிக் விரிப்பின்மேல் பெட்டியில் அடுக்கி வைக்கப்பட்டிருந்தன. நான் மறுபடி திட்டம் ஒன்றைத் தயாரித்தேன்.

ரயில் நிலையம் எங்கேயோ பக்கத்தில்தான் இருக்கிறது என்று எனக்குத் தெரியும். பக்கத்தில் இருக்கும் இடத்தைக் கண்டுபிடிக்க வேண்டுமானால் நீங்கள் சுருள் வடிவத்தில் நடக்க வேண்டும், கடிகாரச் சுற்றில் வலப்புறம் மட்டுமே திரும்பி நடந்துகொண்டிருங்கள், நீங்கள் கடந்த இடத்துக்கே மறுபடி வந்துவிட்டால் இடப்புறம் திரும்பி மறுபடி வலதுபுறம் திரும்புங்கள். இதைப்போல (ஆனால், இது மாதிரி வரைபடம், ஸ்விண்டனின் வரைபடம் அல்ல).

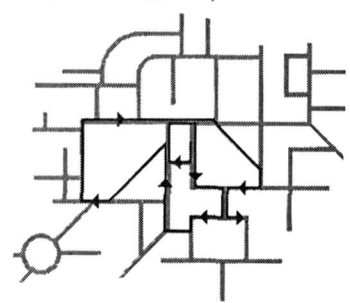

இதன் மூலமாக ரயில் நிலையத்தைக் கண்டுபிடித்தேன். இதில் விதிகளைப் பின்பற்றுவதில் தீவிரமாக கவனம் செலுத்தினேன், நகரத்தின் வரைபடத்தை நடந்து போகும்போதே நினைவில் வைத்துக்கொண்டேன் என்பதால் மனிதர்களைக் கவனிக்காமல், என்னைச் சுற்றியுள்ள இரைச்சலைப் பொருட்படுத்தாமல் இருப்பது சுலபமாக இருந்தது.

பிறகு ரயில் நிலையத்திற்குள் நுழைந்தேன்.

181. நான் எல்லாவற்றையும் பார்ப்பேன்.

அதனால் எனக்குப் புது இடங்களைப் பிடிப்பதில்லை. எனக்குத் தெரிந்த இடத்தில் நான் இருந்தால், வீடு அல்லது பள்ளிக்கூடம் அல்லது பேருந்து அல்லது கடை அல்லது தெரு போல, கிட்டத்தட்ட அதிலுள்ள எல்லாவற்றையும் முன்பே கவனித்து வைத்திருப்பேன் என்பதால் மறுபடி பார்க்கும்போது எது மாறியிருக்கிறது அல்லது நகர்ந்திருக்கிறது என்பதை மட்டும் பார்த்தால்போதும். எடுத்துக்காட்டாக, ஒருமுறை பள்ளியில் வகுப்பறையில் இருந்த 'ஷேக்ஸ்பியரின் குளோப்' என்ற சுவரொட்டி கீழே விழுந்துவிட்டது. மறுபடி ஒட்டப்பட்டபோது சற்று வலதுபுறம் தள்ளி ஒட்டப்பட்டது, சுவரொட்டியின் இடதுபுறச் சுவரில் வட்டவடிவில் மூன்று கறைகள் இருந்தன. அதேபோல், அதற்கு மறுநாள் தெருவில் உள்ள 437வது விளக்குக் கம்பத்தில் யாரோ CROW APTOK என்று தீட்டியிருந்தார்கள். அந்த விளக்குக் கம்பம் 35ம் எண் வீட்டுக்கு எதிரே உள்ளது.

ஆனால் பெரும்பாலானோர் சோம்பேறிகளாக இருக்கிறார்கள். அவர்கள் எப்போதும், எதையும் சரியாகக் கவனிப்பதில்லை. அவர்கள் செய்வதற்குப் பெயர் கண்ணோட்டம், அதேபோல, அவர்களது நினைவில் இருக்கும் விவரங்களும் எளிமையானவை. எடுத்துக்காட்டாக, கிராமப் பகுதிக்குப் போனால்,

1. நான் வயல்வெளியில் நின்றுகொண்டிருக்கிறேன்.
2. வயல்வெளியில் சில பசுக்கள் மேய்ந்துகொண்டிருக்கின்றன.
3. மேகங்கள் குறைவாக, வெயிலாக இருக்கிறது.
4. வயல்வெளியில் சில பூக்கள் இருக்கின்றன.

5. கொஞ்ச தூரத்தில் ஒரு கிராமம் இருக்கிறது.
6. வயல்வெளியின் விளிம்பில் ஒரு வேலி அதில் கதவு இருக்கிறது.

அவ்வளவுதான், அதற்குமேல் கவனிப்பதை நிறுத்திவிட்டு வேறு ஏதாவது யோசிப்பார்கள். எடுத்துக்காட்டாக, "ஓ, இந்த இடம் எவ்வளவு அழகாக இருக்கிறது," அல்லது "அடுப்பை அணைத்தேனா, இல்லையா," அல்லது "ஜூலிக்கு இந்நேரம் பிரசவம் ஆகியிருக்குமா"[12].

ஆனால் நான் எங்கேயாவது இருக்கிறேன் என்றால் எல்லாவற்றையும் கவனிப்பேன். எடுத்துக்காட்டாக, 1994ம் வருடம், ஜூன் மாதம், 15ம் தேதி, புதன்கிழமை அன்று வயல்வெளி ஒன்றில் நின்றுகொண்டிருந்தேன் என்பது ஞாபகமிருக்கிறது. ஏனென்றால் அப்பா, அம்மா, நான் மூன்று பேரும் கப்பல் மூலம் ஃபிரான்ஸுக்குச் செல்வதற்காக டுவேருக்குச் சென்றுகொண்டிருந்தோம். அப்பா சொல்வதுபோல் *'அழகான பாதை வழியாக'* சென்றோம். அதாவது, கிராமங்களின் சிறுசாலைகள் வழியாகப் போவது, உணவுக்காக சாலையோர சிறு உணவகங்களில் நிறுத்துவது. அப்போது நான் சிறுநீர் கழிக்கவேண்டும் என்பதற்காக அப்பா வண்டியை நிறுத்தினார். அதை முடித்தவுடன் அந்த இடத்தில் உள்ள இத்தனை விஷயங்களைக் கவனித்தேன்.

1. அங்கே மொத்தம் 19 பசுக்கள் இருந்தன. அதில் 15 கருப்பும் வெள்ளையும் கலந்தவை, 4 சிவப்பும் வெள்ளையும் கலந்தவை.
2. தூரத்தில் கிராமம் ஒன்று இருக்கிறது. கண்ணுக்குத் தெரிவது 31 வீடுகளும் ஒரு தேவாலயமும். தேவாலயத்துக்கு மேலே சதுரமான கோபுரம். ஆனால் அதில் கூம்பு இல்லை.
3. நிலத்தில் வரப்புகள் இருக்கின்றன. எனவே இடைக் காலத்தில் இது வரப்பு மற்றும் வாய்க்கால் நிலம் எனப்படும் வயலாக இருந்திருக்க வேண்டும், கிராமத்தில் இருக்கும் ஒவ்வொருவருக்கும் பயிர்செய்ய ஒரு வரப்பு இருந்திருக்கும்.

4. Asda நிறுவனத்தின் பழைய பிளாஸ்டிக் பை ஒன்று புதர்வேலியின் ஓரத்தில் கிடக்கிறது. நசுக்கப்பட்ட கோகோ-கோலா குவளை ஒன்றின் மீது நத்தை இருக்கிறது, மேலும் அதில் ஆரஞ்சுநிறத்தில் நூல் ஒட்டிக்கொண்டிருக்கிறது.
5. வயலின் வடகிழக்கு மூலை அதிகம் உயர்வானது, தென்மேற்கு மூலை அதிகத் தாழ்வானது. (என்னிடம் திசைமானி இருந்தது, விடுமுறைக்காக பிரான்ஸ் போனதும் ஸ்விண்டன் எந்தப்பக்கம் இருக்கிறது என்று தெரிந்துகொள்ள விரும்பினேன்) இந்த இரண்டு மூலைகளின் வரம்பில் வயல் கீழ்நோக்கி லேசாக மடிந்து இருக்கிறது, எனவே வடமேற்கு மற்றும் தென்கிழக்கு மூலைகள் அவை சாய்வான சமதளமாக இருந்திருந்தால் இருக்கக்கூடிய நிலையைக் காட்டிலும் லேசாகத் தாழ்ந்திருக்கின்றன.
6. என்னால் நிலத்தில் மூன்று வகைப் புற்களையும் இரண்டு வகைப் பூக்களையும் பார்க்க முடிகிறது.
7. பசுக்கள் பெரும்பாலும் மலையை நோக்கித் திரும்பி இருக்கின்றன.

இவற்றைத் தவிர, 31 விஷயங்களைக் கவனித்துக் குறித்து வைத்தேன். ஆனால் ஷெவோன், எல்லாவற்றையும் எழுதிவைக்க வேண்டியதில்லை என்கிறாள். உண்மையில், இது எனக்குக் கடினமான விஷயம். ஏனென்றால் நான் எல்லாவற்றையும் கவனிப்பேன் என்பதால், யாராவது அங்கிருந்த பசு எப்படி இருந்தது என்று கேட்டால், எந்தப் பசு என்று குறிப்பாகக் கேட்டு, அது எப்படி இருந்தது என்று என்னால் வரைந்துகாட்ட முடியும். இப்படி

13வது அத்தியாயத்தில், பொய் சொல்லிவிட்டேன் என்று நினைக்கிறேன். "எனக்கு, எந்த நகைச்சுவையும் சொல்லத் தெரியாது" என்று சொன்னேன். உண்மையில், எனக்கு 3 நகைச்சுவைகள் தெரியும், அவற்றைச் சொல்ல, புரிந்துகொள்ள

என்னால் முடியும், அதில் ஒன்று பசு மாட்டைப் பற்றியது. ஷெவோன், அதைத் திருத்த வேண்டாம் என்று சொல்லிவிட்டாள். மேலும், அதைப் பொய் என்று சொல்லமுடியாது, இப்போது சொல்வது தெளிவுபடுத்துதல் என்கிறாள்.

அந்த நகைச்சுவை இது.

மூன்று பேர் ரயிலில் பயணம் செய்துகொண்டிருக்கிறார்கள். அதில் ஒருவர் பொருளாதார நிபுணர், மற்றொருவர் தர்க்கவியலாளர், இன்னொருவர் கணித நிபுணர். ஸ்காட்லாந்தின் எல்லைக்குள் ரயில் நுழைகிறது (அவர்கள் ஏன் ஸ்காட்லாந்து செல்கின்றனர் என்று எனக்குத் தெரியாது). ஜன்னலின் வழியாக நிலத்தில் மேய்ந்துகொண்டிருக்கும் பசுவைப் பார்க்கின்றனர் (பசு ரயிலின் இணைகோட்டில் உள்ளது).

பொருளாதார நிபுணர் சொன்னார்: "பாருங்கள், ஸ்காட்லாந்தின் பசுக்கள் பழுப்பு நிறமுடையவை."

தர்க்கவியலாளர் சொன்னார்: "இல்லை, ஸ்காட்லாந்தின் பசுக்களில் குறைந்தபட்சம் ஒன்று பழுப்பு நிறமுடையது."

கணித நிபுணர் சொன்னார்: "இல்லை, ஸ்காட்லாந்தின் பசுக்களில் ஒன்றின் ஒரு பக்கம் பழுப்பு நிறமுடையது."

இது நகைச்சுவையானது. ஏனென்றால், பொருளாதாரம் படித்தவர்கள் உண்மையில் விஞ்ஞானிகள் அல்ல, தர்க்க வியலாளர்கள் தெளிவாக யோசிக்கக்கூடியவர்கள், கணித நிபுணர்களே உண்மையில் சிறந்தவர்கள்.

புதிய இடத்தில் இருக்கும்போது எல்லாவற்றையும் கவனிப்பதால் என் மூளை பல வேலைகளைச் செய்யும் கணினியைப் போல வேறு எதைப் பற்றியும் யோசிக்க முடியாமல் அடைபடுகிறது. புதிய இடத்தில் இருக்கும்போது அங்கு மனிதர்கள் அதிகமிருந்தால் அது இன்னமும் கடினமாகி விடும். ஏனென்றால் அவர்கள் பசுவைப் போல, புல் அல்லது பூக்களைப் போல இல்லை. அவர்களால் பேசமுடிகிறது, நாம் எதிர்பாராத எதையாவது செய்யமுடிகிறது. எனவே எல்லாவற்றையும் நீங்கள் கவனிக்க வேண்டும், என்ன நடக்கும் என்பதையும் யூகிக்க வேண்டும். சிலநேரங்களில், இதுபோல நிறைய மனிதர்கள் இருக்கும் புதிய இடத்தில் நான் இருந்தால்

இரவில் நாய்க்கு நடந்த விநோத சம்பவம் | 171

அது கணினி செயலற்றுப் போவதைப்போல, நான் கண்களை மூடி, இரண்டு கைகளாலும் என் காதுகளை மூடிக்கொண்டு உறுமுவேன், அது Ctrl + Alt + Del விசையை அழுத்தி கணினியை மறுபடி உயிர்ப்பிப்பதைப் போல. அதாவது, நான் என்ன செய்துகொண்டிருக்கிறேன், எங்கே செல்லவேண்டும் என்பதை நினைவுபடுத்திக்கொள்வேன்.

இதனால் நான் சதுரங்கம், கணிதம் மற்றும் தர்க்கத்தில் சிறப்பாக இருக்கிறேன். பெரும்பாலானோர் கிட்டத்தட்ட பார்வை இல்லாதவர்கள் போல, நிறைய கவனிப்பதில்லை. அதனால் மூளையின் பெரும்பகுதி வெறுமையாக இருக்கும். அதில், 'அடுப்பை அணைத்தேனா, இல்லையா?' போன்ற தேவையில்லாத, ஒன்றுக்கொன்று தொடர்பில்லாத விஷயங்களைப் போட்டு நிரப்புகிறார்கள்.

191. என்னிடமுள்ள ரயில் நிலையப் பொம்மையில் இரண்டு அறைகளின் நடுவே நடைபாதை இருக்கும். அதில் ஓர் அறை பயணச்சீட்டு வழங்குமிடம், இன்னொன்று வண்டி வரும் வரையில் காத்திருப்பதற்கான ஓய்வு அறை. ஆனால் ஸ்விண்டனின் ரயில் நிலையம் அப்படி இருக்காது, அங்கே சுரங்கப்பாதை, படிக்கட்டுகள், கடை, மற்றும் சிற்றுண்டிச் சாலை ஆகியவற்றோடு ஓய்வு அறையும் உண்டு, இதைப் போல.

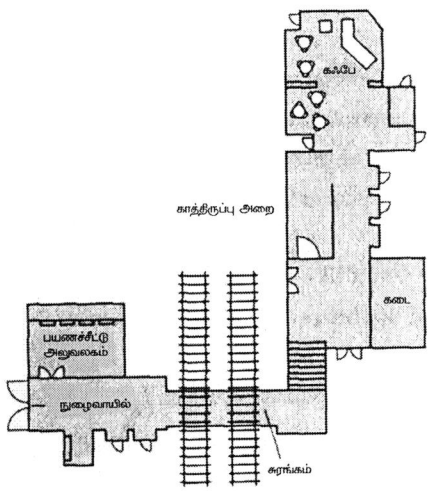

ஆனால் இந்த வரைபடம் துல்லியமானதல்ல, ஏனென்றால் நிலையத்தில் இருக்கும்போது பயத்துடன் இருந்ததால் என்னால் சரியாக எல்லாவற்றையும் கவனிக்க முடியவில்லை. என் நினைவில் இருந்து இதைச் சொல்கிறேன். எனவே இதைத் தோராயமானது என்று சொல்லலாம்.

அங்கிருந்தபோது புயற்காற்றில் மலை உச்சியில் தொங்கிக்கொண்டிருந்தது போல தலைசுற்றத் தொடங்கியது. நிறைய மனிதர்கள் உள்ளே வருவதும் வெளியேறுவதுமாக இருந்தனர். அந்த இடம் எதிரொலித்துக்கொண்டே இருந்தது. அங்கிருந்து வெளியேற இருந்த ஒரேவழி சுரங்கப்பாதை மட்டுமே, அது கழிப்பிடம் மற்றும் சிகரெட்டின் நாற்றத்தோடு இருந்தது. எனவே சுவரில் சாய்ந்தபடி '**வாகனங்களை நிறுத்தும் உதவிக்கு எதிரிலுள்ள தொலைபேசியைப் பயன்படுத்தவும், பயணச்சீட்டுக்கு இடதுபுறம் செல்லவும்**' என்று எழுதியிருந்த பலகையைப் பிடித்தபடி நின்றுகொண்டேன். இதனால் நான் கீழேவிழுந்து அடிபடாமல் இருக்கலாம். வீட்டுக்குச் செல்லவேண்டுமென்று தோன்றியது, ஆனால் அங்கே போகவும் பயமாக இருந்தது. நான் அடுத்து என்ன செய்யவேண்டும் என்று யோசிக்க முயற்சி செய்தாலும் முடியவில்லை. ஏனென்றால் அந்த இடத்தில் பார்க்கவேண்டிய விஷயங்கள் அதிகமாக இருந்தன. தொடர்ந்து பலவிதமான ஓசைகள் கேட்டுக்கொண்டே இருந்தன.

எனவே யோசிப்பதற்காக வெளிச்சத்தங்கள் கேட்காதபடி காதுகளைப் பொத்திக்கொண்டேன். ஏதாவது ரயிலில் ஏறி இங்கிருந்து கிளம்பிவிட வேண்டும். அதற்குமுன் எங்கேயாவது உட்கார்ந்துகொள்ள வேண்டும். இங்கு உட்காருவதற்கு இடம் ஏதும் இல்லை, நிலையத்தின் வாசலில் இடமிருக்கிறது. வாசலுக்குச் சுரங்கப்பாதை வழியாகப் போகவேண்டும். "நான் சுரங்கப்பாதை வழியாக வெளியே சென்று எங்காவது உட்கார்ந்து, கண்களை மூடிக்கொண்டு யோசிக்க வேண்டும்" என்று எனக்குள் சொல்லிக்கொண்டேன். சுரங்கப் பாதையின் மறுமுனையில் எழுதப்பட்டிருந்த, '**எச்சரிக்கை காமரா உங்களை கண்காணித்துக்கொண்டிருக்கிறது**' என்ற வாசகத்தைக் கவனித்தபடி நடந்தேன். உண்மையில், கயிறின்மேல் நடப்பதைப்போல் இருந்தது.

மறுமுனையை அடைந்ததும் அங்கே படிகள் இருந்தன. அதில் ஏறிச்சென்றதும் மீண்டும் மனிதர்கள்கூட்டம், நான் முனகிக்கொண்டேன். முதலில் இருந்த கடையில் சில நாற்காலிகள் இருந்தாலும் அங்கே நிறையப்பேர் உட்கார்ந்திருந்தனர். எனவே நான் அதைத் தாண்டிச் சென்றேன். விளம்பரங்கள் **கிரேட் வெஸ்டெர்ன்** மற்றும் **குளிர்ந்த பியர்** மற்றும் **தேறல் வகைகள்** மற்றும் **கவனம் பூசப்பட்ட தரை** மற்றும் **உங்கள் 50பெ குறைமாதக் குழந்தையொன்றை 1.8 வினாடிகள் காப்பாற்றும்** மற்றும் **மாறுபட்ட பயண அனுபவம்** மற்றும் **புத்துணர்வூட்டும் மாறுதல்** மற்றும் **சுவையானது பாலேடு போன்றது வெறும் £1.30 மட்டுமே சாக்கோ பானங்கள்** மற்றும் **08707777676** மற்றும் **லெமன் ட்ரீ** மற்றும் **புகைபிடிக்காதீர்** மற்றும் **சிறந்த தேயிலைகள்.** அந்த இடத்தில் சில நாற்காலிகள், மேசைகள் இருந்தன. மூலையில் இருந்த நாற்காலி காலியாக இருந்ததால் அதில் உட்கார்ந்து கண்களை மூடிக்கொண்டேன்.

சட்டைப்பைக்குள் கைவிட்டதும் டோபி கையில் ஏறி உட்கார்ந்துகொண்டான், அவனுக்கு இரண்டு வில்லைகள் எலிகளுக்கான உணவைக் கொடுத்துவிட்டு பையிலிருந்த ஸ்விஸ் ராணுவக் கத்தியை மற்றொரு கையில் வைத்துக்கொண்டேன். காதுகளிலிருந்து கையை எடுத்துவிட்டதால் வெளிப்புறச்சத்தம் கேட்காமலிருக்க மீண்டும் முனக வேண்டியதாக இருந்தது. மற்றவர்களுக்குக் கேட்காத வகையில் மெதுவாக முனகினேன், கேட்டால் யாராவது வந்து என்னிடம் பேச முயற்சி செய்யலாம். அடுத்து என்ன செய்வது என்று யோசிக்க முடியவில்லை. ஏனென்றால் அத்தனை விஷயங்கள் தலைக்குள் ஓடிக்கொண்டிருந்தன. எனவே கணிதம் ஒன்றை யோசித்து அதற்குத் தீர்வுகாண முயன்றேன்.

நான் யோசித்துக்கொண்டிருந்த கணிதப் புதிருக்கு **கான்வேயின் படையினர்** என்று பெயர். இதில் சதுரங்கப் பலகை முடிவிலியாக அனைத்துப் பக்கங்களிலும் தொடர்ந்தபடி இருக்கும். கிடைமட்டக் கோட்டின் கீழுள்ள ஒவ்வொரு சதுரத்திலும் ஒரு வண்ண ஓடு உள்ளது இப்படி

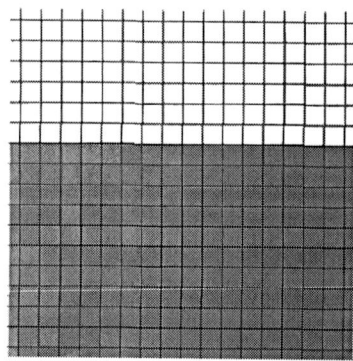

ஒவ்வொரு வண்ண ஓடும், மற்றொரு வண்ன ஓட்டைத் தாண்டி நிறமற்ற 2 கட்டங்களுக்கு அப்பால் செல்லவேண்டும். கிடைமட்டமாகவோ அல்லது செங்குத்தாகவோ தாண்டலாம் (குறுக்காகத் தாண்டக்கூடாது). தாண்டப்பட்ட சதுரத்தை நீக்கிவிட வேண்டும், இதைப்போல.

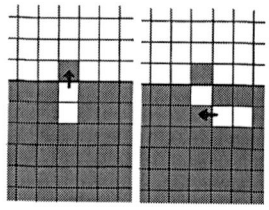

தொடக்கத்தில் உள்ள நிறமற்ற கிடைமட்ட சதுரத்தை நோக்கி எவ்வளவு தூரம்கொண்டு செல்கிறீர்கள் என்பதே விளையாட்டு. நீங்கள் தொடங்கும்போது இப்படித் தொடங்கலாம்.

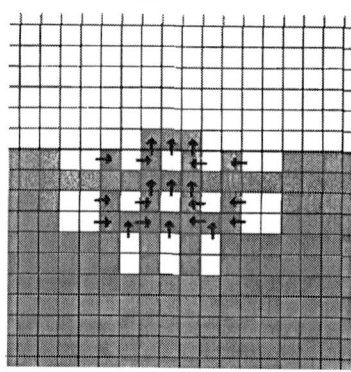

தொடரும்போது இப்படி வரும்.

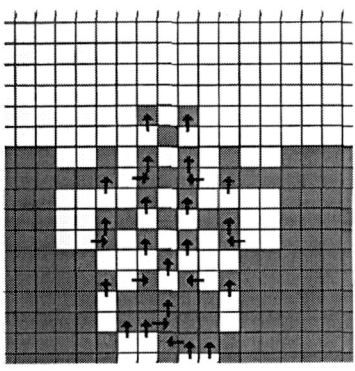

இந்தப் புதிரின் விடை எனக்குத் தெரியும். நீங்கள் எவ்வளவு திறமையாக நகர்த்தினாலும் வண்ண ஓட்டினை உங்களால் 4 சதுரங்களைத் தாண்டிகொண்டு செல்ல முடியாது, ஆனால் இது மற்ற யோசனைகள் வராமல் இருக்க உதவும் நல்லதொரு கணிதப் பயிற்சி. பலகையைப் பெரிதாக நினைத்துக்கொண்டு எவ்வளவு கடினமாக வேண்டுமோ அவ்வளவு கடினமாக்கிக்கொள்ளலாம். நான் இதுவரைகொண்டு வந்தேன்.

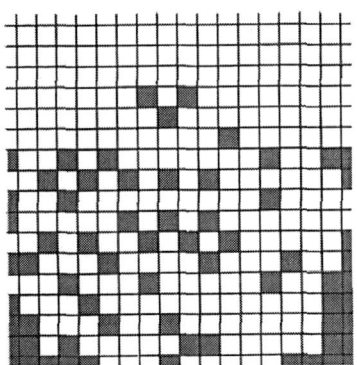

நிமிர்ந்து பார்த்தபோது சீருடையில் இருந்த காவலர் ஒருவர், "வீட்டிலிருந்து யாராவது உடன் இருக்கிறார்களா?" என்றார். அவர் சொன்னதன் பொருள் எனக்குப் புரியவில்லை.

மறுபடி, "அனைத்தும் சரியாக இருக்கிறதா? இளைஞனே," என்றார்.

நான் கொஞ்சம் யோசித்து, சரியான பதிலைக் கொடுக்க வேண்டும் என்பதால், "இல்லை," என்றேன்.

அவர் "உன்னைப் பார்த்தால் மோசமான நிலையில் இருப்பதாகத் தோன்றுகிறது," என்றார்.

அவர் தனது விரலில் தங்கமோதிரம் அணிந்திருந்தார், அதில் ஏதோ எழுதப்பட்டிருந்தது. ஆனால் என்னால் அதைப் படிக்க முடியவில்லை.

அவர் "இந்தக் கடையிலிருக்கும் பெண், நீ இங்கே 2½ மணி நேரமாக உட்கார்ந்து இருப்பதாகச் சொல்கிறாள், அவள் உன்னிடம் பேச முயற்சி செய்யும்போது நீ மயக்கநிலையில் இருந்தாயாம்..." என்றார்.

பிறகு "உன் பெயர் என்ன?" என்றார்.

நான் "க்றிஸ்டோஃபர் பூன்," என்றேன்.

அவர் "எங்கே இருக்கிறாய்?" என்றார்.

நான் "36, ராண்டால்ஃப் தெரு" என்றேன், இப்போது நான் இயல்பாக இருந்தேன். எனக்குக் காவல்துறையினரைப் பிடிக்கும், கேள்விகளும் சுலபமாக இருந்தன. ஆனால் அவரிடம் அப்பா வெலிங்டனைக் கொன்றதைச் சொல்ல வேண்டுமா, சொன்னால் அவர் அப்பாவைக் கைது செய்வாரா என்று யோசித்தேன்.

அவர் "நீ இங்கே என்ன செய்துகொண்டிருக்கிறாய்?" என்றார்.

நான் "அமைதியாக உட்கார்ந்து யோசிக்கவேண்டும் என்று தோன்றியது," என்றேன்.

அவர் "சரி, தெளிவாகவே கேட்கிறேன், நீ இங்கே ரயில் நிலையத்துக்கு ஏன் வந்தாய்?" என்றார்.

நான் "அம்மாவைப் பார்க்கப் போகிறேன்," என்றேன்.

அவர் "அம்மாவையா!" என்றார்.

நான் "ஆமாம், என் அம்மாவைப் பார்க்கப் போகிறேன்," என்றேன்.

அவர் "உன் ரயில் எப்போது வரும்?" என்றார்.

நான் "தெரியாது. அம்மா லண்டனில் இருக்கிறார். லண்டனுக்கு எப்போது ரயில் என்று தெரியாது," என்றேன்.

அவர் "அப்படி என்றால் நீ அம்மாவோடு இல்லை," என்றார்.

நான் "இல்லை, ஆனால் அங்கேதான் போகிறேன்," என்றேன்.

அவர் என் பக்கத்தில் உட்கார்ந்துகொண்டார், "அம்மா எங்கே இருக்கிறார்?" என்று கேட்டார்.

நான் "லண்டனில்," என்றேன்.

அவர் "சரி, லண்டனில் எங்கே?" என்றார்.

நான் "451C, சாப்டர் சாலை, லண்டன் NW2 5NG," என்றேன்.

அவர் "கடவுளே! இது என்ன?" என்றார்.

நான் "இது டோபி, நான் வளர்க்கும் எலி," என்றேன். டோபி, என் சட்டைப்பையிலிருந்து எட்டிப் பார்த்துக்கொண்டிருந்தான்.

அவர் "வளர்ப்பு எலியா?" என்றார்.

நான் "ஆமாம், சுத்தமாக இருக்கிறான், நோய் எதுவும் இல்லை," என்றேன்.

அவர் "அப்படி என்றால் சரி. உன்னிடம் பயணச்சீட்டு உள்ளதா?" என்றார்.

நான் "இல்லை," என்றேன்.

அவர் "பணமாவது இருக்கிறதா?" என்றார்.

நான் "இல்லை," என்றேன்.

அவர் "பிறகு எப்படி லண்டன் போகப் போகிறாய்?" என்றார்.

என்ன சொல்வதென்று யோசித்தேன். அப்பாவின் வங்கி அட்டை என்னிடம் இருந்தது, ஆனால் ஒருவர் பொருளை மற்றவர் எடுப்பது சட்டவிரோதம், ஆனால் கேட்பது காவல்துறை, நான் உண்மையைச் சொல்லவேண்டும். எனவே "என்னிடம் வங்கி

அட்டை உள்ளது," என்றேன். சட்டைப்பையிலிருந்து அதை எடுத்துக் காண்பித்தேன். இதுவும் வெள்ளைப்பொய்தான்.

அவர் "இது உன்னுடையதா?" என்றார்.

கைது செய்வாரோ என்று யோசித்தபடி, "இல்லை, அப்பாவுடையது," என்றேன்.

பிறகு அவர் "அப்பாவுடையதா?" என்றார்.

நான் "ஆமாம், அவருடையது," என்றேன்.

யோசனையாக, சரி... என்று இழுத்துச் சொல்லியபடி, மூக்கைச் சொறிந்துகொண்டார்.

நான் "அவர் இதன் ரகசியக்கடவு எண்ணை என்னிடம் சொல்லியிருக்கிறார்," மறுபடியும் வெள்ளைப்பொய்.

அவர் "சரி. நானும் நீயும் பணம் எடுக்கும் இயந்திரம்வரை போகலாமா?" என்றார்.

நான் "நீங்கள் என்னைத் தொடக்கூடாது," என்றேன்.

அவர் "நான் ஏன் உன்னைத் தொடவேண்டும்?" என்றார்.

நான் "அது எனக்குத் தெரியாது," என்றேன்.

அவர் "எனக்கும் தெரியவில்லை" என்றார்.

நான் "ஏற்கெனவே காவல் அதிகாரியைத் தாக்கிய சம்பவத்தில் எச்சரிக்கை அளிக்கப்பட்டிருக்கிறேன். உண்மையில், அவரைத் தாக்கவேண்டும் என்ற எண்ணம் எனக்கு இல்லை. அதே தவறை மறுபடி நான் செய்தால் விளைவுகள் விபரீதமாக இருக்கலாம்" என்றேன்.

அவர் என்னைப் பார்த்தபடி, "உண்மையைச் சொல்கிறாயா?" என்றார்.

நான் "ஆமாம்," என்றேன்.

அவர் "சரி, நீ முன்னால் நட," என்றார்.

நான் "எந்தப் பக்கம்?" என்றேன்.

அவர் "அங்கே! பயணச்சீட்டு அலுவலகத்தின் பின்னால்," என்று சுட்டிக்காட்டினார்.

மறுபடியும் சுரங்கப்பாதை வழியாக நடந்து சென்றோம், இந்தமுறை எனக்குப் பயம் ஏதுமில்லை, என்னோடு காவல் துறையைச் சேர்ந்தவர் இருக்கிறார்.

இயந்திரத்திற்குள் அட்டையை நுழைத்தேன். அப்பா சிலமுறை கடைக்குச் செல்லும்போது என்னை இதைச் செய்ய அனுமதித்திருக்கிறார். கடவு எண் கேட்கப்பட்டதும் 3558 என்று அழுத்தினேன். தொகை என்ன என்று கேட்கும்போது இப்படிச் சில தேர்வுகளைக் காட்டியது.

⬅ £10   £20 ➡
⬅ £50   £100 ➡
Other Amount
(multiples of ten only) ➡

காவலரிடம், "லண்டனுக்குச் செல்ல எவ்வளவு தேவைப்படும்?" என்று கேட்டேன்.

அவர் "கிட்டத்தட்ட முப்பது ஆகும்," என்றார்.

நான் "முப்பது என்றால்... பவுண்டா?" என்று கேட்டேன்.

அவர் "கடவுளே," என்று சொல்லி சிரிக்கத் தொடங்கிவிட்டார். நான் சிரிக்கவில்லை, யாரும் என் செயல்களைப் பார்த்துச் சிரிப்பது எனக்குப் பிடிக்காது. அது காவல்துறையைச் சேர்ந்தவர்களாக இருந்தாலும் சரி. சிரித்து முடித்துவிட்டு "ஆமாம் பவுண்டுதான்," என்றார்.

எனவே £50 ஐ அழுத்தினேன், ஐந்து £10 நோட்டுகள் வெளிவந்தன. கூடவே ரசீது. ரசீதையும் அட்டையையும் சட்டைப்பைக்குள் வைத்துக்கொண்டேன்.

அவர் "சரி, நான் உன்னுடன் வெகுநேரம் பேசிக்கொண்டிருக்க முடியாது," என்றார்.

நான் "பயணச்சீட்டை எங்கே வாங்குவது?" என்று அவரிடம் கேட்டேன்.

உங்களுக்கு வழி தெரியாமல் எங்கேனும் தொலைந்துவிட்டால் நீங்கள் காவல்துறையினரிடம் வழி கேட்கலாம்.

அவர் "நீ வித்தியாசமான ஆள், சரிதானே?" என்றார்.

நான் "பயணச்சீட்டு எங்கே வாங்குவது?" என்று மீண்டும் கேட்டேன். ஏனென்றால் அவர் என் கேள்விக்குப் பதில் சொல்லவில்லை.

"அங்கே!" என்று அவர் சுட்டிக்காட்டிய இடத்தில் கண்ணாடி சன்னல்களுடன் பெரிய அறை ஒன்று இருந்தது. அதற்கடுத்து நிலையத்தின் நுழைவாயில்.

அவர் "சரி, நீ என்ன செய்துகொண்டிருக்கிறாய் என்று உனக்குத் தெரியுமா?" என்றார்.

நான் "தெரியும். அம்மாவுடன் இருக்க லண்டனுக்குச் செல்கிறேன்," என்றேன்.

அவர் "அம்மாவிடம் தொலைபேசி இருக்கிறதா?" என்றார்.

நான் "இருக்கிறது," என்றேன்.

அவர் "அந்த எண் என்னவென்று சொல்ல முடியுமா?" என்றார்.

நான் "முடியும், 0208 887 8907," என்றேன்.

அவர் "ஏதாவது பிரச்சினை என்றால் உடனே அந்த எண்ணில் அவரை அழைக்க வேண்டும். புரிந்ததா?" என்றார்.

நான் "சரி," என்றேன். ஏனென்றால் உங்களிடம் பணம் இருந்தால் நீங்கள் யாருக்கும் தொலைபேசியில் பேசலாம். இப்போது என்னிடம் பணம் உள்ளது.

அவர் "நல்லது," என்றார்.

பயணச்சீட்டு வாங்கும் இடத்திற்கு நடந்தேன், திரும்பிப் பார்க்கும்போது அவர் இன்னமும் என்னைக்

கவனித்துக்கொண்டிருப்பது தெரிந்ததும் பாதுகாப்பாக உணர்ந்தேன். அலுவலகத்தில் நீளமான மேசையில் சிறிய சன்னல் இருந்தது. சன்னலின் பக்கத்தில் ஒருவர் நின்றுகொண்டிருந்தார், சன்னலுக்கு மறுபக்கம் ஒருவர் இருந்தார். சன்னலுக்கு மறுபக்கம் இருந்தவரிடம், "நான் லண்டனுக்குப் போகவேண்டும்," என்றேன்.

சன்னலின் பக்கத்தில் நின்றுகொண்டிருந்தவர் "ஒரு நிமிடம்" என்று சொல்லிவிட்டுத் திரும்பிக்கொண்டார். அவர் முதுகு என்னைப் பார்த்து இருந்தது. சன்னலின் மறுபக்கம் இருந்தவர் அவரிடம் ஏதோ தாள்களைத் தந்ததும் கையெழுத்திட்டு சன்னலின் அடிப்புறத்தில் தள்ளிவிட்டார். மறுபுறம் இருந்தவர் அவரிடம் பயணச்சீட்டைத் தள்ளிவிட்டார். சன்னலின் அருகிலிருந்தவர் திரும்பி என்னைப் பார்த்து, "என்ன பார்வை வேண்டியிருக்கிறது?" என்று சொல்லிவிட்டு நகர்ந்து சென்றார்.

அவரது தலைமுடி சடையாகி இருந்தது. பொதுவாக, கறுப்பினத்தைச் சேர்ந்தவர்களுக்கு இப்படி இருக்கும். ஆனால் இவர் வெள்ளை இனத்தைச் சேர்ந்தவர். இது தலையைச் சுத்தமாகப் பராமரிக்காததால் வருவது, தலைமுடி ஒட்டிக்கொண்டு பழைய கயிறுபோல ஆகிவிடும். அவர் சிவப்புநிறத்தில் கால்சராய் அணிந்திருந்தார், அதில் நட்சத்திரங்கள் வரையப்பட்டிருந்தன. நான், என் சட்டைப்பைக்குள் இருந்த ஸ்விஸ் கத்தியில் கையை வைத்துக்கொண்டிருந்தேன். ஒருவேளை, அவர் என்னைத் தொட முயற்சி செய்யலாம்.

அவர் சென்றதும் அங்கு வேறுயாரும் இல்லை. நான் சன்னலின் மறுபக்கம் இருந்தவரிடம் "நான் லண்டனுக்குச் செல்லவேண்டும்," என்றேன். அந்தக் காவல்துறை அதிகாரி இருந்தவரை பயமில்லாமல் இருந்தேன். இப்போது அவர் இல்லாததால் மறுபடி பயமாக இருந்தது. எனவே இதைக் கணினியில் விளையாடும் விளையாட்டாக நினைத்துக்கொண்டேன். விளையாட்டின் பெயர், 'லண்டனுக்குச் செல்லும் ரயில்'. இது 'Myst' அல்லது 'Eleventh Hour' போன்ற விளையாட்டு, பல்வேறுபட்ட பிரச்சினைகளை, தடைகளைத் தாண்டினால் அடுத்த கட்டத்துக்குச் செல்லலாம். வேண்டும்போது கணினியை அணைத்துவிடலாம்.

சன்னலின் மறுபக்கம் இருந்தவர், "ஒரு வழியா? இரு வழியா?" என்று கேட்டார்.

நான் "ஒரு வழி, இரு வழி என்றால் என்ன?" என்றேன்.

அவர் "போவதற்கு மட்டுமா? இல்லை போய்விட்டுத் திரும்பி வரவேண்டுமா?" என்றார்.

நான் "அங்கே தங்கப்போகிறேன்," என்றேன்.

அவர் "எவ்வளவு நாள்?" என்றார்.

நான் "பல்கலைக்கழகப் படிப்பு முடியும்வரை," என்றேன்.

அவர் "சந்தேகமில்லாமல் ஒருவழி, £32 கொடு," என்றார்.

நான் £50ஐ அவரிடம் கொடுத்ததும் £10ஐத் திருப்பிக் கொடுத்துவிட்டு "தொலைத்துவிடாதே, பத்திரம்" என்றார்.

பாதி மஞ்சளும் பாதி இளஞ்சிவப்பும் உள்ள பயணச்சீட்டோடு £8க்கான நாணயங்களைக் கொடுத்தார். எல்லாவற்றையும் வாங்கி ஸ்விஸ் கத்தியோடு சேர்த்து வைத்துக்கொண்டேன். எனக்கு அந்தப் பாதி மஞ்சள்நிறம் பிடிக்கவில்லை ஆனாலும் பயணச்சீட்டு என்பதற்காக வைத்துக்கொண்டேன்.

அவர் "வேறு என்ன? நகர வேண்டியதுதானே?" என்றார்.

நான் "லண்டனுக்கு எப்போது வண்டி வரும்?" என்றேன்.

கைக்கடிகாரத்தைப் பார்த்தபடி "முதல் நடைமேடைக்கு இன்னமும் ஐந்து நிமிடத்தில் வரும்" என்றார்.

நான் "அது எங்கே இருக்கிறது?" என்றேன்.

சுட்டிக்காட்டியபடி "தரைகீழ்ப் பாதையைத் தாண்டியதும் படிகள் வரும், வழி அங்கங்கே எழுதி இருக்கும், பார்த்துக்கொள்ளலாம்" என்றார்.

தரைகீழ்ப் பாதை என்பது சுரங்கப்பாதை. ஏனென்றால் அவர் எங்கே சுட்டிக்காட்டினார் என்பதை நான் கவனித்தேன். அங்கிருந்து வெளியே வந்தேன், இதை விளையாட்டாக என்னால்

பார்க்க முடியவில்லை. ஏனென்றால் நான் அதனுள் இருக்கிறேன். சுவரில் எழுதப்பட்டிருந்த வாசகங்கள் ஒவ்வொன்றும் என் தலைக்குள் ஓங்கி ஒலித்துக்கொண்டிருந்தன. யார் யாரோ கடந்து செல்லும்போது என்மேல் மோதினார்கள், நான் அவர்களைப் பயமுறுத்த நாய்போலக் குரைத்தேன்.

சிவப்புநிறக்கோடு என் காலடியிலிருந்து நீண்டு சுரங்கப்பாதை வழியாகச் செல்வதாகக் கற்பனை செய்துகொண்டு, அதை ஒட்டி "இடம், வலம், இடம், வலம்," என்று சொல்லியபடி நடந்துசெல்லத் தொடங்கினேன். நான் கோபமாக இருந்தால் அல்லது பயத்தில் இருந்தால் இதுபோல இசைத்தன்மையோடுகூடிய சத்தங்கள் எனக்கு உதவும். இதை ஷெவோன் எனக்குக் கற்றுக்கொடுத்திருந்தாள்.

படிகளில் ஏறிச்சென்றதும் **← நடைமேடை 1** என்ற அறிவிப்புப் பலகையைப் பார்த்தேன். அதில் இருந்த **← கண்ணாடிக்** கதவைக் காட்டியது. கண்ணாடிக் கதவைத் தாண்டிச் சென்றதும் மறுபடி யாரோ என்மேல் இடித்துச் சென்றனர். நான் மறுபடி நாய்போலக் குரைத்ததும் "பார்த்துப் போ," என்றபடி கடந்தனர். நான் அவர்களை '**லண்டனுக்குச் செல்லும் ரயில்**' விளையாட்டில் உள்ள காவல் சாத்தான்களாகக் கற்பனை செய்துகொண்டேன். ரயில் நின்றுகொண்டிருந்தது. கையில் செய்தித்தாளும் கோல்ஃப் பையும் வைத்திருந்த ஒருவர் ரயிலில் இருந்த பெரிய பொத்தானை அழுத்தியதும் கதவு தானாகத் திறந்துகொண்ட விதம் எனக்குப் பிடித்திருந்தது. அவர் உள்ளே சென்றதும் அது தானாக மூடிக்கொண்டது.

கைக்கடிகாரத்தில் நேரத்தைப் பார்த்தேன், 5 நிமிடம் கடந்திருந்தது. எனவே வண்டி இன்னமும் 2 நிமிடத்தில் கிளம்பிவிடும்.

வண்டியின் அருகே சென்று அந்தப் பொத்தானை அழுத்தியதும் கதவு திறந்தது. உள்ளே ஏறிக்கொண்டேன்.

நான் லண்டன் செல்லும் ரயிலில் இருந்தேன்.

193. வீட்டில் ரயில்நிலையப் பொம்மையை வைத்து விளையாடும்போது, ரயில் அட்டவணை ஒன்றைத்

தயாரித்திருந்தேன். ஏனென்றால் எனக்கு அட்டவணைகளைப் பிடிக்கும். அதன் மூலம் எப்போது என்ன நடக்கும் என்று தெரிந்துகொள்ள முடியும்.

இது அப்பாவுடன் நான் வீட்டில் இருக்கும்போது பயன்படுத்தும் அட்டவணை. அப்போது அம்மா மாரடைப்பால் இறந்துவிட்டதாக நினைத்திருந்தேன் (இது திங்கள் கிழமைக்கான அட்டவணை. மேலும், இது தோராயமானது).

7:20 a.m.	எழுந்திரு
7:25 a.m.	பல் விளக்கி முகம் கழுவு
7:30 a.m.	டோபிக்கு உணவும் நீரும் கொடு
7:40 a.m.	காலை உணவைச் சாப்பிடு
8:00 a.m.	பள்ளி உடை அணிந்துகொள்
8:05 a.m.	புத்தகப் பையைத் தயார் செய்
8:10 a.m.	புத்தகம் படி அல்லது காணொளி பார்
8:32 a.m.	பள்ளிப் பேருந்தில் ஏறு
8:43 a.m.	வெப்பமண்டல மீன் கடையைத் தாண்டிச் செல்
8:51 a.m.	பள்ளிக்கு வந்து சேர்
9:00 a.m.	பள்ளிப் பிரார்த்தனை
9:15 a.m.	காலை நேர முதல் வகுப்பு
10:30 a.m.	இடைவேளை
10:50 a.m.	திருமதி. பீட்டரின் ஓவிய வகுப்பு[13]
12:30 p.m.	மதிய உணவு
1:00 p.m.	முதல் மதிய வகுப்பு
2:15 p.m.	இரண்டாம் மதிய வகுப்பு
3:30 p.m.	வீட்டுக்குச் செல்ல பள்ளிப் பேருந்தில் ஏறு
3:49 p.m.	பள்ளிப் பேருந்தில் இருந்து வீட்டில் இறங்கு
3:50 p.m.	பழரசமும் சிற்றுண்டியும் சாப்பிடு
3:55 p.m.	டோபிக்கு உணவும் நீரும் கொடு
4:00 p.m.	டோபியைக் கூண்டிலிருந்து வெளியே எடு
4:18 p.m.	டோபியைக் கூண்டில் அடை
4:20 p.m.	தொலைக்காட்சி அல்லது காணொளி பார்
5:00 p.m.	புத்தகம் படி
6:00 p.m.	தேநீர் குடி

6:30 p.m.	தொலைக்காட்சி அல்லது காணொளி பார்
7:00 p.m.	கணிதப் பயிற்சி செய்
8:00 p.m.	குளி
8:15 p.m.	பைஜாமா அணிந்துகொள்
8:20 p.m.	கணினியில் விளையாடு
9:00 p.m.	தொலைக்காட்சி அல்லது காணொளி பார்
9:20 p.m.	பழரசமும் சிற்றுண்டியும் சாப்பிடு
9:30 p.m.	படுக்கைக்குச் செல்

வார இறுதி நாள்களில், என்னுடைய அட்டவணையை நானே தயாரித்து அதை அட்டையில் ஒட்டிச் சுவரில் மாட்டுவேன். அது, *டோபிக்கு உணவளி அல்லது கணிதப் பயிற்சி செய் அல்லது இனிப்புகள் வாங்க கடைக்குச் செல்* போன்ற விஷயங்களைக்கொண்டிருக்கும். விடுமுறை நாளில் என்ன செய்யப் போகிறோம் என்பதற்கான அட்டவணையை யாரும் வைத்திருப்பதில்லை. எனக்கு பிரான்ஸைப் பிடிக்காமல் போனதற்கு இதுவும் காரணம். ஒவ்வொரு முறையும் அம்மாவிடம் அல்லது அப்பாவிடம் அந்த நாளில் குறிப்பாக என்ன செய்யப் போகிறோம் என்று கேட்பேன். இது எனக்கு நிறைவைத் தருகிற விஷயம்.

காலம் என்பது விண்வெளியைப் போன்றது அல்ல. பாகைமானியை அல்லது ரொட்டியை நீங்கள் எங்காவது வைக்கும்போது அது வைக்கப்படும் இடத்தை வரைபடம் போல நினைவில் வைத்திருக்கலாம். அப்படி நீங்கள் நினைவில் வைத்திருக்கவில்லை என்றாலும் அது அங்கே இருக்கும், என்றாலும் வரைபடம் என்பது உண்மையில் இருப்பில் உள்ள பொருட்களைக் குறிக்கும் குறியீட்டு முறை. எனவே நீங்கள் பாகைமானியை அல்லது ரொட்டியை மறுபடி கண்டெடுக்கலாம். அட்டவணை என்பது காலத்தின் வரைபடம். உங்களிடம் அட்டவணை எதுவும் இல்லை என்றால் காலம் என்பது வெளிப்படையாக இடைமேடை போல அல்லது தோட்டம் போல அல்லது பள்ளிக்குச் செல்லும் வழி போல இருக்கப் போவதில்லை. ஏனென்றால் காலம் என்பது உண்மையில் பூமி சூரியனைச் சுற்றுவது, அணுக்களின் அதிர்வு, கடிகாரத்தின் சுழற்சி, பகல் மற்றும் இரவு, விழிப்பது மற்றும்

தூங்கச் செல்வது போன்ற வெவ்வேறு விஷயங்கள் மாறும் வழியோடு தொடர்புடையது. இவையெல்லாம் மேற்கு அல்லது வட-வட-கிழக்கு என்பது போல, பூமி சூரியனுக்குள் விழுந்து இல்லாமல் போய்விட்டால் எதுவும் இருக்கப் போவதில்லை. ஏனென்றால், இவை வட துருவம் மற்றும் தென் துருவம் மற்றும் மற்ற எல்லா இடங்களுக்கும் இடையில் உள்ள தொடர்பான விஷயம் மட்டுமே. முக்தீசூ, சண்டர்லேண்ட், கேன்பெரா என்பவை அனைத்தும் தொடர்பான விஷயங்கள் மட்டுமே.

ஆனால் இது, எங்கள் வீட்டுக்கும் திருமதி. ஷியர்ஸ் வீட்டுக்கும் இடையேயுள்ள தொடர்பு போன்றோ அல்லது 7க்கும் 865 க்கும் இடையேயுள்ள தொடர்பு போன்றோ நிலையானதல்ல. குறிப்பிட்ட இடத்தை நோக்கி நீங்கள் எவ்வளவு வேகமாகப் பயணிக்கிறீர்கள் என்பதைச் சார்ந்தது. விண்கலத்தில் உங்களால் ஒளியின் வேகத்திற்கு அருகில் பயணிக்க முடியுமானால் நீங்கள் திரும்பி வரும்போது உங்கள் குடும்பத்தினர் யாரும் உயிரோடு இருக்க மாட்டார்கள். ஆனால் உங்கள் கடிகாரம் நீங்கள் சில நாள்கள் அல்லது மாதங்கள் மட்டும் பயணம் செய்ததாகச் சொல்லும். உண்மையில், அப்போது நீங்கள் எதிர்காலத்தில் இருப்பீர்கள்.

ஒளியின் வேகத்தைவிட அதிகமான வேகத்தில் எதுவும் பயணம் செய்ய முடியாது என்பதால், நம்மால் விண்வெளியில் நடப்பவற்றில் சிறுபகுதியை மட்டுமே தெரிந்துகொள்ள முடிகிறது. இதைப் போல.

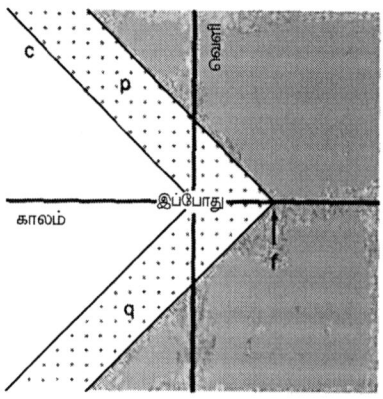

இது எல்லா இடத்திற்குமான, எல்லாவற்றுக்குமான வரைபடம். வலதுபுறம் எதிர்காலமும் இடதுபுறம் கடந்தகாலமும் உள்ளது. c என்று குறிக்கப்பட்டுள்ள சாய்கோடு ஒளியின் வேகத்தைக் குறிக்கும். கருப்பு வண்ணமிட்ட பகுதிகளில் என்ன நடக்கிறது அல்லது நடந்தது என்பதை நம்மால் தெரிந்துகொள்ள முடியாது. ஆனால் நீங்கள் f என்ற இடத்தை அடையும்போது p மற்றும் q என்ற வெளிர்நிறப் பகுதியில் நடந்தது என்ன என்பதைத் தெரிந்துகொள்வது சாத்தியமாகும்.

இதன்மூலம் காலம் என்பது மர்மமானது என்பதைத் தெரிந்துகொள்ள முடிகிறது. அது மட்டுமல்ல, இன்றுவரை, உண்மையில் காலம் என்பது என்ன என்பதற்குச் சரியான விளக்கத்தை யாரும் கொடுக்கவில்லை. எனவே காலத்தில் நீங்கள் தொலைந்து போனால் அது பாலைவனத்தில் தொலைந்தது போல. ஒரே வித்தியாசம் என்னவென்றால், உங்களால் இந்தப் பாலைவனத்தைப் பார்க்க முடியாது.

எனவேதான் எனக்கு அட்டவணைகளைப் பிடிக்கும் என்கிறேன். அவை, நீங்கள் காலத்தில் தொலைந்துவிடாமல் பார்த்துக்கொள்கின்றன.

197. ரயிலில் நிறைய மனிதர்கள் இருந்தது எனக்குப் பிடிக்கவில்லை. ஏன் அதை வெறுக்கிறேன் என்று எனக்குத் தெரியாது. அதைவிட, ஓர் அறைக்குள் நிறைய பேருடன் அடைந்து கிடப்பது என்பதை அதிகமாக வெறுக்கிறேன். ரயிலும் அறையைப் போன்றதே, அது நகர்ந்துகொண்டிருக்கும்போது உங்களால் வெளியேற முடியாது. இது எனக்கு குறிப்பிட்ட சம்பவத்தை நினைவூட்டுகிறது. ஒருமுறை, பள்ளிப்பேருந்து பழுதாகிப் போனதால் அம்மா என்னை அழைத்துச்செல்ல வந்திருந்தாள். திருமதி. பீட்டர், தான் வரமுடியாது என்பதால் பாலி மற்றும் ஜேக்கை அழைத்து வருமாறு அம்மாவிடம் சொல்லியிருந்தார். ஆனால் வண்டியில் நிறைய பேர் இருந்ததால் நான் கத்தத் தொடங்கினேன். ஜேக்கும் பாலியும் என் வகுப்பில் படிப்பவர்கள் இல்லை. ஜேக், எதிலாவது தன் தலையை முட்டிக்கொண்டு விநோதமான விலங்குச் சத்தங்களை எழுப்புவான். எனக்கு உடனே காரிலிருந்து வெளியேற

வேண்டும் போல இருந்தது என்பதால் ஓடிக்கொண்டிருந்த காரிலிருந்து குதித்துவிட்டேன். தலையில் அடிபட்டுத் தையல் போட வேண்டியதாகிவிட்டது. அதற்காக என் தலைமுடியை மழித்துவிட்டார்கள். பழையபடி அது வளர 5 மாதங்கள் ஆனது.

எனவே இப்போது ரயிலில் அசையாமல் இருந்தேன். "க்றிஸ்டோஃபர்," என்று அழைக்கும் குரல் கேட்டது, யாரோ என்னைத் தெரிந்தவர்கள் பள்ளி ஆசிரியர் அல்லது தெருவில் வசிப்பவர்களாக இருக்கும் என்று நினைத்துத் திரும்பினேன். ஆனால் அங்கிருந்தது அந்தக் காவல்துறை அதிகாரி, வேகமாக மூச்சிரைத்தபடி குனிந்து முழங்காலைப் பிடித்தபடி நின்றிருந்தார். "சரியான நேரத்தில் உன்னைப் பிடித்துவிட்டேன்," என்றார்.

நான் எதுவும் பேசவில்லை.

அவர் "உன் அப்பா காவல்நிலையத்தில் இருக்கிறார்," என்றார்.

அடுத்து வெலிங்டனைக் கொன்றதற்காக உன் அப்பாவைக் கைது செய்திருக்கிறோம் என்று சொல்வார் என எதிர்பார்த்தேன். ஆனால் "அவர் உன்னைத் தேடிக்கொண்டிருக்கிறார்," என்றார்.

நான் "தெரியும்," என்றேன்.

அவர் "பிறகு ஏன் லண்டன் போகவேண்டும்?" என்றார்.

நான் "ஏனென்றால் நான் அம்மாவோடு இருக்கப் போகிறேன்," என்றேன்.

அவர் "அநேகமாக, உன் அப்பா அதுபற்றி ஏதோ சொல்ல இருக்கிறார்," என்றார்.

மறுபடி என்னை அப்பாவிடம் அழைத்துப் போகப் போகிறார் என்று நினைக்கும்போது பயமாக இருந்தது. ஏனென்றால் இவர் காவல்துறையைச் சேர்ந்தவர், காவல்துறையைச் சேர்ந்தவர்கள் நல்லவர்களாக இருக்க வேண்டும். நான் ஓட முயற்சிக்கும்போது என்னைப் பிடித்துவிட்டார். நான் கத்தியதும் என்னை விட்டுவிட்டார்.

பிறகு, "சரி மிகவும் உணர்ச்சிவசப்படாதே, நான் உன்னை இப்போது காவல்நிலையத்திற்கு அழைத்துப் போகிறேன்,

அங்கே நான், நீ, உன் அப்பா மூவரும் பேசி, யார் எங்கே செல்வது என்பது பற்றி முடிவுசெய்யலாம்," என்றார்.

நான் "அம்மாவோடு இருக்கப் போகிறேன், லண்டனில்," என்றேன்.

அவர் "இல்லை, இப்போது அது சாத்தியமில்லை," என்றார்.

நான் "நீங்கள் அப்பாவைக் கைது செய்தீர்களா?" என்றேன்.

அவர் "கைதா? எதற்கு?" என்றார்.

நான் "அவர் ஒரு நாயை தோட்டத்தைக் கொத்தும் முள்கரண்டியால் குத்திக் கொன்றுவிட்டார். அந்த நாயின் பெயர் வெலிங்டன்," என்றேன்.

அவர் "அப்படியா?" என்றார்.

நான் "ஆமாம்," என்றேன்.

அவர் "சரி, அது பற்றியும் பேசலாம். இன்றைய நாளுக்குப்போதுமான சாகசங்களைச் செய்துவிட்டாய். இப்போது போகலாமா?" என்றார்.

அவர் என்னைத் தொட வந்ததும் மறுபடி கத்தத் தொடங்கினேன்.

அவர் "இதோ பார் சின்னக்குரங்கே! நான் சொல்வதைக் கேள் அல்லது நான் உன்னை..." என்றார்.

ரயில் சின்ன குலுங்கலுடன் புறப்படத் தொடங்கியது.

அவர் "நாசமாய்ப் போக..." என்றார்.

மேற்கூரையைப் பார்த்தபடி இரண்டு கைகளையும் வாய்க்கு அருகே வைத்துக்கொண்டு பெருமூச்சுவிட்டார்.

பிறகு, "அசையாதே," என்றபடி தன்னிடமிருந்த நடைபேசியில் உள்ள பொத்தானைத் திருகி, "ராப்! நான் நைஜெல், ரயிலில் மாட்டிக்கொண்டு விட்டேன். ஆமாம், வேண்டாம்... கவனி, வண்டி அடுத்து டிட்காட் பார்க்வேயில் நிற்கும். யாரிடமாவது காரைக் கொடுத்து என்னை அழைத்துக்கொள்ளச் சொல்...

நல்லது. கிடைத்துவிட்டான் என்று இவனைத் தேடிவந்த முதியவரிடம் சொல், வருவதற்குச் சிறிது நேரமாகும் என்று சொல்லிவிடு... நல்லது'' என்றார்.

நடைபேசியை அணைத்துவிட்டு, ''உட்கார்ந்துகொள்ளலாம்,'' என்று இருக்கையைச் சுட்டிக்காட்டினார், நீளமான எதிரெதிராக அமைந்த இருக்கைகள். ''இங்கே உட்கார், குரங்குச்சேட்டை எல்லாம் வேண்டாம்,'' என்றார்.

அங்கே இருந்தவர்கள் எழுந்து வேறு இருக்கைக்கு மாறிக்கொண்டனர்.

அவர் ''இவ்வளவு சிறியவனாய் இருந்துகொண்டு நீ செய்யும் வேலைகள்... கடவுளே,'' என்றார்.

இவர் 451C, சாப்டர் சாலை, லண்டன் NW2 5NG ஐ கண்டுபிடிக்க உதவுவாரா என்று எனக்கு யோசனையாக இருந்தது.

வண்டியின் வெளியே பார்க்கும்போது தொழிற்சாலைகளும் குப்பைகொட்டும் இடங்களும் தாண்டிச் சென்றன. பயன்பாட்டில் இல்லாத சிறிய பெரிய வாகனங்கள் மண்தரையில் அதேநிறத்தில் கிடந்தன. 2 நாய்கள் மற்றும் சில உடைகள் காய்வதற்காகத் தொங்கிக்கொண்டிருந்தன.

சன்னலின் வழியே தெரிந்த காட்சிகள் வரைபடம்போல் இருந்தன. வித்தியாசம் என்னவெனில், அது முப்பரிமாணத்திலும் இயல்பளவிலும் இருந்தன. நிறைய பொருட்கள் இருந்ததால் என் தலை வலிக்கத் தொடங்கியது, நான் கண்களை மூடிக்கொண்டேன். தரையின் மேலே பறப்பதுபோன்ற உணர்வு தோன்றியதும் மீண்டும் கண்களைத் திறந்துகொண்டேன், பறப்பது நல்ல விஷயம். நகரத்தைத் தாண்டி கிராமப் பகுதிகளுக்குள் ரயில் நுழைந்தது. வயல்கள், பசுக்கள், குதிரைகள், பாலம், பண்ணை, நிறைய வீடுகள், சிறிய சாலைகள் அதில் செல்லும் வாகனங்கள். எத்தனை கோடி மைல்களுக்கு உலகமெங்கும் தண்டவாளங்கள் அமைக்கப்பட்டிருக்கும், எத்தனை வயல்களையும் வீடுகளையும் நதிகளையும் தாண்டிச் செல்லும் என்று நினைத்துக்கொண்டேன். தொடர்ந்து இன்னொரு யோசனையும் வந்தது, உலகில் எத்தனை மனிதர்கள், அவர்கள் வசிப்பதற்கு வீடுகள், அவர்கள் பயணம்

செய்ய சாலைகள், வாகனங்கள், வளர்ப்புப் பிராணிகள், உடைகள், அனைவரும் சாப்பிடுகிறார்கள், தூங்குகிறார்கள், அனைவருக்கும் பெயர் இருக்கிறது. இதைப் பற்றி யோசிக்கும்போது மீண்டும் தலைவலிக்கத் தொடங்கியது, கண்களை மூடியபடி எண்களை எண்ணவும், முனகவும் தொடங்கினேன்.

கண்களைத் திறந்தபோது காவல்துறை அதிகாரி **தி சன்** என்ற செய்தித்தாளைப் படித்துக்கொண்டிருந்தார். செய்தித்தாளின் முதல் பக்கத்தில், **£3 மில்லியன் ஆண்டர்சனின் விலைமாது அவமானம்** என்று இருந்தது அதன்கீழே ஆணின் படமும் உள்ளாடையுடன் இருக்கும் பெண்ணின் படமும் இருந்தது.

பிறகு மனதிற்குள் சில கணிதப் பயிற்சிகளைச் செய்தேன், இருவிசைச் சமன்பாட்டை சூத்திரம்கொண்டு தீர்வு காண்பது.

$$x = \frac{-b \pm \sqrt{b^2 - 4ac}}{2a}$$

கொஞ்சநேரத்தில் சிறுநீர் கழிக்கவேண்டும் என்ற உணர்வு எழுந்தது, ஆனால் நான் ரயிலுக்குள் இருக்கிறேன். இன்னமும் லண்டன் சென்றுசேர எவ்வளவுநேரம் ஆகுமோ என்று நினைக்கும்போது பயம் வரத் தொடங்கியது. கண்ணாடியில் கைகளால் தாளமிட்டபடி சிறுநீர் கழிக்கவேண்டும் என்ற எண்ணத்தைத் தவிர்க்க முயற்சி செய்து, கைக்கடிகாரத்தைப் பார்த்துக்கொண்டு 17 நிமிடங்கள் காத்திருந்தேன். எனக்கு எப்போதும் சிறுநீர் வந்தது என்றால் உடனே போகவேண்டும். இதனாலேயே நான் எப்போதும் பள்ளியிலோ அல்லது வீட்டிலோ இருப்பதை விரும்புவேன். பேருந்தில் ஏறுவதற்கு முன் சிறுநீர் கழித்துவிட்டே புறப்படுவேன், இப்போது உடையில் கசிந்து கொஞ்சம் நனைந்துவிட்டது.

அதிகாரி அதைக் கவனித்துவிட்டார். "அடக் கடவுளே!, நீ..." செய்தித்தாளை மடித்து வைத்துவிட்டு, "கழிப்பறைக்குப் போய்த் தொலை," என்றார்.

நான் "நாம் இப்போது ரயிலில் இருக்கிறோமே," என்றேன்.

அவர் "இங்கேயும் கழிப்பறை வசதி உண்டு," என்றார்.

நான் "எங்கேயிருக்கிறது?" என்றேன்.

அவர் "அதோ, அந்தக் கதவு வழியாகச் சென்றால் வரும், நான் உன்னைக் கவனித்துக்கொண்டிருக்கிறேன், புரிந்ததா?" என்றார்.

நான் "இல்லை" என்றேன். ஏனென்றால் ஒருவரைக் கவனிப்பது என்றால் என்னவென்று எனக்குத் தெரியும். ஆனால் நான் கழிப்பறைக்குள் இருந்தால் என்னைப் பார்க்க முடியாது.

அவர் "போய்த் தொலை," என்றார்.

கண்களை மூடிக்கொண்டு இருக்கையைவிட்டு எழுந்து நகர்ந்தேன், சிறிய கீற்று போலக் கண்களைத் திறந்து யாரையும் பார்க்காமல் கழிப்பறையை நோக்கி நடந்தேன். கதவைத் தாண்டியதும் வலதுபக்கம் பாதி திறந்த நிலையில் இன்னொரு கதவு இருந்தது. அதன் மீது **கழிப்பறை** என்று எழுதப்பட்டிருந்தது, உள்ளே நுழைந்தேன்.

கழிப்பறை மிக மோசமான நிலையில் இருந்தது. பீங்கானில் அமரும் இடத்தில் பீ ஒட்டியிருந்தது, பீ நாற்றமடித்தது; ஜோசப் தனியாக கழிப்பறைக்குச் சென்று வந்தால் பள்ளியில் இருக்கும் கழிப்பறை இதுபோல ஆகி நாற்றமடிக்கும், ஏனென்றால் அவன் பீயை வைத்து விளையாடுவான்.

பீ ஒட்டியிருப்பதோடு கழிப்பறையைப் பயன்படுத்த நான் விரும்பவில்லை, ஏனெனில் அது எனக்குத் தெரியாதவர்களின் பீ, மேலும் அது பழுப்புநிறத்தில் இருக்கிறது, ஆனால் எனக்குச் சிறுநீர் கழிக்கவேண்டும். கண்ணை மூடிக்கொண்டு செய்து முடித்தேன். வண்டியின் ஆட்டத்தில் தரையிலும் பீங்கான் இருக்கையிலுமாக மாறி மாறிச் சிதறியது. கழிப்பறைக் காகிதத்தை எடுத்து உறுப்பைத் துடைத்துக்கொண்டு தண்ணீரைத் திறந்துவிட்டேன். கைகழுவும் இடத்திலிருந்த குழாயைத் திறந்தேன் ஆனால் தண்ணீர் வரவில்லை. கையில் எச்சிலைத் துப்பித் தேய்த்து காகிதத்தால் கைகளைத் துடைத்துக்கொண்டு காகிதத்தைக் கோப்பைக்குள் எறிந்தேன்.

கழிப்பறையைவிட்டு வெளியே வந்தேன், எதிரில் இரண்டு அலமாரிகள் அமைக்கப்பட்டு பெட்டிகளும் முதுகுப்பைகளும் அதில் வைக்கப்பட்டிருந்தன. அது, என் வீட்டிலுள்ள

அலமாரியை ஞாபகப்படுத்தியது. நான் சில சமயங்களில் அதில் ஏறிப் படுத்துக்கொள்வேன், அது என்னைப் பாதுகாப்பாக உணரச்செய்யும். நடுப்பகுதியில் அமைக்கப்பட்டிருந்த தட்டில் ஏறிப் படுத்துக்கொண்டு, ஒரு பெட்டியை இழுத்து எனக்கு முன்னால் கதவுபோல் வைத்துக்கொண்டேன். அறைக்குள் இருப்பதைப்போல இருளாக இருந்தது, தனிமையும் வெளிப்பேச்சுகள் கேட்காமலிருந்ததும் என்னை அமைதிப்படுத்தின.

மறுபடியும் சில இருபடிச் சமன்பாடுகளுக்குத் தீர்வுகண்டேன்.

$0 = 437x^2 + 103x + 11$

மற்றும்

$0 = 79x^2 + 43x + 2089$

மேலும், சில குணகங்களைப் பெரிய எண்ணிக்கையில் அமைத்துக்கொண்டேன். இதனால் தீர்வு காண்பது சற்றுக் கடினமாக இருக்கும்.

சிறிதுநேரத்தில் ரயிலின் வேகம் குறைந்தது, யாரோ ஒருவர் அலமாரியின் பக்கத்தில் வந்து நின்று கழிப்பறைக் கதவைத் தட்டினார், அது அந்தக் காவல்துறை அதிகாரி. "க்றிஸ்டோஃபர்...? க்றிஸ்டோஃபர்... ...?" என்றார், பிறகு கழிப்பறைக் கதவைத் திறந்து பார்த்து, "நாசமாய்ப் போக" என்றார். எனக்கு மிகவும் பக்கத்தில் அவர் நின்றுகொண்டிருந்தார். என்னால் அவர் நடைபேசி மற்றும் இடுப்பில் செருகியிருந்த கைத்தடியைப் பார்க்க முடிந்தது. அவர் தாடையில் பூசியிருந்த வாசனைத் திரவியத்தை நுகரமுடிந்தது. ஆனால் அவர் என்னைக் கவனிக்கவில்லை, நானும் எதுவும் பேசவில்லை. ஏனென்றால் அவர் என்னை அப்பாவிடம் அழைத்துச் செல்வதை நான் விரும்பவில்லை.

அவர் அங்கிருந்து வேகமாக நகர்ந்தார்.

வண்டி நின்றுவிட்டது. ஒருவேளை, அது லண்டனாக இருக்குமோ என்ற சந்தேகம் வந்தது. ஆனாலும் நான் அசையவில்லை. அந்த அதிகாரி என்னைக் கண்டுபிடித்து விடக்கூடும்.

கம்பளியால் நெய்த பூக்களும் தேனீக்களும்கொண்ட தளர்வான மேல்சட்டை அணிந்த பெண் தோள்பையை எனக்கு மேலே இருந்த தட்டிலிருந்து எடுத்தாள். என்னைப் பார்த்ததும், "நீ என்னைப் பயமுறுத்திவிட்டாய்," என்றாள்.

அப்போதும் நான் எதுவும் பேசவில்லை.

"நடைமேடையில் இருக்கும் யாரோ ஒருவர் உன்னைத் தேடிக்கொண்டிருக்கலாம்," என்றாள்.

நான் எதுவும் பேசவில்லை. "சரி, அது உன் பிரச்சனை," என்று நகர்ந்தாள்.

அதன்பிறகு 3 பேர் என்னைக் கடந்து சென்றனர். அதில் ஒருவர் வெள்ளை உடை அணிந்த கருப்பர், மிகப்பெரிய பொதியை எனக்குமேல் இருந்த தட்டில் வைத்துவிட்டு நகர்ந்தார், அவர் என்னைக் கவனிக்கவில்லை.

ரயில் மறுபடியும் நகரத் தொடங்கியது.

199. உலகம் சிக்கலானது என்பதாலேயே மனிதர்கள் கடவுளை நம்புகிறார்கள். பறக்கும் அணில் அல்லது மனிதனின் கண் அல்லது மூளையைப் போன்ற சிக்கலான அமைப்பு தற்செயலாக உருவாக முடியாது என்று நம்புகிறார்கள். தர்க்கரீதியாக இதை யோசிக்க வேண்டும். அப்படி யோசித்தால், இந்தக் கேள்வியை இது நடந்து முடிந்திருப்பதால் மட்டுமே கேட்கமுடிகிறது என்பது புரியும். எத்தனையோ பில்லியன் கணக்கான கோள்கள் இருக்கின்றன. ஆனால் அவற்றில் எல்லாம் உயிர்கள் இல்லை, கவனிப்பதற்கு அங்கு மூளையோடு யாரும் இல்லை. இது எப்படியென்றால், உலகத்தில் உள்ள அனைவரும் நாணயங்களைச் சுண்டிவிட்டால் யாராவது ஒருவருக்கு 5,698 முறை வரிசையாகத் தலை விழலாம். எனவே, அவர்கள் தங்களை சிறப்பு வாய்ந்தவர் என்று நினைக்கலாம். ஆனால் அப்படி இல்லை. ஏனென்றால் இன்னும் எத்தனையோ பில்லியன் பேருக்கு 5,698 முறை தலைவிழாமல் இருக்கலாம். பூமியில் உயிர்கள் உருவானது விபத்தினால். ஆனால் அது சிறந்தவகை விபத்து. மேலும்,

அவ்வகை விபத்து இப்படிச் சிறப்பான வகையில் நிகழ்வதற்கு 3 நிபந்தனைகள் உண்டு. அவை என்னவென்றால்,

1. அவை தங்களைப் போலவே இன்னொன்றை உருவாக்க வேண்டும். (இதற்குப் பிரதியெடுத்தல் என்று பெயர்.)
2. அப்படிச் செய்யும்போது சிறு தவறுகள் நடக்கவேண்டும் (இதற்கு திடீர்மாற்றம் என்று பெயர்).
3. அந்தத் தவறுகள் அடுத்த பிரதியில் தொடரவேண்டும் (இதற்கு தலைமுறை கடத்தல் என்று பெயர்).

ஆனால் இது அரிதானது, அதேசமயம் நடக்கக்கூடியது. இவையே உயிர்களை உருவாக்கின. அது நடந்துவிட்டது, அவ்வளவுதான். அதேபோல இது, காண்டாமிருகமாக, மனிதர்களாக, திமிங்கலமாக முடியவேண்டும் என்றும் இல்லை. எதில் வேண்டுமானாலும் முடியலாம். எடுத்துக்காட்டாக, கண் என்ற அமைப்பு எப்படி விபத்தில் உருவாகியிருக்க முடியும்? என்று சிலர் கேட்கிறார்கள். கண் என்பது, கண்ணைப் போன்ற அமைப்பிலிருந்து பரிணமித்தது. இது, வெறும் தவறால் மட்டும் நிகழவில்லை. பாதிக் கண்களால் என்ன பயன்? பாதிக் கண்களாலும் பயன் உண்டு. பாதிக் கண்கள் உள்ள விலங்கால் தன்னைக் கொல்லவரும் மற்றொரு விலங்கைப் பாதியளவு பார்க்க முடியும், தப்பித்துக்கொள்ள முடியும். அதேபோல், மூன்றில் ஒரு பங்கு அல்லது 49% பார்வையுடைய விலங்கைத் தின்னமுடியும். ஏனென்றால் அது அவ்வளவு வேகமாகத் தப்பிக்க முடியாது. கொல்லப்பட்ட விலங்குக்குட்டிகள் பிறக்கப் போவதில்லை. ஏனென்றால் அது இறந்துவிட்டது. எனவே பார்வை இல்லாததைவிட 1% பார்வை என்பது மேலானதே.

மேலும், மனிதர்கள் தாங்கள் சிறந்த உயிரினம் என்பதாலேயே கடவுள் தங்களை பூமியில் வைத்திருக்கிறார் என்று நம்புகிறார்கள். ஆனால் மனிதர்கள் சிறந்த உயிரினம் இல்லை, அவர்கள் ஓர் உயிரினம் அவ்வளவுதான். அதில் இருந்து இன்னொரு உயிரினம் பரிணமிக்கும், அந்த உயிரினம் நம்மைவிட புத்திசாலித்தனத்துடன் இருக்கும். நாம் கொரில்லாக்களை, சிம்பன்சிகளை அடைத்து வைப்பது போல, அது நம்மை விலங்குப் பண்ணையில் அடைத்து வைக்கும் அல்லது மனித இனம் முழுவதுமே

நோயால் அழியலாம் அல்லது சுற்றுச்சூழல் மாசுபாடு காரணமாக தங்களைத் தாங்களே அழித்துக்கொள்ளலாம். அப்போது, உலகில் பூச்சி இனங்கள் மட்டுமே மிஞ்சி இருக்கும், அப்போது அவையே சிறந்த உயிரினமாக இருக்கும்.

211. ரயிலைவிட்டுக் கீழே இறங்கியிருக்க வேண்டுமோ என்று யோசித்தேன் ஒருவேளை இப்போது லண்டனில் நின்றதோ என்று யோசித்தேன், வேறு எங்காவது நான் இறங்கவேண்டி வந்தால் எனக்கு யாரையும் தெரியாதே என்று பயமாக இருந்தது.

மீண்டும் யாரோ கழிப்பறைக்குள் சென்றார்கள், வெளியே வந்தார்கள். ஆனால் என்னைக் கவனிக்கவில்லை. இந்தப் பீ நாற்றம், நான் உள்ளே சென்று வந்தபோது இருந்த பீ நாற்றத்திலிருந்து வித்தியாசமாக இருந்தது.

எங்கே போகிறேன் என்ற சிந்தனையை மறக்க, கண்களை மூடிக்கொண்டு மீண்டும் சில கணிதப் புதிர்களை விடுவித்தேன்.

மீண்டும் ரயில் நின்றது. மறைவிலிருந்து வெளியே வந்து என் பையை எடுத்துக்கொண்டு வண்டியிலிருந்து இறங்கி விடலாமா என்று யோசித்தேன். ஆனால் அந்தக் காவலரிடம் மாட்டிக்கொண்டு மீண்டும் என் அப்பாவிடம் செல்ல எனக்கு விருப்பமில்லை. எனவே அங்கேயே இருந்தேன், இந்தமுறை என்னை யாரும் கவனிக்கவில்லை.

அப்போது பள்ளியில் என் வகுப்பறையின் சுவரில் நான் பார்த்த வரைபடம் ஒன்று என் ஞாபகத்திற்கு வந்தது. அது இங்கிலாந்து, ஸ்காட்லாந்து மற்றும் வேல்ஸின் வரைபடம். அதில் அனைத்து நகரங்களும் எங்கேயிருக்கின்றன என்று குறிக்கப்பட்டிருக்கும். நான் எனக்குள் ஸ்விண்டன் மற்றும் லண்டனை அதில் குறித்து வைத்துக்கொண்டேன், அது இப்படி இருந்தது.

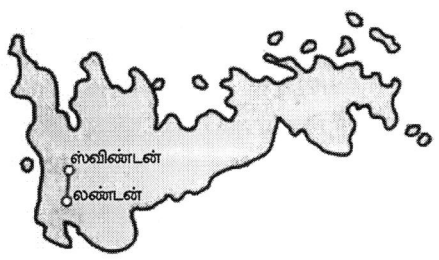

12:59க்கு ரயில் கிளம்பியதில் இருந்து என் கடிகாரத்தை அடிக்கடிப் பார்த்துக்கொண்டே இருந்தேன். முதல் நிறுத்தம் 1:16க்கு, அதாவது 17 நிமிடங்கள் கழித்து. இப்போது மணி 1:39, அந்த நிறுத்தத்தில் இருந்து 23 நிமிடங்கள் பயணம் செய்துவிட்டது. ரயில் பெரிய வளைவொன்றில் திரும்பவில்லை என்றால் இப்போது அது கடலுக்கடியில் இருக்கும். ஆனால் அது அப்படியொரு வளைவில் திரும்பியதா என்று எனக்குத் தெரியாது.

அதற்கடுத்து 4 நிறுத்தங்கள் வந்தன. 4 பேர் தங்கள் பைகளை எடுத்துச் சென்றனர், 2 பேர் பைகளை வைத்துவிட்டுச் சென்றனர். ஆனால் யாருமே அந்தப் பெரிய பெட்டியை நகர்த்தவில்லை. மேலங்கி அணிந்த ஒருவர் மட்டும் என்னைப் பார்த்துவிட்டு, "நாசமாய்ப் போக, என்னைப் பயமுறுத்திவிட்டாய்," என்றார். 6 பேர் கழிப்பறைக்குள் சென்றனர். ஆனால் பீ நாற்றம் இருக்கவில்லை, அது நல்லது.

பிறகு மீண்டும் வண்டி நின்றது. அந்த மஞ்சள்நிற மழைச்சட்டை அணிந்திருந்த பெண், பெரிய பெட்டியை எடுத்துக்கொண்டு, "நீ இதைத் தொட்டாயா?" என்றாள்.

நான் "ஆமாம்," என்றேன்.

பிறகு அவள் அங்கிருந்து நகர்ந்து சென்றாள்.

ஒருவர் அலமாரியின் பக்கத்தில் வந்து நின்று என்னைப் பார்த்தவுடன், "பேரி, இங்கே வந்து இதைப்பார். இங்கே, இவர்களிடம்... என்ன சொல்வது ரயிலில் குட்டிச்சாத்தான் மாதிரி ஏதோ வைத்திருக்கிறார்கள்," என்றார்.

இன்னொருவர் அவருக்குப் பக்கத்தில் வந்து நின்று, "நாம் இருவரும் குடித்துக்கொண்டிருந்தோம் இல்லையா, அதான் இப்படி," என்றார்.

அவர் "நாம் இவனுக்குச் சில கொட்டைகளை சாப்பிடக் கொடுக்கலாம்," என்றார்.

இன்னொருவர் "இருப்பதிலேயே நீதான் மோசமான கொட்டை," என்றார்.

அவர் "சரி விடு, பேச்சை மாற்று. கிறுக்குப்பயலே! நான் தெளிவடைவதற்குள் இன்னும் சில பியர்கள் வேண்டும்," என்றார்.

அவர்கள் அங்கிருந்து சென்றனர்.

பிறகு ரயில் முழுவதும் அமைதியாக இருந்தது, அது நகரவில்லை. யாரும் இருப்பதாகத் தெரியவில்லை. எனவே நான் இறங்கிச்சென்று என் பையை எடுத்துக்கொண்டு அந்தக் காவல்துறை அதிகாரி இன்னமும் இருக்கையில் இருக்கிறாரா என்று பார்க்க முடிவுசெய்தேன்.

அங்கிருந்து இறங்கி கதவில் இருந்த கண்ணாடி வழியாகப் பார்த்தேன். அவர் அங்கே இல்லை. என்னுடைய பையையும் காணவில்லை. அதில் டோபிக்கான உணவு, என் கணக்குப் புத்தகங்கள், என் சுத்தமான கால்சராய், சட்டை, மேலங்கி மற்றும் ஆரஞ்சுசாறு, பால், கஸ்டர்ட் க்ரீம், வேகவைத்த பீன்ஸ் ஆகியவை இருந்தன.

காலடிச்சத்தம் கேட்டுத் திரும்பினேன். இன்னொரு காவல்துறை அதிகாரி, முன்பு ரயிலில் இருந்தவர் இல்லை, இவர் வேறு, என்னால் அவரைக் கதவின் வழியாகப் பார்க்க முடிந்தது, அடுத்த பெட்டியில் இருந்தார், இருக்கைகளுக்கு அடியில் பார்த்துக்கொண்டே வந்தார். எனக்கு இனிமேல் காவல் துறையினரைப் பிடிக்காது என்று முடிவு செய்தேன். ரயிலில் இருந்து இறங்கினேன்.

இறங்கிய பிறகுதான் ரயில் நின்றிருந்த அந்த அறை எவ்வளவு பெரியது, எவ்வளவு சத்தம் மிகுந்தது, எவ்வளவு

எதிரொலிக்கக்கூடியது என்று தெரிந்தது. இறங்கியதும் நான் மண்டியிட்டு சிறிதுநேரம் உட்கார வேண்டி இருந்தது, இல்லை என்றால் நான் விழுந்திருப்பேன். உட்கார்ந்திருந்த நேரத்தில் எந்தப்பக்கம் போவது என்று யோசித்தேன். பிறகு நிலையத்துக்குள் ரயில் வந்துசென்ற திசையிலேயே நடப்பது என்று முடிவெடுத்தேன். ஏனென்றால் இது கடைசி நிறுத்தம் என்றால், ரயில் சென்ற திசையிலேயே லண்டன் இருக்கவேண்டும்.

எனவே, எழுந்து நின்று தரையில் நீளமான சிவப்புக்கோடு இருப்பதாக கற்பனை செய்துகொண்டு ஏற்கெனவே செய்ததுபோல அதன்மேல் நடந்தேன், "இடம், வலம், இடம், வலம்..."

வாசலை நெருங்கியவுடன் அங்கிருந்த ஒருவர், "உன்னை யாரோ தேடிக்கொண்டிருக்கிறார்கள் என்று நினைக்கிறேன் தம்பி," என்றார்.

நான் "யார் என்னைத் தேடுவது?" என்றேன். அநேகமாக, அது அம்மாவாக இருக்கும். அந்தக் காவலர் நான் சொன்ன தொலைபேசி எண்ணில் பேசியிருப்பார் என்று நினைத்தேன்.

ஆனால் அவர் "காவல்துறை அதிகாரி," என்றார்.

நான் "தெரியும்," என்றேன்.

அவர் "ஓ, சரி" என்று சொல்லிவிட்டு, "அப்படி என்றால் நீ இங்கேயே இரு, நான் அவரிடம் சொல்லிவிட்டு வருகிறேன்," என்று ரயிலை நோக்கி நடந்து சென்றார்.

நான் மறுபடியும் நடக்கத் தொடங்கினேன். இன்னமும் நெஞ்சுக்குள் பலூன் ஒன்று இருப்பதுபோல வலித்தது, காதுகளைக் கைகளால் மூடிக்கொண்டு அறையின் நடுவிலிருந்த சிறுகடையின் முன்னாலிருந்த சுவரின் முன்னால் நின்றேன். **அதில் விடுதி மற்றும் அரங்க முன்பதிவுகள் தொலைபேசி: 0207 402 5164** என்று எழுதப்பட்டிருந்தது. கையை எடுத்துவிட்டு சத்தங்களைத் தடுப்பதற்காக முனகினேன், இது லண்டனா என்று தெரிந்துகொள்வதற்காக அந்த அறையைச் சுற்றிலும் உள்ள விளம்பரப் பலகைகளைப் படித்தேன். அதில் இருந்தது,

Sweet Pastries Heathrow Airport Check-In Here *Bagel Factory* EAT excellence and taste ᎽᎠ! sushi Stationlink Buses W H Smith MEZZANINE Heathrow Express Clinique First Class Lounge FULLERS easyCar.com *The Mad Bishop* and Bear Public House Fuller's London Pride Dixons Our Price Paddington Bear at Paddington Station Tickets Taxis ♦ ♦ Toilets First Aid Eastbourne Terrace ███████ington Way Out Praed Street The Lawn Q Here Please Upper Crust Sainsbury's Local ⓘInformation GREAT WESTERN FIRST ⓟ Position Closed Position Closed Position Closed Sock Shop Fast Ticket Point ⓢ Millie's Cookies Coffee AIRLINERS COLLIDE OVER INDONESIA: 350 FEARED DEAD Freshly Baked Cookies and Muffins Cold Drinks Penalty Fares Warning Savoury Pastries Platforms 9-14 Burger King Fresh Filled! the reef° café bar business travel special edition TOP 75 ALBUMS Evening Standard

ஆனால் சில நொடிகள் கழித்து அது இப்படித் தெரிந்தது.

Sweathr♂♀■ow℗℃Airpheck*lagtory*EAenceandtasteᎽᎠ!suusctHee sortCWHSmithEANBNStat*MH*✴ioe*adBh*oathmieFirlassLoULERnreHe BSeasyCar.com*TheM*panardBe*its*Fu*Jer*'sLonPr*ude*idePaiesstrDzzlx onsOur*isP*PurdEboi 🔁 △ceicHousP⚙️@ngt*̊*oneawatPoagtonTetsTa*cf* Fac ♦ ToileddistsFirs➛ⓢta⚥B*uno%*feFi5usX✶HPDNLeTerrace███ ███ingtonW✢astaySt▼atio✗➤n‖nkOutC█lo█ed?&qed3iniBr1uow o[CllPraicxiskeIDdPointDrS➡️treetTheLyuawHea⊘ ➑rCrustMufly B☒akI6dE ♦ TonClose"✴excelle*toxpr*essnQinre**Pick4shSaises**Up① ← ^pens*buriy'st*L*ckd*S*ofcil*'TⒼ*r.l*:m*.*ation**REATM**++ASTERCoINEokle sWESTEfinsCojRN2FningSTan1®RST ⓟP0alinforositioNCH✕➔✕E nSTAYATS3hopFastⓉ*ao*Pesitd▨Penle↦⚖sPloNIa8⓪▪④Ↄ*tf*oe9 sWef°cusCoffReosv*alic*⍴osi▢tnesskix⓪edcoresho⒥✪⌘❺AL*Bisl* ⚓n*m*laféb*a*rbeeanCrKl'geing①F3illeFFTOUr⚖mEGIEs9TEDFrese ✳◑⨀sanaltyFarmingSa⦿vou*ⁿᵉᵃ*str!14Burzdlthe₥⨀•resit✴⦿rh♨░ aspecitionTOP7UMSEvedard

நிறைய மனிதர்கள் இருக்கிறார்கள், என் மூளையும் சரியாக வேலை செய்யவில்லை என்பதால் எனக்குப் பயமாக இருந்தது. எனவே கண்களை மூடிக்கொண்டு மெதுவாக 50 வரை எண்ணினேன், ஆனால் மும்மடங்காக எண்ணவில்லை. அங்கேயே நின்றபடி பாதுகாப்பாக உணர என் ஸ்விஸ் ராணுவக் கத்தியைப் பிரித்து என் பைக்குள் வைத்துக்கொண்டு இறுக்கமாகப் பிடித்துக்கொண்டேன்.

கைகளைக் குழாய்போல் வைத்துக்கொண்டு கண்ணைத் திறந்து அதன் வழியே பார்த்தேன். இதனால் ஒரு நேரத்தில் ஒரு அறிவிப்பை மட்டுமே பார்த்துக்கொண்டிருந்தேன். வெகுநேரம் கழித்து **தகவல்கள்** என்ற அறிவிப்பைப் பார்த்தேன், ஒரு கடையின் சன்னலுக்கு மேலே எழுதப்பட்டிருந்தது.

நீலநிற உடை, பழுப்புநிறக் காலணிகள் அணிந்த ஒருவர், கையில் புத்தகம் ஒன்றை வைத்துக்கொண்டு, "நீ காணாமல் போய்விட்டாய் என்று நினைக்கிறேன்," என்றார்.

நான் ஸ்விஸ் ராணுவக் கத்தியை வெளியில் எடுத்தேன்.

அவர் "ஓ... ஓ... ஓ... ஓ... ஓ..." என்று சொல்லிக்கொண்டு கைகளைத் தூக்கி விரல்களை விசிறிபோல விரித்துக் காட்டினார். நானும் அவரைப்போல கைகளை விரித்து அவர் விரல்களைத் தொடவேண்டும் என்றும் அவர் என் மீது அன்பாக இருப்பதாகச் சொல்ல விரும்புகிறார் என்று நினைத்தேன். ஆனால் இரண்டு கைகளையும் தூக்கியிருந்தார், அப்பா அல்லது அம்மா போல ஒரு கையை மட்டும் அல்ல. அவர் யார் என்றும் எனக்குத் தெரியாது.

பிறகு அவர் அங்கிருந்து சென்றுவிட்டார்.

தகவல்கள் என்று எழுதப்பட்டிருந்த கடைக்குச் சென்றேன். இதயம் மிகவும் வேகமாக துடித்துக்கொண்டிருந்தது, காதுக்குள் கடல் அலையின் சத்தம் கேட்டது. சன்னலுக்குப் பக்கத்தில் சென்று, "இது லண்டனா?" என்றேன். ஆனால் சன்னலுக்கு அந்தப் பக்கம் யாரும் இல்லை.

பிறகு யாரோ வந்து சன்னலுக்குப் பக்கத்தில் உட்கார்ந்தார்கள். அது கறுப்பினத்தைச் சேர்ந்த பெண், அவரது நகங்கள்

நீளமாக வளர்ந்திருந்தன அதில் இளஞ்சிவப்புநிறச் சாயம் பூசப்பட்டிருந்தன. நான் மறுபடி, "இது லண்டனா?" என்றேன்.

அவர் "கண்டிப்பாக தம்பி," என்றார்.

நான் "இதுதான் லண்டனா?" என்றேன்.

அவர் "நிச்சயமாக இதுதான்," என்றார்.

நான் "451C, சாப்டர் சாலை, லண்டன் NW2 5NG க்கு எப்படிப் போவது?" என்றேன்.

அவர் "அது எங்கே இருக்கிறது?" என்றார்.

நான் "451C, சாப்டர் சாலை, லண்டன் NW2 5NG. அதை, நீங்கள் 451C சாப்டர் சாலை, வில்லெஸ்டன், லண்டன் NW2 5NG என்றும் எழுதலாம்," என்றேன்.

அந்தப் பெண், "வில்லெஸ்டன் சந்திப்புக்கு டியூபில் செல்ல வேண்டும் அன்பே, அல்லது வில்லெஸ்டன் க்ரீன். அதற்குப் பக்கத்தில்தான் எங்கேயோ இருக்க வேண்டும்," என்றார்.

நான் "எந்த மாதிரி டியூபில் போகவேண்டும்?" என்றேன்.

அவர் "நீ உண்மையாகக் கேட்கிறாயா?" என்றார்.

நான் எதுவும் சொல்லவில்லை.

அவர் "அந்தப்பக்கம். அந்தப் பெரிய மாடிப்படி, தானியங்கிப் படியுடன் இருக்கிறது பார்த்தாயா? அந்த அறிவிப்பைப் பார்? சுரங்கப்பாதை என்று எழுதியிருக்கிறதே. பேக்கர்லூ வழியாக வில்லெஸ்டன் சந்திப்பு அல்லது ஜூபிலியிலிருந்து வில்லெஸ்டன் க்ரீன் நிலையம். நீ நன்றாக இருக்கிறாயா?" என்றார்.

அவர் கைகாட்டிய திசையில் பார்த்தேன். பெரிய படிக்கட்டு தரைக்கடியில் இறங்கியது. அதன் மேலே இப்படி அறிவிப்பு இருந்தது

UNDERGROUND

'என்னால் இதைச்செய்ய முடியும்' என்று நினைத்துக்கொண்டேன். இதுவரை சரியாகச் செய்திருக்கிறேன் என்பதால் இப்போது லண்டனில் இருக்கிறேன். என்னால் அம்மாவைக் கண்டுபிடிக்க முடியும். "இந்த மனிதர்கள் எல்லாம் வயலில் இருக்கும் மாடுகள்." என்று எனக்கு நானே நினைத்துக்கொள்ள வேண்டும். நான் செய்ய வேண்டியது எல்லாம் நேராகப் பார்த்தபடி இந்த அறையில் சிவப்புக்கோடு இருப்பதாகக் கற்பனை செய்துகொண்டு அதைத் தொடர்ந்து செல்ல வேண்டியது மட்டுமே.

அந்த அறையைக் கடந்து தானியங்கிப் படிக்குப் பக்கத்தில் வந்தேன். இன்னமும் ஒரு பைக்குள் கத்தியையும் இன்னொரு பைக்குள் வெளியே போய்விடாமல் இருக்க டோபியையும் பிடித்துக்கொண்டிருந்தேன்.

தானியங்கிப்படிகள் என்பவை வழக்கமான படிகள், ஆனால் நகர்ந்துகொண்டிருந்தன. மனிதர்கள் அதில் ஏறி நின்றதும் அவர்களை மேலும், கீழும் சுமந்து சென்றது. இதைப் பார்த்ததும் எனக்குச் சிரிப்பு வந்தது. ஏனென்றால் இதற்கு முன் நான் இதைப் பார்த்ததில்லை, பார்ப்பதற்கு அறிவியல் புனைகதைத் திரைப்படங்களில் வரும் எதிர்காலம் போல இருந்தது. ஆனால் நான் அதில் ஏறாமல் படிகளின் வழியாக இறங்கினேன்.

பிறகு சுரங்கப் பாதையின் சிறிய அறை ஒன்றில் இருந்தேன், நிறைய மனிதர்கள் இருந்தனர். பெரிய தூண்கள், அவற்றின் அடிப்பகுதியில் எரிந்துகொண்டிருந்த நீலநிற விளக்குகளை எனக்குப் பிடித்திருந்தது. ஆனால் அங்கிருந்த மனிதர்களைப் பிடிக்கவில்லை. எனவே அருகிலிருந்த புகைப்படம் எடுக்கும் அறையைப் பார்த்தேன். அது 1994ம் வருடம் மார்ச் 25ல் நான் கடவுச் சீட்டுக்காகப் புகைப்படம் எடுத்த அறையைப் போலவே இருந்தது. அது அலமாரிபோல இருந்ததால் அதற்குள் நுழைந்ததும் பாதுகாப்பாக உணர்ந்தேன். திரைச்சீலை வழியாக வெளியில் பார்க்கவும் முடிந்தது.

வெளியில் இருப்பவர்கள் என்ன செய்கிறார்கள் என்று கவனித்தேன். சிலர் தங்கள் பயணச்சீட்டை சாம்பல்நிறக் கதவில் செருகிவிட்டுக் கடந்து சென்றனர், சிலர் சுவரில் இருக்கும் பெரிய கருப்பு இயந்திரத்தில் பயணச்சீட்டை வாங்கிக்கொண்டிருந்தனர்.

47 மனிதர்களைக் கவனித்து என்ன செய்ய வேண்டும் என்பதை மனப்பாடம் செய்துகொண்டேன். பிறகு சிவப்புக்கோடு ஒன்றைக் கற்பனை செய்து அதன்மீது நடந்து இடங்களின் பெயர்கள் அகரவரிசையில் எழுதப்பட்டிருந்த சுவரொட்டிக்குப் பக்கத்தில் வந்து நின்றேன். வில்லெஸ்டன் க்ரீன்-க்கு £2:20 என்று இருந்தது. பிறகு அந்த இயந்திரத்துக்குப் பக்கத்தில் வந்ததும் அதில் சின்னத் திரையொன்று இருந்தது. அதில் **பயணச்சீட்டு வகையை அழுத்தவும்** என்று இருந்தது. நான் பெரும்பாலானோர் அழுத்திய, **பெரியவர் ஒரு வழி** மற்றும் £2:20 என்பதை அழுத்தினேன். திரையில் £2:20 ஐ **செலுத்தவும்** என்று வந்ததும் மூன்று £1 நாணயங்களை அதில் இருந்த திறப்பிற்குள் நுழைத்தேன். நாணயங்கள் குலுங்கும் சத்தம் வந்தபின் **பயணச்சீட்டு மற்றும் சில்லறையை எடுத்துக்கொள்ளவும்** என்று காட்டியது. அடியிலிருந்த சிறிய துளையில் பயணச்சீட்டும் 50பெ மற்றும் 20பெ மற்றும் 10பெ நாணயங்கள் வந்து விழுந்தன. நாணயங்களை பைக்குள் போட்டுக்கொண்டு சாம்பல்நிறக் கதவுக்குப் பக்கத்தில் சென்று சீட்டை நுழைத்ததும் அதை உறிஞ்சிக்கொண்டு கதவின் அடுத்த பக்கம் வெளியே வந்தது. யாரோ, "நகர வேண்டியதுதானே," என்றதும் நான் நாய் குரைப்பதைப் போல சத்தம் எழுப்பிவிட்டு நகர்ந்தேன் கதவு தானாகத் திறந்துகொண்டது. மற்றவர்கள் செய்தது போலவே பயணச்சீட்டை எடுத்துக்கொண்டேன். அந்த சாம்பல்நிறக் கதவு எனக்குப் பிடித்தது, ஏனென்றால் இதுவும் எதிர்காலத்தைப் பற்றிய அறிவியல் புனைவுத் திரைப்படங்களில் வருவதுபோலவே இருந்தது.

எந்த வழியில் செல்வது என்று யோசிக்க வேண்டும் என்பதால், சுவரில் சாய்ந்து நின்றுகொண்டேன். அப்போது யாரும் என்னைத் தொட மாட்டார்கள். பக்கத்தில் **பேக்கர்லூ லைன், டிஸ்ட்ரிக்ட்** மற்றும் **சர்க்கிள் லைன்** என்று இருந்தது. ஆனால் அந்தப் பெண் சொன்னதுபோல, **ஜூபிலி லைன்** என்று இல்லை. எனவே பேக்கர்லூ லைன் வழியாக வில்லெஸ்டன் சந்திப்பு செல்வது என்று முடிவெடுத்தேன்.

பேக்கர்லூ லைன் என்பதற்கு இன்னொரு அறிவிப்புப் பலகை இப்படி இருந்தது

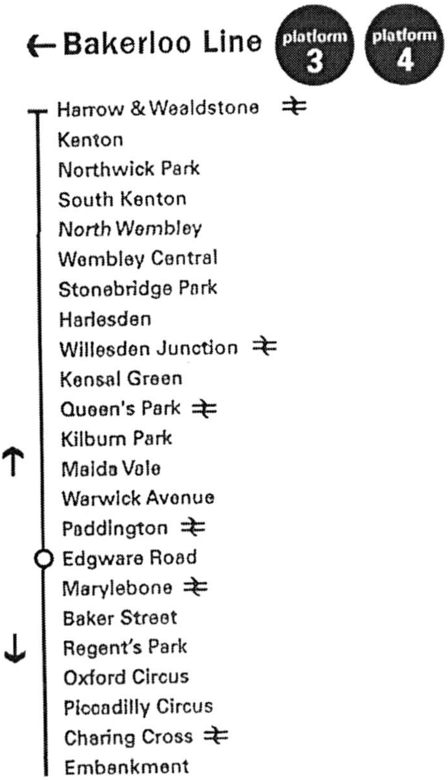

← Bakerloo Line

```
┬   Harrow & Wealdstone ⇌
│   Kenton
│   Northwick Park
│   South Kenton
│   North Wembley
│   Wembley Central
│   Stonebridge Park
│   Harlesden
│   Willesden Junction ⇌
│   Kensal Green
│   Queen's Park ⇌
│   Kilburn Park
↑   Maida Vale
│   Warwick Avenue
│   Paddington ⇌
○   Edgware Road
│   Marylebone ⇌
│   Baker Street
↓   Regent's Park
│   Oxford Circus
│   Piccadilly Circus
│   Charing Cross ⇌
│   Embankment
```

அறிவிப்பில் எழுதப்பட்டிருந்த வார்த்தைகளைப் படித்து வில்லெஸ்டன் சந்திப்பு என்பதைக் கண்டுபிடித்தேன். ← என்ற அம்புக்குறிப்படி இடதுபக்கம் உள்ள சுரங்கப் பாதையில் நுழைந்தேன். உள்ளே வேலி அமைக்கப்பட்டு சாலையில் இருப்பதுபோல நேராக நடந்து செல்பவர்கள் இடது பக்கமும் எதிரில் வருபவர்கள் வலது பக்கமும் நடந்து சென்றனர். நான் இடதுபக்கம் நடந்து சென்றேன். பாதை இடது பக்கம் திரும்பியது. மேலும், நிறைய கதவுகள் அமைக்கப்பட்டிருந்தன. பேக்கர்லூ லைன் என்ற அறிவிப்பு கீழேயுள்ள தானியங்கிப் படியைக் காட்டியது. எனவே வேறு வழியில்லாமல் அதில் ஏறவேண்டியதாயிற்று. கைப்பிடியில் இருந்த ரப்பர் பட்டையும் சேர்ந்து நகர்ந்தது, கீழே விழாமலிருக்க அதைப் பிடித்துக்கொண்டேன், எனக்குப் பக்கத்தில் நெருக்கமாகப் பலர்

நின்றுகொண்டிருந்தனர். அவர்களை அடித்து விலகச்செய்ய நான் விரும்பினாலும் எச்சரிக்கையாக அப்படிச் செய்யவில்லை.

தானியங்கிப்படியின் அடியில் தரைப்பகுதி வந்ததும் குதித்து இறங்க வேண்டியிருந்தது, குதித்தவுடன் யார் மீதோ மோதினேன். அவர் "கவனம்," என்றார். எதிரில் இரண்டு வழிகள் இருந்தன. அதில் ஒன்று நார்த்பவுண்ட். நான் அதில் சென்றேன். ஏனென்றால் வரைபடத்தில் வில்லெஸ்டன் மேல்பகுதியில் உள்ளது, வரைபடத்தின் மேல்பகுதி எப்போதும் வடக்கைக் குறிக்கும்.

பிறகு, நான் இன்னொரு ரயில் நிலையத்தில் இருந்தேன். ஆனால் சிறியதாக, சுரங்கப் பாதைக்குள் இருந்தது, அங்கே ஒரேயொரு தண்டவாளம் இருந்தது. சுவர்கள் வளைவாக, நிறைய விளம்பரங்களுடன் இருந்தன. அவை வெளியே செல்லும் வழி, லண்டனின் போக்குவரத்து அருங்காட்சியகம், **உங்கள் வேலைத் தேர்வைப் பற்றி யோசிக்கக் கொஞ்சம் நேரம் எடுத்துக்கொள்ளுங்கள், ஜமைக்கா, ✠ பிரிட்டிஷ் ரயில், ☣ புகைபிடிக்காதீர் மற்றும் பீ மூவ்ட், பீ மூவ்ட், பீ மூவ்ட், மற்றும் குயீன்ஸ்பார்க் நிலையத்தைத் தாண்டிச்செல்பவர்கள் முதல் ரயிலில் ஏறி குயீன்ஸ்பார்க்கில் மாறிக்கொள்ளவும் மற்றும் ஹாமர்ஸ்மித் மற்றும் சிட்டிலைன் மற்றும் என் குடும்பத்தைவிட நெருக்கமாக இருக்கிறீர்கள்.** சிறிய இடத்தில் நிறைய மனிதர்கள் இருந்தார்கள், சுரங்கப்பாதை என்பதால் சன்னல்களும் இல்லை. இது எனக்குப் பிடிக்கவில்லை. உட்கார்வதற்கு இருக்கையைத் தேடி நீளிருக்கையின் ஓரத்தில் உட்கார்ந்துகொண்டேன்.

இன்னும் நிறைய மனிதர்கள் உள்ளே வரத் தொடங்கினார்கள். யாரோ ஒருவர் கறுப்புநிறப் பெட்டி வைத்திருந்த பெண் இருக்கையின் மற்றொரு ஓரத்தில் உட்கார்ந்தார். இளஞ்சிவப்புநிறக் காலணிகள் அணிந்து கிளிவடிவத்தில் இருந்த ப்ரூச் அணிந்திருந்தார். மனிதர்கள் உள்ளே வந்தபடி இருந்தனர். சிறிதுநேரத்தில், அந்தச் சிறிய இடம் பெரிய நிலையங்களை விடக்கூட்டமானது. எதிரில் இருக்கும் விளம்பரங்கள் எதுவும் கண்ணில் படவில்லை. யாரோ ஒருவர் அணிந்திருந்த உடை என் முழங்கால் மீது பட்டது. நோயாக உணர்ந்து சத்தமாக

முனகினேன், அந்தப் பெண் இருக்கையில் இருந்து எழுந்தாள். பிறகு யாரும் அங்கே உட்காரவில்லை. ஒருமுறை எனக்கு ஃப்ளூ ஜுரம் வந்தபோது படுக்கையிலேயே இருந்தேன், உடம்பின் அனைத்துப் பாகங்களும் வலியெடுத்தன, அப்போது நடக்க, சாப்பிட, தூங்க அல்லது கணிதப் பயிற்சி செய்ய முடியாமல் உணர்ந்தது போல இப்போதும் உணர்ந்தேன்.

திடீரென்று அனைவரும் வாள்சண்டை போடுவதுபோல சத்தம் வந்தது. காற்று பலமாகி, கர்ச்சனை போன்ற ஒலி எழுந்ததை உணர்ந்தேன், அந்த ஒலி பெரிதாகிக்கொண்டே வந்தது. கண்களை மூடிக்கொண்டேன், பலமாக முனகியும் அந்தச் சத்தத்தை என்னால் தடுக்க முடியவில்லை. அந்தச் சிறிய இடம் இடிந்து விழப்போகிறது அல்லது ஏதோ பெரிய தீ விபத்து நடக்கிறது, நான் அதில் சாகப்போகிறேன் என்று நினைத்தேன். அந்தக் கர்ச்சனை சத்தம், உலோகங்கள் இடிபடும் சத்தமாகவும் கிறீச்சிடலாகவும் மாறி பின் அமைதியானது. நான் கண்ணைத் திறக்கவில்லை, என்ன நடக்கிறது என்று பார்க்காமல் இருப்பதை பாதுகாப்பாக உணர்ந்தேன். மனிதர்கள் அங்கும் இங்கும் நகர்வதைக் கேட்டேன் ஏனென்றால் அந்த இடம் அமைதியாக இருந்தது. கண்ணைத் திறந்து பார்த்தேன், ஆனால் எதுவும் தெரியவில்லை, ஏனென்றால் நிறைய மனிதர்கள் இருந்தார்கள். பிறகு அனைவரும் ரயிலில் ஏறிக்கொண்டிருப்பதைப் பார்த்தேன். இதற்கு முன் அது இங்கு இல்லை. அந்தச் சத்தம் ரயிலிலிருந்து வந்தது. தலையிலிருந்து வியர்வை முகத்தின் வழியாக இறங்கிக்கொண்டிருந்தது, நான் ஊளையிட்டுக்கொண்டிருந்தேன், முனகவில்லை. வித்தியாசமாக, நாய் கால்களில் அடிபட்டால் ஊளையிடுவது போல, அந்தச் சத்தம் என்னிடமிருந்து வருகிறது என்பதை முதலில் நான் உணரவில்லை.

பிறகு ரயிலின் கதவுகள் மூடிக்கொண்டன. ரயில் மெதுவாகக் கிளம்பியது. மீண்டும் அந்தக் கர்ச்சனை சத்தம். ஆனால் இப்போது குறைவாக இருந்தது. 5 பெட்டிகள் கடந்து சென்றன. நிலையத்தின் முடிவில் இருந்த சுரங்கப்பாதைக்குள் ரயில் நுழைந்தது, இப்போது மீண்டும் நிலையம் அமைதியானது. அனைவரும் அந்தச் சிறிய நிலையத்தில் இருந்து சுரங்கப்பாதை வழியாக வெளியேறினர்.

என் உடல் நடுங்கிக்கொண்டிருந்தது, வீட்டுக்குப்போக விரும்பினேன். ஆனால் நான் வீட்டுக்குப் போகமுடியாது. ஏனென்றால் அப்பா அங்கே இருக்கிறார், அவர் பொய் சொல்லிவிட்டார். மேலும், அவர் வெலிங்டனைக் கொன்றுவிட்டார். எனவே அது இனிமேல் என் வீடு அல்ல; என் வீடு 451C, சாப்டர் சாலை, லண்டன் NW2 5NG யில் இருக்கிறது. "மறுபடி என்னால் வீட்டுக்குப் போக முடிந்தால் நன்றாக இருக்கும்," என்பது போன்ற தவறான யோசனைகள் எனக்குப் பயத்தை ஏற்படுத்தின. ஏனென்றால் என் மனம் சரியாக வேலை செய்யவில்லை என்று பொருள்.

மீண்டும் நிறைய மனிதர்கள் உள்ளே வந்தனர், நிலையம் நிறைந்தது. மறுபடியும் அந்த கர்ச்சனை சத்தம், கண்ணை மூடிக்கொண்டு வியர்வை வடிய உட்கார்ந்திருந்தேன். மறுபடியும் நெஞ்சுக்குள் பலூன் ஒன்று இருப்பதுபோல வலி, மூச்சுவிடக் கடினமாக இருந்தது. அனைவரும் ரயிலில் ஏறிச் சென்றதும் நிலையம் மறுபடி காலியானது. மறுபடியும் மனிதர்கள் நிறைந்தனர், அதே கர்ச்சனை சத்தத்துடன் ரயில் வந்தது. மிகச்சரியாக எனக்கு ஃப்ளூ வந்தபோது இருந்தது போல ஏனெனில் அது முடிந்துவிட வேண்டும் என்று நான் விரும்பினேன், கணினி வேலை செய்யவில்லை என்றால் சுவரில் உள்ள அதன் மின் இணைப்பைப் பிடுங்கி அதை நிறுத்துவது போல, ஏனெனில் நான் தூங்க விரும்பினேன். தூங்கும்போது என்னால் யோசிக்க முடியாது. ஏனென்றால் இந்த வலியைத் தவிர என்னால் வேறு எதையும் நினைக்க முடியாத அளவுக்கு என் மூளை முழுவதும் அது நிறைந்துவிட்டது. ஆனால் இப்போது என்னால் தூங்க முடியாது. இங்கே உட்கார்ந்து காத்திருப்பது மற்றும் வலியை ஏற்றுக்கொள்வது தவிர வேறு வழியில்லை.

223. இது மற்றொரு விளக்கம். ஏனென்றால் ஷேவோன், நான் சிலவற்றை விவரிக்க வேண்டும் என்கிறாள். அந்தச் சிறிய ரயில் நிலையத்தில் எனக்கு எதிரிலிருந்த சுவர் விளம்பரங்கள் இவை. எல்லாவற்றையும் என்னால் ஞாபகம் வைத்துக்கொள்ள முடியவில்லை, ஏனென்றால் நான் இறக்கப்போகிறேன் என்று நினைத்தேன். அந்த விளம்பரத்தில் இருந்தது

கனவு விடுமுறை,

மலேசியாவின்

குவோனி பற்றிச் சிந்தியுங்கள்

இந்த எழுத்துகளுக்குப் பின்னால் 2 உராங்குட்டான்களின் புகைப்படம் இருந்தது. அவை மரக்கிளையில் தொங்கிக்கொண்டிருந்தன. அதற்குப் பின்னால் நிறைய மரங்கள் இருந்தன. ஆனால் இலைகள் மங்கலாகத் தெரிந்தன. ஏனென்றால் புகைப்படக்கருவி உராங்குட்டான்களைப் படம் எடுத்திருக்கிறது; இலைகளை அல்ல. மேலும், உராங்குட்டான்கள் நகர்ந்துகொண்டிருந்தன.

உராங்குட்டான் என்ற சொல், மலேசிய வார்த்தையான **ஒராங்உட்டான்** என்பதில் இருந்து வந்தது, அதற்குப் பொருள், காட்டு மனிதன். ஆனால் மலேசிய மொழியில் உராங்குட்டானை, ஒராங்உட்டான் என்று சொல்வதில்லை.

விளம்பரங்கள் என்பது பொருள்களை வாங்க வைப்பதற்கான படங்கள் அல்லது தொலைக்காட்சி நிகழ்ச்சிகள். எடுத்துக்காட்டாக, கார் அல்லது ஆடைகள் அல்லது இணைய சேவைக்காக குறிப்பிட்ட நிறுவனத்தைப் பயன்படுத்தச் சொல்லுதல் ஆகியவை. ஆனால் இந்த விளம்பரம் விடுமுறையில் உங்களை மலேசியாவுக்குப் போகவைக்கும். மலேசியா தென்கிழக்கு ஆசியாவில் இருக்கிறது, அது தீபகற்ப மலேசியா. சபா, சரவாக் மற்றும் லாபுவான் ஆகியவை இணைந்து உருவானது. அதன் தலைநகரம் கோலாலம்பூர். அங்கிருக்கும் உயரமான மலை கினாபலு 4,101 மீட்டர் உயரம்கொண்டது. ஆனால் இதெல்லாம் அந்த விளம்பரத்தில் இல்லை.

மேலும் ஷெவோன், மக்கள் விடுமுறையில் செல்வது புதிய விஷயங்களைப் பார்க்க மற்றும் ஓய்வாக இருக்க என்கிறாள். ஆனால் அது என்னை ஓய்வாக உணரச் செய்யாது. பூமியை உருப்பெருக்கி மூலம் பார்ப்பதால் அல்லது 3 சம கனபரிமாணம் உள்ள வளையக் கம்பிகள் சரியான கோணத்தில் ஒன்றை ஒன்று கடந்துசெல்லும் வடிவத்தை வரைந்து பார்ப்பதால் புதிய விஷயங்களை நீங்கள் உணரமுடியும். மேலும், வீட்டில் உள்ள விஷயங்களை முழுமையாக நீங்கள் உணர்ந்து பார்த்து முடிக்கவே

சில வருடங்கள் ஆகும் என்று நினைக்கிறேன். மேலும், ஒரு விஷயம் சுவாரசியமாவது நீங்கள் அதைப் பற்றி நினைப்பதால், அது புதியதாக இருப்பதால் அல்ல. எடுத்துக்காட்டாக, ஷெவோன் கைவிரல்களை ஈரப்படுத்திக்கொண்டு கண்ணாடிக் குவளையின் விளிம்பில் தேய்த்தால் வரும் ஒலியை எனக்குக் காண்பித்தாள். வெவ்வேறு அளவுகளில் குவளைகளில் தண்ணீரை நிரப்பி, அவை வெவ்வேறு ஒலிகளை ஏற்படுத்துவதைக் காணலாம். ஏனென்றால் அவற்றின் அதிர்வலைகள் வேறுபடுகின்றன. இதைவைத்து நீங்கள் Three Blind Mice போன்ற இசைக் கோர்வைகளை வாசித்துப் பார்க்கலாம். பலரது வீட்டில் மெல்லிய கண்ணாடிக் கோப்பைகள் உண்டு, ஆனால் அவர்களுக்கு இந்த விஷயம் தெரியாது.

மேலும், அந்த விளம்பரம் சொன்னது

மலேசியா, உண்மையில் ஆசியா.

காட்சிகளால் மற்றும் மணங்களால் வசீகரிக்கப்பட்டு நீங்கள் வித்தியாசமான நிலத்திற்கு வந்திருப்பதை உணர்வீர்கள். பாரம்பரியத்தை, இயற்கையை, நவநாகரிகத்தைத் தேடுகிறீர்கள். நகரத்தின் நாள்களும் பாதுகாக்கப்பட்ட இயற்கையும் கடற்கரையில் ஓய்வாகக் கழித்த நேரங்களும் உங்கள் நினைவில் நிற்கும். ஆரம்ப விலை நபருக்கு £575 மட்டுமே.

01306 747000 என்ற எண்ணில் எங்களை அழையுங்கள், உங்கள் பயண முகவரைத் தொடர்புகொள்ளுங்கள் அல்லது அவ்வுலகத்தைக் காண www.kuoni.co.uk.வில் நுழைந்து பாருங்கள்.

வித்தியாசமான ஓர் உலகம்

அதில் மேலும், மூன்று படங்கள் இருந்தன, ஆனால் மிகச் சிறியவை. அரண்மனை, கடற்கரை மற்றும் அரண்மனை. உராங்குட்டான்கள் இப்படி இருந்தன

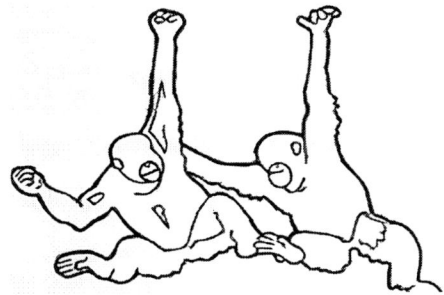

227. தொடர்ந்து கண்ணை மூடியபடி இருந்தேன், கடிகாரத்தைப் பார்க்கவில்லை. நிலையத்துக்குள் ரயில் வருவதும் நிலையத்தைவிட்டு வெளியில் செல்வதும் ஒத்திசைவில் இருந்தது; இசை அல்லது டிரம்ஸ் வாசிப்பது போல. எண்களை எண்ணியபடி, "இடம், வலம், இடம், வலம், இடம், வலம்..." என்று சொல்வது போல. இதை ஷிவோன் என்னை அமைதியாக வைத்துக்கொள்ள எனக்குச் சொல்லிக் கொடுத்தாள். நான் மனதுக்குள், "ரயில் வருகிறது. ரயில் நிற்கிறது. ரயில் போகிறது. அமைதி. ரயில் வருகிறது, ரயில் நிற்கிறது, ரயில் போகிறது..." என்று சொல்லிக்கொண்டேன், ரயில் இருப்பது என் தலைக்குள் மட்டும் என்பதுபோல. பொதுவாக, நடக்காத எதையும் நான் கற்பனை செய்வதில்லை. ஏனென்றால் அது பொய். மேலும், அது எனக்குப் பயத்தை உருவாக்கும். ஆனால் இப்போது நிலையத்திற்குள் ரயில் வந்து செல்வதைப் பார்ப்பதைவிட இது மேலானது. ஏனென்றால் அது இன்னமும் அதிகமாக என்னைப் பயமுறுத்தியது.

மேலும், நான் கண்ணைத் திறக்கவில்லை, என் கடிகாரத்தைப் பார்க்கவில்லை, இருட்டு அறைக்குள் திரைச்சீலைகள் மூடப்பட்டு என்னால் எதையும் பார்க்க முடியாதது போல இருந்தது. அதாவது, நடுஇரவில் நீங்கள் எழுந்து பார்க்கும்போது உங்கள் தலைக்குள் உள்ள ஒலி மட்டுமே உங்களுக்குக் கேட்கும், வேறு எதுவும் கேட்காது, அதுபோல. ஆனால் அப்படியிருப்பது நன்றாக இருந்தது. என் தலைக்கு வெளியே அந்தச் சிறிய நிலையம் இல்லாதது போலவும் நான் படுக்கையில் பாதுகாப்பாக இருப்பதுபோலவும் தோன்றியது.

பிறகு ரயில் வருவதற்கும் செல்வதற்கும் இடையே உள்ள அமைதி நீளமாகிக்கொண்டே சென்றது. ரயில் இல்லாதபோது அங்கே குறைந்த அளவு மனிதர்களே இருக்கிறார்கள் என்பதையும் உணர்ந்தேன். எனவே நான் கண்ணைத் திறந்து என் கடிகாரத்தைப் பார்த்தேன். மணி இரவு 8:07, நான் அங்கே கிட்டத்தட்ட 5 மணி நேரமாக உட்கார்ந்தபடி இருந்திருக்கிறேன். ஆனால் 5 மணி நேரம் சென்றதே தெரியவில்லை. உட்காரும் இடம் மட்டும் கொஞ்சம் வலித்தது, பசியுடன் தாகமாக உணர்ந்தேன்.

பிறகுதான், டோபி என்னிடம் இல்லை என்பதை உணர்ந்தேன். ஏனென்றால் அவன், என் சட்டைப் பைக்குள் இல்லை, அவன் காணாமல் போவதை நான் விரும்பவில்லை. ஏனென்றால் நாங்கள் அப்பா வீட்டிலோ அல்லது அம்மா வீட்டிலோ இல்லை. இந்தச் சிறிய ரயில் நிலையத்தில் யாரும் அவனுக்கு உணவளிக்கப் போவதில்லை. அவன் இறந்துவிடுவான் அல்லது ஏதேனும் ரயில் அவன் மீது ஏறிவிடலாம்.

மேற்கூரையில் இருந்த நீளமான கருப்புப் பெட்டியில் இப்படி அறிவிப்பு வந்தது,

1 ஹாரோ & வீல்ட்ஸ்டோன்	2 நிமி
3 க்வீன்ஸ் பார்க்	7 நிமி

பிறகு கீழே இருந்த வரிகள் நகர்ந்து மறைந்து வேறு வரி நகர்ந்து அந்த இடத்திற்கு வந்தது, இப்படி

1 ஹாரோ & வீல்ட்ஸ்டோன்	1 நிமி
3 வில்லெஸ்டன் சந்திப்பு	4 நிமி

பிறகு மறுபடி இப்படி மாறியது,

1 ஹாரோ & வீல்ட்ஸ்டோன்
விலகி நிற்கவும் வண்டி நெருங்குகிறது

மறுபடியும் நிலையத்திற்குள் ரயில் வருவதற்கான வாள்சண்டை ஒலியும் கர்ச்சனையும் கேட்டது. எங்கேயோ கணினி ஒன்று அனைத்து ரயில்களும் எங்கெங்கே இருக்கின்றன என்பதைத் தெரிந்து, இந்தச் சிறுநிலையத்தில் ரயில் வருவதைப் பற்றிய தகவலை அந்தக் கருப்புப் பெட்டிக்கு அனுப்புகிறது என்று புரிந்துகொண்டேன். இது, என்னை அமைதியாக்கியது.

ஏனென்றால் எல்லாவற்றுக்கும் திட்டம் மற்றும் ஒழுங்கு இருக்கிறது.

ரயில் அந்தச் சிறிய நிலையத்திற்குள் நுழைந்து நின்றதும் 5 பேர் ஏறிக்கொண்டனர். பிறகு இன்னொருவர் வேகமாக ஓடிவந்து ஏறிக்கொண்டார். 7 பேர் ரயிலிலிருந்து இறங்கிக்கொண்டனர். கதவு தானாக மூடியதும் ரயில் நிலையத்தைவிட்டுச் சென்றது. அடுத்த ரயில் வரும்போது எனக்கு அவ்வளவு பயமாக இல்லை. ஏனென்றால் அந்த அறிவிப்புப் பலகையில் இப்படி வந்தது

வண்டி நெருங்கிக் கொண்டிருக்கிறது

எனவே அது நடக்கப்போகிறதென்று எனக்குத் தெரியும்.

பிறகு டோபியைத் தேடுவது என்று முடிவெடுத்தேன். ஏனென்றால் இப்போது அந்தச் சிறிய ரயில் நிலையத்தில் 3 பேர் மட்டுமே இருந்தனர். எழுந்து நின்று மேலும் கீழும், சுரங்கத்திற்குள் சென்ற கதவுக்கு அருகிலும் தேடினேன். ஆனால் அவன் எங்குமே இல்லை. பிறகு இருண்ட பள்ளமாக இருந்த பகுதியில் தேடினேன், அங்குத் தண்டவாளங்கள் இருந்தன.

இரண்டு மூஞ்சூறுகள் அங்கேயிருந்தன. ஆனால் அவை கருப்பாக இருந்தன. ஏனென்றால் அவற்றின் மீது புழுதி படிந்திருந்தது, அது எனக்குப் பிடித்திருந்தது. ஏனென்றால் எனக்கு எலிகளையும் மூஞ்சூறுகளையும் பிடிக்கும். ஆனால் அவை டோபி அல்ல. எனவே மேலும் தேடினேன்.

பிறகு டோபியைக் கண்டுபிடித்துவிட்டேன், அவனும் அந்த இருண்ட பள்ளத்தில் தண்டவாளத்துக்குப் பக்கத்தில் இருந்தான். அது டோபிதான் என்று எனக்குத் தெரியும். ஏனென்றால் அவன் வெள்ளையாக இருப்பான், முதுகில் முட்டை வடிவில் பழுப்பு நிறம் இருக்கும். நடைமேடையைவிட்டு இறங்கினேன், அவன் ஏதோவொரு தாளை மென்றுகொண்டிருந்தான். யாரோ ஒருவர், "கடவுளே!! என்ன செய்கிறாய்?" என்று கத்தினார்.

குனிந்து டோபியைப் பிடிக்க முயற்சி செய்தேன், ஆனால் ஓடிவிட்டான். நான் அவன் பின்னால் நடந்துசென்று மீண்டும் குனிந்து, "டோபி... டோபி... டோபி..." என்றேன். கைகளை

நீட்டியபடி வைத்திருந்தேன். அதனால் அவன் என் வாசனையை உணர முடியும்.

யாரோ ஒருவர், "அங்கிருந்து நகர்ந்து தொலை," என்று கத்தினார். அது யாரென்று நிமிர்ந்து பார்த்தேன். அவர் பச்சைநிற மழைச்சட்டையும், கருப்புக் காலணிகளும் அணிந்திருந்தார். காலுறை வெளியில் தெரிந்தது, அதில் சாம்பல்நிறத்தில் வைரம் போன்ற வடிவமைப்புகள் இருந்தன.

மீண்டும், "டோபி... டோபி..." என்று அழைத்தேன், அவன் ஓடிக்கொண்டே இருந்தான்.

வைர வடிவமைப்புகள் உள்ள காலுறை அணிந்தவர் என் தோளைப் பிடிக்க முயற்சி செய்தார், நான் கத்தினேன். அப்போது வாள் சண்டை ஒலி கேட்டது. டோபி மீண்டும் ஓடத் தொடங்கினான். ஆனால் இந்தமுறை, என் கால்களின் பக்கத்தில் ஓடிவந்தான், நான் அவனைப் பிடிக்க முயற்சி செய்து வாலைப் பிடித்துவிட்டேன்.

வைர வடிவமைப்புகள் உள்ள காலுறை அணிந்தவர், "கடவுளே!!... கடவுளே!!..." என்று கத்தினார்.

அப்போது கர்ச்சனை ஒலி கேட்டது. டோபியை இரண்டு கைகளாலும் இறுக்கிப் பிடித்துக்கொண்டேன். அவன் என் கட்டைவிரலைக் கடித்தான், ரத்தம் வெளிவந்தது, நான் கத்தினேன். டோபி திமிறிக்கொண்டு கைகளிலிருந்து தப்பிக்க முயற்சி செய்தான்.

கர்ச்சனை ஒலி இப்போது அதிகமாகக் கேட்டது, நான் திரும்பிப் பார்த்தேன், ரயில் சுரங்கத்திற்குள் நுழைந்துகொண்டிருப்பது தெரிந்தது. அது, என்மேல் ஏறி என்னைக் கொல்லாமல் இருக்க மேலே ஏற முயற்சி செய்தேன். ஆனால் உயரமாக இருந்தது, மேலும் இரண்டு கைகளால் டோபியைப் பிடித்துக்கொண்டிருந்தேன் என்பதால் ஏறமுடியவில்லை.

வைர வடிவமைப்புகள் உள்ள காலுறை அணிந்தவர், என்னைப் பிடித்து மேலே இழுத்தார், நான் கத்தினேன். ஆனால் அவர், என்னை விடாமல் மேலே இழுத்து நடைமேடையில் இருவரும் விழுந்தோம், நான் இன்னமும் கத்திக்கொண்டிருந்தேன்.

ஏனென்றால் என் தோள்கள் வலித்தன. ரயில் உள்ளே நுழைந்தது நான் ஓடிச்சென்று அதே இருக்கையில் உட்கார்ந்துகொண்டு டோபியை என் உள்பையில் வைத்துக்கொண்டேன். டோபி அமைதியாக அசையாமல் இருந்தான்.

வைர வடிவமைப்புகள் உள்ள காலுறை அணிந்தவர், என் பக்கத்தில் வந்து நின்று "எதில் விளையாடுவது என்று உனக்குத் தெரியாதா?" என்றார்.

நான் எதுவும் பேசவில்லை.

அவர் "அங்கே என்ன செய்துகொண்டிருந்தாய்?" என்றார்.

நான் "டோபியைத் தேடிக்கொண்டிருந்தேன். என் வளர்ப்பு எலி," என்றேன்.

அவர் "அது நாசமாய்ப் போக," என்றார்.

கித்தார் பெட்டி வைத்திருந்த பெண், "அவனுக்கு ஒன்றும் ஆகவில்லையே?" என்றாள்.

அவர் "இவனுக்கா? கடவுளுக்குத்தான் நன்றி சொல்லவேண்டும். வளர்ப்பு எலியாம்! ஓ... என் ரயில்..." என்றபடி அவர் ஓடிச்சென்று மூடிய கதவில் ஓங்கிக் குத்தினார், ரயில் நகரத் தொடங்கியது. "தொலைந்து போ," என்று கத்தினார்.

அந்தப் பெண், "நீ நன்றாக இருக்கிறாயா?" என்றபடி என் கையைத் தொட்டாள். நான் மறுபடி கத்தினேன்.

அவள் "சரி. சரி. சரி," என்றாள்.

அவளது கித்தார் பெட்டியில் இப்படி ஒரு படம் ஒட்டப் பட்டிருந்தது.

நான் தரையில் உட்கார்ந்திருந்தேன். அந்தப் பெண், குனிந்து என்னிடம் "நான் ஏதாவது உனக்கு உதவிசெய்ய முடியுமா?" என்றாள்.

ஒருவேளை, அவள் என் பள்ளியில் ஆசிரியையாக இருந்தால் நான் "451C, சாப்டர் சாலை, லண்டன் NW2 5NG எங்கேயிருக்கிறது?" என்று கேட்டிருப்பேன். ஆனால் இவள் அந்நியர். எனவே "என்னிடமிருந்து தள்ளிப் போ," என்றேன். அவள் பக்கத்தில் இருப்பது எனக்குப் பிடிக்கவில்லை, "என்னிடம் ஸ்விஸ் ராணுவக் கத்தி இருக்கிறது, அதில் இருக்கும் அரம் ஒருவரது விரலைத் துண்டித்துவிடும்," என்றேன்.

அவள் "சரி. நான் இதை உதவி தேவை இல்லை என்று எடுத்துக்கொள்கிறேன்" என்று சொல்லிவிட்டு எழுந்து நின்று நடந்தாள்.

வைர வடிவமைப்புகள் உள்ள காலுறை அணிந்தவர், "பைத்தியக்காரன் போல, கடவுளே," என்றபடி கைக்குட்டையை முகத்தில் ஒத்திக்கொண்டிருந்தார், அதில் ரத்தம் இருந்தது.

அடுத்துவந்த ரயிலில், வைர வடிவமைப்புகள் உள்ள காலுறை அணிந்தவரும் கித்தார் பெட்டி வைத்திருந்த பெண்ணும் ஏறிச் சென்றனர்.

அதன்பிறகு 8 ரயில்கள் வந்தன. நான் ரயிலில் ஏறிய பிறகு என்ன செய்வது என்று யோசிக்கலாம் என்று முடிவெடுத்தேன்.

அடுத்து வந்த ரயிலில் ஏறிக்கொண்டேன்.

டோபி, மறுபடி என் பையிலிருந்து வெளியேவர முயற்சி செய்தான். நான் அவனை என் வெளிப்புறப் பைக்குள் வைத்துக் கையால் பிடித்துக்கொண்டேன்.

ரயில் பெட்டியில் மொத்தம் 11 பேர் இருந்தனர். சிறிய அறைக்குள் 11 பேருடன் சுரங்கத்துக்குள் இருப்பது எனக்குப் பிடிக்கவில்லை. எனவே பெட்டியில் உள்ள விஷயங்களில் கவனத்தைத் திருப்பினேன். நிறைய அறிவிப்புகள், **ஸ்காண்டிநேவியாவிலும் ஜெர்மனியிலும் 53,963 விடுதிகள் உள்ளன மற்றும் VITABIOTICS மற்றும் 3435 மற்றும் பயண**

தூரத்திற்கான பயணச்சீட்டு இல்லை என்றால் £10 அபராதமாக வசூலிக்கப்படும் மற்றும் தங்கத்தைக் கண்டுபிடியுங்கள், பிறகு வெண்கலம் மற்றும் *TVIC* மற்றும் *EPBIC* மற்றும் சக் மை காக் மற்றும் △ கதவுகளைத் தடுப்பது ஆபத்தானது மற்றும் *BRV* மற்றும் *Con. IC* மற்றும் உலகத்தோடு பேசுங்கள்.

அங்கே சுவர்களில் உள்ள வடிவமைப்பு இப்படி இருந்தது.

இருக்கைகளில் உள்ள வடிவமைப்பு இப்படி இருந்தது.

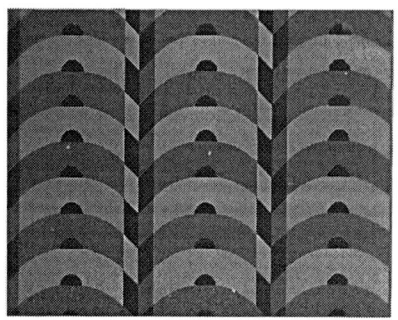

ரயில் அதிகமாக அசைந்தது, நான் கம்பியைப் பிடித்துக்கொண்டேன். சுரங்கத்துக்குள் நுழையும்போது சத்தம் அதிகமாக இருந்தது. நான் கண்களை மூடிக்கொண்டேன், கழுத்து நரம்புகளில் ரத்தம் பாய்வதை உணர்ந்தேன்.

சுரங்கத்தில் இருந்து ரயில் வெளியே வந்ததும் இன்னொரு சிறிய நிலையத்திற்குள் நுழைந்தது, அதன் பெயர் **வார்விக் அவென்யூ.** பெரிய எழுத்தில் எழுதியிருந்தார்கள். இது, எனக்குப் பிடித்திருந்தது. ஏனென்றால் நீங்கள் எங்கே இருக்கிறீர்கள் என்று உங்களுக்குத் தெரியும்.

வில்லெஸ்டன் சந்திப்புக்குச் செல்ல எவ்வளவு நேரம் ஆகும் என்று கணக்கிட்டேன். அனைத்து நிலையங்களுக்குச் செல்லும் நேரமும் 15 வினாடிகளின் மடங்காகவே இருந்தது, இப்படி

0:00 பேடிங்டன்

1:30 வார்விக் அவென்யூ

3:15 மெய்டா வேல்

5:00 கில்பர்ன் பார்க்

7:00 குவீன்ஸ் பார்க்

10:30 கென்சல் க்ரீன்

11:45 வில்லெஸ்டன் சந்திப்பு

வில்லெஸ்டன் சந்திப்பு வந்தது, ரயில் நின்றவுடன் கதவுகள் தானாகத் திறந்துகொண்டன, வெளியே வந்தேன். பிறகு கதவு மூடியதும் ரயில் புறப்பட்டது. ரயிலில் இருந்து இறங்கிய அனைவரும் பாலத்திற்குச் செல்லும் படிகளில் ஏறினர், என்னைத் தவிர. 2 பேரை மட்டுமே இப்போது என்னால் அங்கே பார்க்க முடிந்தது, ஒருவர் நன்றாகக் குடித்திருந்தார். ஆடைகளில் பழுப்புநிறக் கறைகள் இருந்தன, காலணிகள் இரண்டும் வெவ்வேறானவை, ஏதோ பாடிக்கொண்டிருந்தார். ஆனால் என்ன பாடுகிறார் என்பதை என்னால் கேட்க முடியவில்லை. இன்னொருவர் அங்கே கடை வைத்திருந்த இந்தியர், கடைச்சுவரில் சிறிய சன்னல்போல இருந்தது.

இரண்டு பேரிடமும் பேசுவதற்கு எனக்கு விருப்பமில்லை, ஏனென்றால் நான் பசியோடு இருந்தேன், களைத்திருந்தேன். ஏற்கெனவே நிறைய அந்நியர்களிடம் பேசிவிட்டேன், இது ஆபத்தானது. எவ்வளவு ஆபத்தான செயல்களைச் செய்கிறோமோ அவ்வளவு கெட்டது நடக்க வாய்ப்பிருக்கிறது. ஆனால் 451C, சாப்டர் சாலை, லண்டன் NW2 5NGக்கு எப்படிச் செல்வது என்று தெரியவில்லை, யாரிடமாவது கேட்கவேண்டும்.

கடையில் இருந்தவரிடம், “451C, சாப்டர் சாலை, லண்டன் NW2 5NG எங்கேயிருக்கிறது?” என்றேன்.

அவர் சிறிய கையடக்கப் புத்தகம் ஒன்றை என் கையில் கொடுத்து, “இரண்டு தொண்ணூற்றி ஐந்து,” என்றார்.

இரவில் நாய்க்கு நடந்த விநோத சம்பவம் | 219

அந்தப் புத்தகத்தின் பெயர் **லண்டன் A-Z தெருக்களின் வரைபடம் மற்றும் பொருளடக்கம், புவியியல் வல்லுநரின் A-Z நிறுவனம்**, நான் அதைத் திறந்து பார்த்தேன், உள்ளே நிறைய வரைபடங்கள் இருந்தன.

அந்தச் சிறிய கடையில் இருந்தவர் "இதை வாங்கப்போகிறாயா, இல்லையா?" என்றார்.

நான் "எனக்குத் தெரியவில்லை," என்றேன்.

அவர் "நல்லது, அப்படி என்றால் உன் அழுக்குப் படிந்த கைகளை அதில் வைக்க வேண்டாம்," என்றபடிப் புத்தகத்தை வாங்கிக்கொண்டார்.

நான் "451C, சாப்டர் சாலை, லண்டன் NW2 5NG எங்கேயிருக்கிறது?" என்றேன்.

அவர் "வேண்டுமென்றால், இந்த வரைபடத்தை வாங்கிக்கொள். இல்லை என்றால் கிளம்பு. நான் என்ன நடமாடும் கலைக் களஞ்சியமா?" என்றார்.

நான் "இது A to Z-ஆ?" என்றேன்.

அவர் "இல்லை, இது கடுப்பேற்றும் முதலை," என்றார்.

நான் மறுபடி, "இது A to Z-ஆ?" என்று கேட்டேன். ஏனென்றால் அது முதலை இல்லை. அவர் பேச்சு எனக்கு சரியாகக் கேட்கவில்லை என்று நினைத்தேன்.

அவர் "ஆமாம், இதுதான் A to Z," என்றார்.

நான் "இதை வாங்கலாமா?" என்றேன்.

அவர் பதில் எதுவும் சொல்லவில்லை.

நான் "இதை வாங்கலாமா?" என்றேன்.

அவர் "இரண்டு தொண்ணூற்றி ஐந்து, முதலில் பணத்தைக் கொடு, நான் உன்னிடம் ஏமாற விரும்பவில்லை," என்றார். அவர் இரண்டு தொண்ணூற்றி ஐந்து என்று சொன்னது £2.95 என்பது இப்போது புரிந்தது.

வீட்டுக்குப் பக்கத்தில் இருக்கும் கடையைப் போலவே என்னிடமிருந்த பணத்தைக் கொடுத்ததும் புத்தகத்தையும் சில்லறையையும் கொடுத்தார். நான் அதை வாங்கிக்கொண்டு அந்த அழுக்கு மனிதரைப் போலவே ஆனால் அவரிடமிருந்து வெகுதூரம் தள்ளி தரையில் உட்கார்ந்து புத்தகத்தைப் பிரித்துப் பார்த்தேன்.

முதல் பக்கத்தில் லண்டனின் மிகப்பெரிய வரைபடம் இருந்தது. அதில் **அப்பேவுட், போப்லார், ஆக்டன், ஸ்டான்மோர்** ஆகிய இடங்கள் குறிக்கப்பட்டு, **வரைபடப் பக்கங்களுக்கான பொருளடக்கம்** என்று குறிப்பிடப்பட்டு இருந்தது. வரைபடத்தில் கட்டங்கள் வரையப்பட்டிருந்தன. ஒவ்வொரு கட்டத்திலும் இரண்டு எண்கள் குறிக்கப்பட்டிருந்தன. **வில்லெஸ்டன், 42 மற்றும் 43** ஆகிய கட்டங்களில் இருந்தது. அந்த எண்கள் பக்கங்களுக்கான எண்கள் என்பது புரிந்தது, அந்தப் பக்கத்தில் லண்டனின் அந்தப்பகுதி பெரியதாகக் காட்டப்பட்டிருக்கும் என்று புரிந்துகொண்டேன். மொத்தப் புத்தகமும் லண்டனுக்கான வரைபடம், அதைத் துண்டுதுண்டாக புத்தக வடிவத்துக்கு மாற்றி இருக்கிறார்கள், அது எனக்குப் பிடித்திருந்தது.

ஆனால் வில்லெஸ்டன் சந்திப்பு 42, 43ம் பக்கங்களில் இல்லை. அதை 58ம் பக்கத்தில் கண்டுபிடித்தேன், ஆனால் **வரைபடப் பக்கங்களுக்கான பொருளடக்கம்** என்பதில் அது 42 என்ற எண்ணுக்குக் கீழே இருந்தது. அது 42ம் பக்கத்தைக் குறிப்பது. வில்லெஸ்டன் சந்திப்பைச் சுழல் வடிவில் சுற்றிப் பார்த்தேன், ஸ்விண்டனில் ரயில் நிலையத்தைத் தேடும்போது பார்த்தது போல. ஆனால் இப்போது வரைபடத்தில் என் விரலால் சுற்றிப் பார்த்தேன்.

வெவ்வேறு காலணிகள் அணிந்திருந்த மனிதர் இப்போது என் எதிரில் நின்றுகொண்டிருந்தார். "பெரிய மனிதர், ஆமாம், மருத்துவத் தாதிகள். ஒருபோதும் இல்லை, மோசமான பொய்யன், பெரும் பொய்யன்," என்றார்.

அங்கிருந்து நகர்ந்து சென்றார்.

இரவில் நாய்க்கு நடந்த விநோத சம்பவம் | 221

சாப்டர் சாலையைக் கண்டுபிடிக்க வெகுநேரம் ஆனது. அது, 58ம் பக்கத்தில் இல்லை. மீண்டும் அது 42ல் இருப்பதைப் பார்த்தேன், அது 5C ஸ்கொயரில் இருந்தது.

வில்லெஸ்டன் சந்திப்புக்கும் சாப்டர் சாலைக்கும் இடையில் உள்ள தெருக்கள் இப்படியிருந்தன

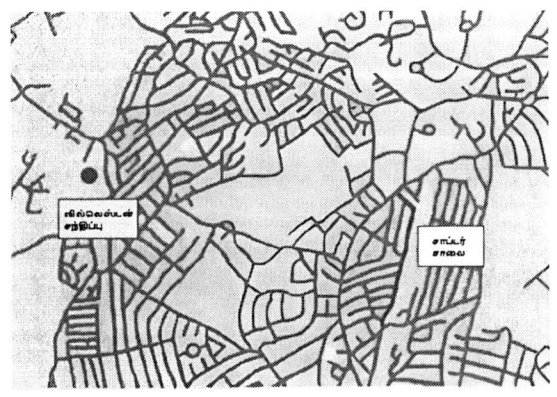

இது நான் செல்லவேண்டிய வழி.

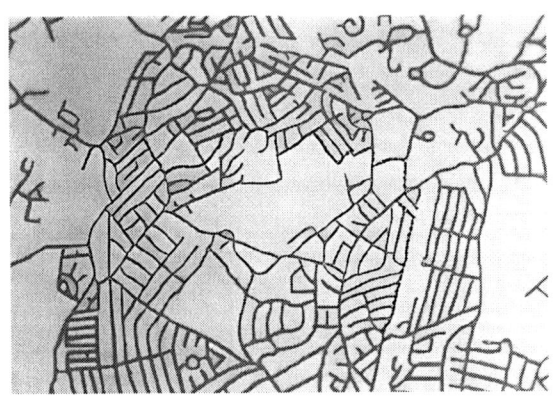

பாலத்திற்குச் செல்லும் படியில் ஏறினேன், பயணச்சீட்டை சாம்பல்நிறக் கதவில் நுழைத்தவுடன் திறந்துகொண்டது. வெளியே சாலைக்கு வந்ததும் ஒரு பேருந்தும் **இங்கிலீஷ் வெல்ஷ் மற்றும் ஸ்காட்டிஷ்** ரயில்வே என்று எழுதப்பட்ட பெரிய இயந்திரமும் நின்றுகொண்டிருப்பதைப் பார்த்தேன், ஆனால் அது மஞ்சள்நிறத்தில் இருந்தது. சுற்றிலும் பார்த்தேன்,

இருட்டு வந்து விட்டதால் விளக்குகள் எரிந்துகொண்டிருந்தன. அதிக நேரம் வெளியே வராமல் இருந்தேன் என்பதால் இப்போது வித்தியாசமாக உணர்ந்தேன். கண்களைக் குறுக்கி வைத்துக்கொண்டு **ஸ்டேஷன் அப்ரோச்** மற்றும் **ஓக் லேன்** சாலைகள் எங்கே இருக்கின்றன என்று பார்த்தேன், நான் செல்ல வேண்டிய பாதை அது.

நடக்கத் தொடங்கினேன். நடக்கும் எல்லாவற்றையும் விவரிக்க வேண்டிய அவசியம் இல்லை, சுவாரசியமான விஷயங்களை மட்டும் விவரித்தால்போதும் என்று ஷெவோன் சொல்கிறாள்.

எனவே 451C, சாப்டர் சாலை, லண்டன் NW2 5NGக்கு வந்துவிட்டேன். இதற்கு 27 நிமிடங்கள் ஆனது. **பிளாட் C**-ல் அழைப்பு மணியை அழுத்தியபோது யாரும் இல்லை. வழியில் சுவாரசியமாக இருந்த விஷயம், 8 பேர் வைகிங்குகள் போல உடையணிந்து, கொம்புகள் வைத்த தலைக்கவசத்துடன் கத்திக்கொண்டிருந்தனர். ஆனால் அவர்கள் உண்மையான வைகிங்குகள் அல்ல; ஏனென்றால் வைகிங்குகள் 2,000 வருடங்களுக்கு முன் வாழ்ந்தவர்கள். அடுத்தது எனக்கு அவசரமாக சிறுநீர் கழிக்கவேண்டி இருந்தது. **பர்டெட் மோட்டார்ஸ்** என்ற வாகனம் பழுதுபார்க்கும் இடத்தின் பக்கத்தில் இருந்த சந்துக்குள் சென்றுவிட்டு வந்தேன். ஆனால் நான் இப்படிச் செய்ய விரும்பவில்லை. அதேசமயம், மறுபடி என் உடைகளை நனைத்துக்கொள்ளவும் விரும்பவில்லை. இதைத்தவிர சுவாரசியமான விஷயங்கள் எதுவும் நடக்கவில்லை.

காத்திருப்பது என்று முடிவுசெய்தேன், அம்மா விடுமுறையில் சென்றிருக்க மாட்டாள் என்று நம்பினேன். அப்படி ஏதும் நடந்திருந்தால் ஒரு வாரத்துக்கு அவளைப் பார்க்க முடியாது. ஆனால் அப்படி யோசிப்பதைத் தவிர்த்தேன், ஏனென்றால் இனி என்னால் ஸ்விண்டனுக்குப் போக முடியாது.

451C, சாப்டர் சாலை, லண்டன் NW2 5NGக்கு முன்பகுதியில் இருந்த சிறுதோட்டத்தில் வைக்கப்பட்டிருந்த குப்பைக்கூடைக்குப் பக்கத்தில் தரையில் உட்கார்ந்துகொண்டேன். அதுவொரு பெரிய புதருக்குப் பக்கத்தில் இருந்தது. ஒரு பெண், சிறு பெட்டி ஒன்றைக் கையில் வைத்துக்கொண்டு வந்தாள். ஒருபக்கம் கம்பிவலை இடப்பட்டு மேல்பகுதியில் கைப்பிடியோடு

இருப்பது, பூனைகளை மருத்துவரிடம்கொண்டுசெல்ல இதுபோன்ற பெட்டியைப் பயன்படுத்துவார்கள். ஆனால் அதில் பூனை இருந்ததா என்று என்னால் பார்க்க முடியவில்லை. நீண்ட குதிகால் வைத்த காலணிகள் அணிந்திருந்தாள், அவள் என்னைப் பார்க்கவில்லை.

மழைபெய்யத் தொடங்கியது, நான் நனைந்தபடி உட்கார்ந்திருந்தேன், உடல் குளிரால் நடுங்கத் தொடங்கியது.

இரவு 11:32 க்கு தெருவில் யாரோ நடந்துவரும் சத்தம் கேட்டது.

முதல் குரல், "இது உனக்கு விளையாட்டாக இருக்கிறதா, இல்லையா என்பதெல்லாம் எனக்குத் தேவை இல்லை." இது பெண்ணின் குரல்.

இன்னொரு குரல், "ஜூடி, இங்கே பார், என்னை மன்னித்துவிடு. சரியா?" இது ஆணின் குரல்.

மீண்டும் பெண்குரல், "இதை நீ என்னை முழுமுட்டாளாகக் காண்பிப்பதற்கு முன்னால் யோசித்திருக்க வேண்டும்," என்றது.

அந்தப் பெண்குரல் அம்மாவுடையது.

அம்மா தோட்டத்திற்குள் வந்தாள். திரு. ஷியர்ஸ் அவளருகில் இருந்தார். இன்னொரு குரல் அவருடையது.

நான் எழுந்து நின்று, "நீங்கள் உள்ளே இல்லை, அதனால் காத்திருந்தேன்," என்றேன்.

அம்மா "க்றிஸ்டோஃபர்," என்றாள்.

திரு. ஷியர்ஸ், "என்ன?" என்றார்.

அம்மா, தன் கைகளை என்னைச்சுற்றி வைத்துக்கொண்டு, "க்றிஸ்டோஃபர், க்றிஸ்டோஃபர், க்றிஸ்டோஃபர்..." என்றாள்.

நான் அவளைப் பிடித்துத் தள்ளினேன். ஏனென்றால் அவள் என்னை இறுக்கிப் பிடித்துக்கொண்டிருந்தாள், அது எனக்குப் பிடிக்கவில்லை. வேகமாகத் தள்ளியதில் நான் கீழே விழுந்தேன்.

திரு. ஷியர்ஸ், "என்ன இழவு நடக்கிறது இங்கே?" என்றார்.

அம்மா, "என்னை மன்னித்துவிடு க்றிஸ்டோஃபர், நான் மறந்துவிட்டேன்," என்றாள்.

நான் தரையில் படுத்திருந்தேன். அம்மா, தன் கைகளை உயர்த்தி விரல்களை விசிறிபோல் விரித்துக் காட்டினாள். நான் அவள் விரல்களைத் தொடவேண்டும் என்பது போல. ஆனால் அப்போது டோபி வெளியேறி விட்டதைக் கவனித்தேன், நான் உடனே அவனைப் பிடிக்க வேண்டும்.

திரு. ஷியர்ஸ், "இதன் பொருள் எட் இங்கே வந்திருக்கிறார் என்று நினைக்கிறேன்," என்றார். தோட்டத்தைச் சுற்றி சிறிய சுவர் எழுப்பப்பட்டிருந்ததால் டோபியால் அங்கிருந்து வெளியேற முடியவில்லை. மூலையிலிருந்து சுவர் ஏற முயற்சி செய்துகொண்டிருந்தான். ஆனால் நான் அவனைப் பிடித்துவிட்டேன். மீண்டும் அவனை என் பைக்குள் போட்டுக்கொண்டு, "இவனுக்குப் பசிக்கிறது, இவனுக்குக் கொடுப்பதற்கு ஏதாவது உணவு இருக்குமா, கொஞ்சம் தண்ணீரும் வேண்டும்," என்றேன்.

அம்மா "அப்பா எங்கே க்றிஸ்டோஃபர்?" என்றாள்.

நான் "அநேகமாக, ஸ்விண்டனில் இருப்பார்," என்றேன்.

திரு. ஷியர்ஸ், "கடவுளுக்கு நன்றி," என்றார்.

அம்மா "ஆனால் நீ எப்படி இங்கே வந்தாய்?" என்றாள்.

என் பற்கள் ஒன்றொடொன்று மோதிக்கொண்டிருந்தன. ஏனென்றால் அவ்வளவு குளிராக இருந்தது. என்னால் அதை நிறுத்த முடியவில்லை. "ரயிலில் வந்தேன். மிகவும் பயங்கரமாக இருந்தது. அப்பாவுடைய வங்கி அட்டையிலிருந்து காசு எடுத்துக்கொண்டேன், காவல்துறை அதிகாரி ஒருவர் முதலில் உதவினார். பிறகு அவரே என்னை அப்பாவிடம்கொண்டுசெல்ல இருந்தார். முதலில் அவர் என்னுடன் ரயிலில் இருந்தார், பிறகு இல்லை," என்றேன்.

அம்மா "க்றிஸ்டோஃபர், நீ நனைந்திருக்கிறாய். ரோஜர், சும்மா இங்கேயே நின்றுகொண்டிருக்காதே," என்றாள்.

பிறகு என்னிடம், "கடவுளே, க்றிஸ்டோஃபர், நான்... நான் நினைக்கவே இல்லை... ஏன், நீ இங்கே தனியாக வந்தாய்?" என்றாள்.

திரு. ஷியர்ஸ், "உள்ளே வரப்போகிறாயா அல்லது இரவு முழுக்க இங்கேயே இருக்கப் போகிறாயா?" என்று கேட்டார்.

நான் "இனிமேல் உன்னுடன் இருக்கப் போகிறேன். ஏனென்றால் அப்பா வெலிங்டனை தோட்டத்தைக் கொத்தும் முள்கரண்டியால் குத்திக் கொன்றுவிட்டார். அவரைப் பார்க்கவே எனக்குப் பயமாக இருக்கிறது," என்றேன்.

திரு. ஷியர்ஸ், "கடவுளே, நாசமாய்ப் போச்சு." என்றார்.

அம்மா "ரோஜர், தயவுசெய்து... வா க்றிஸ்டோஃபர் உள்ளே போகலாம், உன்னைத் துவட்ட வேண்டும்," என்றாள்.

எழுந்து நின்று வீட்டுக்குள்ளே நுழைந்தேன். அம்மா, "ரோஜரோடு போ" என்றாள். நான், திரு. ஷியர்ஸுக்குப் பின்னால் மாடிப்படியில் ஏறிச்சென்றேன். அங்கேயிருந்த கதவில் ப்ளாட் C என்று எழுதி இருந்தது. உள்ளே போகப் பயமாக இருந்தது. ஏனென்றால் உள்ளே என்ன இருக்கிறது என்று எனக்குத் தெரியாது.

அம்மா, "உள்ளே போ, இல்லை என்றால் உடம்பு விபரீதமாகிவிடும்" என்றாள். விபரீதம் என்றால் என்னவென்று எனக்குத் தெரியாது. உள்ளே சென்றேன்.

பிறகு அவள், "உன்னைக் குளிப்பாட்ட வேண்டும்" என்றாள். நான் அந்த இடத்தைச் சுற்றிப்பார்த்து அதன் வரைபடத்தை மனதில் உருவாக்கிக்கொண்டேன். அப்போது என்னால் பாதுகாப்பாக உணரமுடியும். அந்த வீடு இப்படி இருந்தது

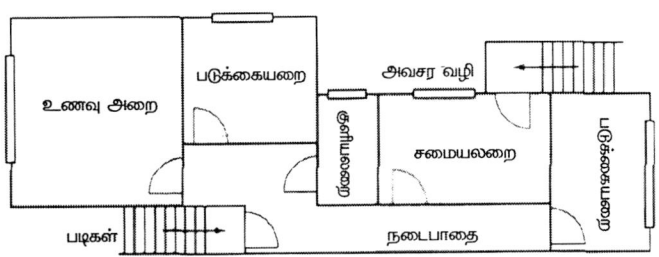

பிறகு அம்மா என்னிடம் உடைகளைக் கழற்றச் சொல்லி குளியல் தொட்டிக்கு அழைத்துச் சென்றாள், அவளது துவாலையைப் பயன்படுத்திக்கொள்ளலாம் என்றாள், அது கத்திரிப்பூ நிறத்தில் இருந்தது. ஓரத்தில் பச்சைப்பூக்கள் வரையப்பட்டிருந்தன. டோபிக்குத் தவிட்டு உணவும் தண்ணீரும் கொடுத்தாள். அவனைக் குளியலறைக்குள்ளேயே ஓட அனுமதித்தேன். மூன்றுமுறை கொஞ்சமாகப் பீ இருந்தான். நான் அதை எடுத்துக் கழிப்பறைக்குள் போட்டுவிட்டு மீண்டும் குளியல்தொட்டியில் உட்கார்ந்துகொண்டேன், ஏனென்றால் கதகதப்பாக நன்றாக இருந்தது.

அம்மா குளியலறைக்குள் நுழைந்து குளியல்தொட்டிக்கு அருகிலிருந்த கழிப்பறைப் பீங்கானில் உட்கார்ந்துகொண்டாள், "நீ நன்றாக இருக்கிறாயா, க்றிஸ்டோஃபர்," என்றாள்.

நான் "நான் களைத்திருக்கிறேன்," என்றேன்.

அம்மா "எனக்குத் தெரியும், அன்பே," என்றாள். பிறகு, "நீ பெரிய தைரியசாலி," என்றாள்.

நான் "ஆமாம்," என்றேன்.

அம்மா "நீ எனக்கு எழுதவே இல்லை," என்றாள்.

நான் "ஆமாம் எனக்குத் தெரியும்," என்றேன்.

அம்மா "நீ, ஏன் எனக்கு எழுதவில்லை க்றிஸ்டோஃபர்? நான் உனக்கு எவ்வளவு கடிதங்கள் எழுதினேன். ஏதேனும் மோசமாக நடந்துவிட்டதோ என்று நினைத்துக்கொண்டே இருந்தேன் அல்லது நீங்கள் அங்கிருந்து போய்விட்டீர்களோ, உங்களைக் கண்டுபிடிக்கவே முடியாதோ என்று நினைத்தேன்," என்றாள்.

நான் "அப்பா, நீங்கள் இறந்துவிட்டதாகச் சொன்னார்," என்றேன்.

அம்மா "என்ன?" என்றாள்.

நான் "நீங்கள் மருத்துவமனையில் இருப்பதாகவும் உங்களுக்கு இதயத்தில் ஏதோ சிக்கல் என்றும் சொல்லியிருந்தார். பிறகு நீங்கள் மாரடைப்பில் இறந்துவிட்டதாகச் சொன்னார். உங்கள் கடிதங்களை எல்லாம் பெட்டிக்குள் போட்டு அவர் படுக்கையறையில் இருந்த அலமாரியில் வைத்திருந்தார்,

வெலிங்டன் கொல்லப்பட்டது பற்றி நான் எழுதிக்கொண்டிருக்கும் புத்தகத்தை என்னிடமிருந்து எடுத்து அந்தப் பெட்டிக்குள் வைத்திருந்தார், அதைத் தேடும்போது உங்கள் கடிதங்கள் கிடைத்தன.''

அம்மா "கடவுளே!" என்றாள்.

நிறையநேரம் அவர் எதுவும் பேசவில்லை. பிறகு தொலைக் காட்சியில் நேச்சர் தொடரில் வரும் விலங்குகள்போல ஊளைச்சத்தம் ஒன்றை எழுப்பினார்.

சத்தம் அதிகமாக இருந்தது என்பதால் எனக்குப் பிடிக்கவில்லை. "ஏன் இப்படிச் செய்கிறீர்கள்?" என்றேன்.

சிறிதுநேரம் கழித்து, "ஓ, க்றிஸ்டோஃபர். என்னை மன்னித்துவிடு," என்றாள்.

நான் "இதில் உங்கள் தவறு எதுவும் இல்லை," என்றேன்.

அம்மா "தேவடியாப்பயல், அவன் தேவடியாப்பயல்," என்றாள்.

பிறகு கொஞ்சநேரம் கழித்து, "க்றிஸ்டோஃபர், உன் கைகளைப் பிடித்துக்கொள்ள அனுமதி. ஒரே ஒருமுறை. எனக்காக. அனுமதிப்பாயா? அழுத்திப் பிடிக்கமாட்டேன்," என்று கைகளை நீட்டினாள்.

நான் "யாரும், என் கைகளைத் தொடுவது எனக்குப் பிடிக்காது," என்றேன்.

கைகளை மீண்டும் பின்னால் இழுத்துக்கொண்டாள். "இல்லை. சரி, பரவாயில்லை," என்றாள்.

பிறகு "வெளியில் வா. உன்னைத் துடைக்கவேண்டும். சரியா?" என்றாள்.

நான் வெளியே வந்து, அந்தக் கத்திரிப்பூ துவாலையால் என்னைத் துடைத்துக்கொண்டேன். ஆனால் உடுத்திகொள்ள உடைகள் எதுவும் இல்லை என்பதால் அம்மாவின் டி-ஷர்ட் மற்றும் மஞ்சள்நிறக் கால்சராயை அணிந்துகொண்டேன். நான் மிகவும் களைப்பாக இருந்ததால் மஞ்சள்நிறத்தைக் கண்டுகொள்ளவில்லை. நான் உடை அணிந்துகொண்டிருந்தபோது

அம்மா தக்காளி சூப்பை சூடுபடுத்தினாள். ஏனென்றால் அது சிவப்பானது.

பிறகு யாரோ கதவைத் திறக்கும் சத்தமும் அந்நியர் ஒருவரது குரலும் கேட்டதால் குளியலறைக் கதவைத் தாளிட்டேன். வெளியில் ஏதோ விவாதம் நடந்துகொண்டிருப்பது கேட்டது. ஒருவர், "நான் அவனிடம் பேசவேண்டும்" என்றார். அம்மா, "இன்றைக்கு ஏற்கெனவே அவன் அதிகம் அனுபவித்துவிட்டான்," என்றாள். அவர் மறுபடி, "எனக்குத் தெரியும். ஆனாலும் நான் பேசியாக வேண்டும்," என்றார்.

அம்மா கதவைத் தட்டி காவல்துறை அதிகாரி ஒருவர் வந்திருக்கிறார் என்று சொன்னாள். அவர் என்னோடு பேச விரும்புகிறார் என்பதால் கதவைத் திறக்கச் சொன்னாள். டோபியை கையில் எடுத்துக்கொண்டு கதவைத் திறந்தேன்.

கதவுக்குப் பக்கத்தில் நின்றிருந்த அந்த அதிகாரி, "நீதானே க்றிஸ்டோஃபர் பூன்?" என்றார்.

நான் "ஆமாம்," என்றேன்.

அவர் "உன் அப்பா, நீ இங்கே ஓடிவந்து விட்டதாகச் சொல்கிறார், இது உண்மையா?" என்றார்.

நான் "ஆமாம்," என்றேன்.

அவர் "இது, உன் அம்மாவா?" என்றபடி அம்மாவைச் சுட்டிக் காட்டினார்.

நான் "ஆமாம்," என்றேன்.

அவர் "ஏன் ஓடி வந்தாய்?" என்றார்.

நான் "ஏனென்றால் அப்பா வெலிங்டன் என்ற நாயைக் கொன்றுவிட்டார். எனக்கு அவரைப் பார்க்க பயமாக இருக்கிறது," என்றேன்.

அவர் "என்னிடமும் அதைச் சொன்னார்கள்," என்றார். பிறகு, "நீ மறுபடி ஸ்விண்டனுக்குப் போக விரும்புகிறாயா அல்லது இங்கே இருக்க விரும்புகிறாயா?" என்றார்.

நான் "நான் இங்கேயே இருக்க விரும்புகிறேன்," என்றேன்.

அவர் "நீங்கள் இதைப் பற்றி என்ன நினைக்கிறீர்கள்?" என்றார்.

நான் "நான் இங்கேயே இருக்க விரும்புகிறேன்," என்றேன்.

அவர் "கொஞ்சம் இரு, நான் உன் அம்மாவைக் கேட்கிறேன்," என்றார்.

அம்மா "க்றிஸ்டோஃபரிடம் நான் இறந்துவிட்டதாக அவன் சொல்லியிருக்கிறான்," என்றாள்.

அவர் "சரி. இப்போது... இப்போது யார் என்ன சொன்னார்கள் என்கிறதெல்லாம் வேண்டாம். எனக்குத் தெரிய வேண்டியதெல்லாம் இவன் இங்கே..." என்றார்.

அம்மா "நிச்சயமாக இவன் இங்கே இருக்கலாம்," என்றாள்.

அவர் "சரி, என்னைப் பொறுத்தவரையில் இந்த விஷயம் முடிந்துவிட்டது," என்றார்.

நான் "நீங்கள் என்னை மறுபடி ஸ்விண்டனுக்கு அழைத்துச் செல்வீர்களா?" என்றேன்.

அவர் "இல்லை," என்றார்.

நான் அம்மாவோடு இருக்கலாம் என்பது எனக்கு மகிழ்ச்சியாக இருந்தது.

அவர் "உங்கள் கணவர் இங்கே வந்து ஏதாவது பிரச்சினை செய்தால், எங்களுக்குத் தெரிவியுங்கள் அல்லது உங்களுக்குள் பேசி முடித்துக்கொண்டாலும் சரி" என்றார்.

பிறகு அவர் சென்றதும் நான் தக்காளி சூப்பைக் குடித்தேன். திரு. ஷியர்ஸ், அறையில் இருந்த பெட்டிகளை நகர்த்தி எனக்காக மெத்தை போட்டுக் கொடுத்தார், நான் தூங்கச் சென்றேன்.

பிறகு கண்விழித்தேன். ஏனென்றால் வீட்டுக்குள் யாரோ சிலர் கத்திப்பேசும் சத்தம் கேட்டது, மணி 2:31. அதில் ஒன்று அப்பாவின் குரல், நான் பயந்து போனேன். அந்த அறைக்குத் தாழ்ப்பாள் வசதி இல்லை.

"நான் அவளிடம் பேசிக்கொண்டிருக்கிறேன், உனக்குப் பிடிக்கிறதோ இல்லையோ. நான் என்ன செய்யவேண்டும்

என்பதை நீங்களெல்லாம் சொல்லக்கூடாது," என்று அப்பா கத்தினார்.

"ரோஜர், வேண்டாம். சற்று..."என்று அம்மா கத்தினாள்.

"என் வீட்டில் வந்து நின்றுகொண்டு என்னையே பேசக்கூடாது," என்று திரு. ஷியர்ஸ் கத்தினார்.

"எனக்கு எப்படி இஷ்டமோ அப்படித்தான் உன்னிடம் பேசுவேன்," என்று அப்பா கத்தினார்.

"நீ இங்கே வர உனக்கு எந்த உரிமையும் இல்லை," என்று அம்மா கத்தினாள்.

"உரிமை இல்லையா? என்ன? அவன் என் மகன். அது ஞாபகம் இருக்கட்டும்," என்று அப்பா கத்தினார்.

"நீ என்ன நினைப்பில் அவனிடம் அப்படிச் சொன்னாய்?" என்று அம்மா கத்தினாள்.

"என்ன? என்ன சொன்னேன்? அவனைவிட்டுவிட்டுப் போனது நீதான்," என்று அப்பா கத்தினார்.

"அதனால் அவன் வாழ்க்கையிலிருந்து என்னைத் துடைத்து எறியலாம் என்று நினைத்துவிட்டாயா?" என்று அம்மா கத்தினாள்.

"அனைவரும் கொஞ்சம் அமைதியாகப் பேசுவோமா?" என்று திரு. ஷியர்ஸ் கத்தினார்.

"ஆமாம், நீ விரும்பியதும் அதைத்தானே?" என்று அப்பா கத்தினார்.

"ஒவ்வொரு வாரமும் அவனுக்கு எழுதியிருக்கிறேன். ஒவ்வொரு வாரமும்..." என்று அம்மா கத்தினாள்.

"எழுதினாயா? அதை வைத்துக்கொண்டு என்ன மயிரைப் பிடுங்குவது," என்று அப்பா கத்தினார்.

"ஓ... ஓ... ஓ..." என்று திரு. ஷியர்ஸ் கத்தினார்.

"அவனுக்காகச் சமைக்கிறேன், துணியைத் துவைக்கிறேன். வாரக் கடைசியில் அவனைக் கவனித்துக்கொண்டு இருந்திருக்கிறேன். அவன் உடம்பு சரியில்லாமல் இருந்த போதெல்லாம்

கவனித்துக்கொண்டேன். அவனை மருத்துவரிடம் அழைத்துச் சென்றேன். இரவு நேரங்களில் அவன் வெளியே திரியும்போது கவலைப்பட்டிருக்கிறேன். பள்ளியில் யாருடனாவது சண்டைபோட்ட ஒவ்வொரு முறையும் அங்கே போயிருக்கிறேன். நீ? நீ என்ன செய்தாய்? கடிதம் எழுதினாளாம், கடிதம்," என்று அப்பா கத்தினார்.

"எனவே, நான் செத்துவிட்டதாகச் சொல்வது சரி என்று உனக்குத் தோன்றிவிட்டது," என்று அம்மா கத்தினாள்.

"இது சரியான நேரமல்ல," என்று திரு. ஷியர்ஸ் கத்தினார்.

"நீ, ஒதுங்கிப் போ அல்லது நான்..." என்று அப்பா கத்தினார்.

"எட். தயவுசெய்து..." என்று அம்மா கத்தினாள்.

அப்பா "நான் அவனைப் பார்க்கப்போகிறேன். நீ என்னைத் தடுக்க முயற்சி செய்தால்..." என்றார்.

பிறகு அப்பா என் அறைக்கு வந்தார், நான் கத்தியை விரித்துப் பிடித்தபடி தயாராக இருந்தேன். அம்மாவும்கூடவே வந்தாள். "ஒன்றுமில்லை க்றிஸ்டோஃபர், அவர் உன்னை எதுவும் செய்ய விடமாட்டேன். நீ பாதுகாப்பாக இருக்கிறாய்," என்றாள்.

அப்பா முழங்காலிட்டு என் மெத்தைக்குப் பக்கத்தில் உட்கார்ந்து "க்றிஸ்டோஃபர்..." என்றார்.

நான் எதுவும் பேசவில்லை.

அப்பா "க்றிஸ்டோஃபர், நான் உண்மையில் வருந்துகிறேன். எல்லாவற்றுக்காகவும். வெலிங்டனுக்காக, அந்தக் கடிதங்களுக்காக, உன்னை இங்கே வர வைத்ததற்காக. நான் எப்போதும் நினைத்ததில்லை... இதுபோல எதுவும் இனிமேல் செய்யமாட்டேன் என்று சத்தியம் செய்கிறேன். ஹேய்... வாடா... பயலே..." என்றார்.

நான் அவர் கையைத் தொடுவதற்காக, வலது கையை உயர்த்தி விசிறிபோல விரித்துக் காட்டினார். ஆனால் நான் தொடவில்லை, பயமாக இருந்தது.

அப்பா, "ஷிட். க்றிஸ்டோஃபர். தயவுசெய்து..." என்றார்.

அப்பாவின் முகத்தில் இருந்து கண்ணீர் வழிந்தது.

யாரும் சிறிதுநேரம் எதுவும் பேசவில்லை.

பிறகு அம்மா, "நீ இப்போது கிளம்புவது நல்லது" என்றாள். ஆனால் அது அவர் அப்பாவிடம் சொன்னது, என்னிடம் அல்ல.

அந்தக் காவல்துறை அதிகாரி மீண்டும் வந்தார். ஏனென்றால் திரு. ஷியர்ஸ் அவருக்கு தொலைபேசியில் தகவல் சொன்னார். அவர் அப்பாவை அமைதியாக இருக்கும்படிச் சொல்லி வீட்டுக்கு வெளியே அழைத்துச் சென்றார்.

அம்மா "நீ தூங்கு. எல்லாம் சரியாகிவிடும். நான் உறுதியளிக்கிறேன்," என்றாள்.

நான் மறுபடி தூங்கத் தொடங்கினேன்.

229. தூங்கும்போது எனக்கு விருப்பமான கனவுகளில் ஒன்றைக் கண்டேன். சில சமயம் அது பகலிலும் வரும். ஆனால் அப்போது அது பகல்கனவு. இரவிலும் எனக்கு அவ்வப்போது வரும்.

அந்தக் கனவில், கிட்டத்தட்ட பூமியிலிருக்கும் அனைவரும் வைரஸ் தாக்குதலால் இறந்துவிட்டனர். இது சாதாரணமான வைரஸ் போல அல்ல. கணினியில் இருக்கும் வைரஸ் போன்றது. இது பரவுவது எப்படி என்றால் தொற்றுக்கு ஆளானவர் எதனுடைய பொருளையாவது சொல்லும்போது அல்லது முகத்தில் அதற்கான உணர்ச்சியைக் காட்டும்போது அதை மற்றவர்கள் பார்த்தால் பரவிவிடும். தொலைக்காட்சியில் பாதிக்கப்பட்ட நபரை மற்றவர்கள் பார்த்தாலே அது அவர்களுக்கும் பரவிவிடும். அது வெகுவேகமாக பூமி முழுவதும் பரவிவிடுகிறது.

இந்த வைரஸ் பரவியதும், மனிதர்கள் சோஃபாவில் உட்கார்ந்தபடி எதுவும் செய்யாமல் இருப்பார்கள், சாப்பிடவோ, குடிக்கவோ மாட்டார்கள், அப்படியே இறந்துவிடுவார்கள். சில சமயம்,

இதே கனவு வேறு வடிவத்திலும் வரும். திரைப்படத்திற்கு இரண்டு வடிவம் இருப்பதுபோல. சாதாரணமான வடிவம் மற்றும் இயக்குநரின் வடிவம், Blade Runner படம்போல. சில வடிவங்களில் அந்த வைரஸ் அவர்கள் கார்களை மோதச்செய்து அல்லது கடலுக்குள் நடந்து சென்று மூழ்கச் செய்து அல்லது ஆற்றில் குதிக்கச் செய்து கொல்லும். கனவின் இந்த வடிவம் சிறப்பானது என்று நினைக்கிறேன். ஏனென்றால் அப்போது எங்குப் பார்த்தாலும் இறந்தவர்களின் உடலாக இருக்காது.

எனவே பூமியில் இப்போது யாரும் இல்லை, மற்றவர்களின் முகத்தைப் பார்க்காதவர்கள் மற்றும் இந்தப் படத்திற்கு என்ன பொருள் என்று தெரியாதவர்கள் மட்டுமே இருப்பார்கள்.

அந்த மனிதர்கள் எல்லோருமே என்னைப்போல சிறப்பானவர்கள். அவர்கள் தங்களைச் சார்ந்து இருப்பதையே விரும்புகிறவர்கள். அவர்களை நான் எப்போதாவது பார்க்கமுடியும். ஏனென்றால் அவர்கள் காங்கோ காட்டில் வசிக்கும் ஒகாபி போல, அவை இரலை மான் வகையைச் சேர்ந்தவை, அரிதானவை, வெட்கம் நிறைந்தவை.

மேலும், நான் உலகத்தில் எங்கு வேண்டுமானாலும் போகலாம். ஏனென்றால் என்னோடு யாரும் பேசப் போவதில்லை அல்லது என்னைத் தொடப் போவதில்லை அல்லது கேள்வி கேட்கப் போவதில்லை. நான் வெளியில் எங்கும் போகவேண்டாம் என்றால் போகவேண்டாம், வீட்டிலேயே இருக்கலாம். ப்ரோக்கோலி, ஆரஞ்சு, இழை மிட்டாய் சாப்பிட்டுக்கொண்டே இருக்கலாம், வாரம் முழுக்க கணினியில் விளையாடலாம் அல்லது அறையின் மூலையில் உட்கார்ந்துகொண்டு £10 நாணயத்தை வைத்து ரேடியேட்டரின் பக்கங்களைத் தேய்த்துக்கொண்டே இருக்கலாம். நான் பிரான்ஸுக்கும் போக வேண்டியதில்லை.

நான் அப்பாவின் வீட்டிலிருந்து வெளியே போகும்போது, தெருவில் நடக்கும்போது மதியநேரத்தில்கூட எங்கும் அமைதியாக இருக்கும், காற்று மற்றும் பறவைகளின் ஒலியைத் தவிர வேறெதுவும் கேட்காது. சில சமயம், கட்டடங்கள் இடிந்து விழும் ஓசை தூரத்தில் கேட்கும். போக்குவரத்து விளக்குகளின்

பக்கத்தில் நின்றால் வண்ணம் மாறும்போது சிறிய க்ளிக் என்ற ஓசைகூட தெளிவாகக் கேட்கும்.

மற்றவர்களின் வீட்டுக்குள் நான் நுழையலாம், துப்பறிபவனாக நடிக்கலாம், சன்னல் கண்ணாடியை உடைத்துக்கூட உள்ளே நுழையலாம். ஏனென்றால் அனைவரும் இறந்துவிட்டார்கள். கடைகளுக்குள் சென்று வேண்டியதை எடுத்துக்கொள்ளலாம், இளஞ்சிவப்பு ரொட்டிகள் அல்லது பிஜேயின் ரஸ்பெர்ரி மற்றும் மாம்பழ ரசங்கள், கணினி விளையாட்டுகள், திரைப்படங்கள், புத்தகங்கள் என எது வேண்டுமானாலும் எடுத்துக்கொள்ளலாம்.

பிறகு நான் அப்பாவின் வண்டியிலிருந்து ஏணியை எடுத்துக்கொண்டு கூரைமீது ஏறுவேன். பிறகு அந்த ஏணியை எடுத்து, அடுத்த வீட்டின் கூரைக்குக் குறுக்காக வைத்து அங்கே செல்வேன். ஏனென்றால் கனவில் நீங்கள் என்ன வேண்டுமானாலும் செய்யலாம்.

பிறகு யாருடைய வண்டியிலாவது சாவி இருக்கும். நான் அவர்களது காரை எடுத்து ஓட்டுவேன், நான் எங்காவது மோதினாலும் பரவாயில்லை, கடற்கரைக்கு அதை ஓட்டிச்செல்வேன். அங்கே வண்டியை நிறுத்திவிட்டு வெளியில் பெய்யும் மழையில் நனைவேன், அருகிலிருக்கும் கடையிலிருந்து ஐஸ்க்ரீமை எடுத்துச் சாப்பிடுவேன். பிறகு கடற்கரையில் இறங்கி நடப்பேன். கடற்கரை மணல் மற்றும் பெரிய பாறைகளால் நிரம்பி இருக்கும், அங்கிருக்கும் கலங்கரை விளக்கத்தில் விளக்குகள் எரியாது. ஏனென்றால் அதைக் கவனித்துக்கொள்பவர் இறந்திருப்பார்.

கடல் அலைகளில் நிற்பேன், அவை என் காலணிகளுக்கு மேலாக வந்து போகும். கடலில் சுறாக்கள் இருக்கலாம் என்பதால் நீந்தமாட்டேன். சூரிய உதயத்தைப் பார்க்கும்போது என்னுடைய உலோக அளவுகோலை எடுத்து கடலும் வானமும் சந்திக்கும் இடத்துக்கு நேர்கோட்டில் வைத்து, அந்தக் கோடு வளைந்தது என்றும் பூமி உருண்டையானது என்றும் நிறுவுவேன். மேலும், கடல் அலைகள் வந்து செல்வது ஒத்திசைவில் இருக்கும், இசை அல்லது டிரம்ஸ் வாசிப்பதுபோல.

யாருடைய வீட்டிலிருந்தாவது காய்ந்த உடைகள் எனக்குக் கிடைக்கும், ஏனென்றால் அவர்களும் இறந்திருப்பார்கள். நான் மறுபடி அப்பா வீட்டுக்கு வருவேன், இப்போது அது அப்பா வீடாக இருக்காது, என் வீடாக இருக்கும். நான் எனக்காக சிவப்புநிறமிட்ட ஆலூசாக் மற்றும் ஸ்ட்ராபெரி பால் தயாரித்துக்கொள்வேன். பிறகு சூரியக்குடும்பம் பற்றிய படம் ஒன்றைப் பார்ப்பேன், கணினியில் விளையாடுவேன், பிறகு தூங்கச் செல்வேன்.

பிறகு அந்தக் கனவு முடிந்தது, நான் மகிழ்ச்சியாக இருந்தேன்.

233. மறுநாள் காலை உணவாக அம்மா எனக்கு வறுத்த தக்காளியும் பாத்திரத்தில் வைத்துச் சூடுசெய்த பச்சைப் பட்டாணியும் கொடுத்தாள்.

சாப்பிடும்போது, திரு. ஷியர்ஸ், "சரி. அவன் சிலநாள் தங்கட்டும்," என்றார்.

அம்மா, "அவன் விரும்பும்வரை இங்கே தங்கியிருக்கலாம்," என்றாள்.

திரு. ஷியர்ஸ் "மூன்று பேர் என்பதை விடு, இந்த வீட்டில் இரண்டு பேர் இருப்பதே சிரமம்," என்றார்.

அம்மா "உனக்குத் தெரியுமா, அவனுக்கு நீ என்ன சொல்கிறாய் என்பது புரியும்," என்றாள்.

திரு. ஷியர்ஸ் "அவன் இங்கே என்ன செய்யப்போகிறான், இங்கே பள்ளிக்குகூடப் போக முடியாது. நாம் இருவருமே வேலைக்குப் போகிறோம். இது முட்டாள்தனம்," என்றார்.

அம்மா "ரோஜர்.போதும் நிறுத்து," என்றாள்.

பிறகு அம்மா, எனக்கு சர்க்கரைபோட்டு மூலிகைத் தேநீர் தயாரித்துக் கொடுத்தார். ஆனால் அதன் சுவை எனக்குப் பிடிக்கவில்லை, "நீ எவ்வளவு நாள் வேண்டுமானாலும் இங்கே இருக்கலாம்," என்றாள்.

திரு. ஷியர்ஸ் அலுவலகத்துக்குச் சென்றபின் அம்மா தன்னுடைய அலுவலகத்துக்குத் தொலைபேசியில் பேசி, கருணை விடுப்பு எடுத்துக்கொண்டாள். வீட்டில் யாருக்காவது உடல்நிலை சரி இல்லை என்றாலோ அல்லது இறந்துவிட்டாலோ இந்த விடுப்பு எடுத்துக்கொள்ளலாம்.

பிறகு நாங்கள் இருவரும் வெளியில் சென்று எனக்காகச் சில உடைகள், பல் துலக்க பிரஷ், குளிக்கும்போது தேய்க்கும் துணி ஆகியவை வாங்கவேண்டும் என்று சொன்னாள். எனவே வீட்டைவிட்டு வெளியில் சென்று முக்கிய வீதியில் நடந்து சென்றோம், அது ஹில் லேன் எனப்படுகிறது. A4088 எனப்படுவதும் அதுவே, கூட்டமாக இருந்தது. நாங்கள் 266ம் எண் பேருந்தில் ஏறி ப்ரெண்ட் க்ராஸ் வணிக வளாகத்துக்குச் சென்றோம். ஜான்லூயிஸ் கடையைத் தவிர மற்ற இடங்களில்கூட்டம் அதிகமாக இருந்ததால் நான் பயந்து கைக்கடிகாரங்கள் விற்கும் பகுதியில் கீழே விழுந்து புரண்டு கத்தினேன் என்பதால் அம்மா என்னை வாடகைக் கார் வைத்துக்கூட்டி வந்தாள்.

பிறகு அவள் மீண்டும் அதே வணிக வளாகத்துக்குச் சென்று எனக்கு உடைகள், பல்துலக்கும் பிரஷ், இரவு உடைகள் மற்றும் துவாலை வாங்கச் சென்றாள். நான் என்னுடைய அறையிலேயே உட்கார்ந்திருந்தேன். ஏனென்றால் திரு. ஷியர்ஸ் உடன் ஒரே அறையில் இருக்க விரும்பவில்லை. ஏனென்றால் எனக்கு அவரைப் பார்க்கப் பயமாக இருந்தது.

அம்மா வீட்டுக்கு வரும்போது எனக்காக ஸ்ட்ராபெர்ரி பால் வாங்கி வந்திருந்தாள். எனக்காக வாங்கி வந்திருந்த இரவு உடையைக் காண்பித்தாள். அது, 5 முனைகள்கொண்ட நட்சத்திரங்களுடன் கத்திரிப்பூ நிறத்தில் இருந்தது. இதுபோல

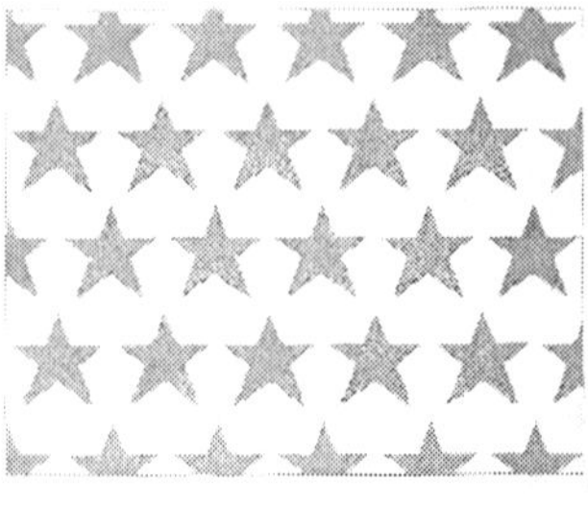

நான் "நான் மறுபடி ஸ்விண்டனுக்குப் போகவேண்டும்," என்றேன்.

அம்மா "க்றிஸ்டோஃபர், நீ இப்போதுதானே இங்கே வந்திருக்கிறாய்," என்றாள்.

நான் "நான் போகவேண்டும். ஏனென்றால் நான் கணிதத்துக்கான உயர்நிலைத் தேர்வை எழுதவேண்டும்," என்றேன்.

அம்மா "கணிதத்தில் உயர்நிலைத் தேர்வு எழுதப் போகிறாயா?" என்றாள்.

நான் "ஆமாம். அடுத்த வாரம் புதன்கிழமை மற்றும் வியாழக்கிழமை எழுதப் போகிறேன்," என்றேன்.

அம்மா "கடவுளே!" என்றாள்.

நான் "அருட்தந்தை பீட்டர்ஸ்தான் கண்காணிப்பாளர்," என்றேன்.

அம்மா "இது உண்மையிலேயே நல்ல விஷயம்," என்றாள்.

நான் "நான் இதில் முதல் தரநிலை வாங்கப்போகிறேன். அதற்காக நான் ஸ்விண்டனுக்குப் போகவேண்டும். ஆனால் நான் அப்பாவைப் பார்க்க விரும்பவில்லை, எனவே உங்களோடு போகவேண்டும்," என்றேன்.

அம்மா, கைகளால் முகத்தை மூடிக்கொண்டு பெருமூச்சுவிட்டாள். பிறகு, "அது எந்தளவுக்குச் சாத்தியம் என்று தெரியவில்லை," என்றாள்.

நான் "ஆனால் நான் போகவேண்டும்," என்றேன்.

அம்மா "இதைப் பற்றிப் பிறகு பேசலாம். சரியா?" என்றாள்.

நான் "சரி. ஆனால் நான் ஸ்விண்டனுக்குப் போகவேண்டும்," என்றேன்.

அம்மா "க்றிஸ்டோஃபர். தயவுசெய்து..." என்றாள்.

நான் கொஞ்சம் ஸ்ட்ராபெர்ரி பாலைக் குடித்தேன்.

பிறகு, இரவு 10:51க்குப் பால்கனிக்குச் சென்று நட்சத்திரங்கள் தெரிகிறதா என்று பார்த்தேன். ஆனால் ஒன்றும் தெரியவில்லை.

காரணம் ஒளி மாசுபாடு. தெருவிளக்குகள் மற்றும் வாகனங்களின் விளக்குகளிலிருந்து வரும் ஒளி காற்றில் உள்ள தூசுப்படலங்களை ஒளிரச் செய்வதன் மூலம் நட்சத்திரங்களின் ஒளியை மறைத்து விடுகிறது. நான் மறுபடி உள்ளே சென்றேன்.

ஆனால் தூக்கம் வரவில்லை. இரவு 2:07க்குப் படுக்கையைவிட்டு எழுந்தேன், திரு. ஷியர்ஸை நினைத்துப் பயமாக இருந்தது. எனவே கீழே இறங்கி முன்கதவு வழியாக சாப்டர் சாலைக்கு வந்தேன். சாலையில் யாரும் இல்லை, தூரத்தில் வாகனங்களின் சத்தம் கேட்டாலும் பகலைவிட அமைதியாக இருந்தது, அது என்னையும் அமைதியாக உணரவைத்தது. சாப்டர் சாலையில் நிறுத்தப்பட்டிருந்த வாகனங்களை, தொலைபேசிக் கம்பிகள் உருவாக்கும் வடிவங்களை, தோட்டங்களில் வைக்கப்பட்டிருக்கும் பொம்மைகளைப் பார்த்தபடி நடந்தேன்.

யாரோ இரண்டு பேர் நடந்துவரும் சத்தம் கேட்டது. எனவே அங்கிருந்த குப்பைத்தொட்டி மற்றும் ஃபோர்ட் ரக சரக்கு வாகனத்திற்கு இடையில் ஒளிந்துகொண்டேன். அவர்கள் ஆங்கிலத்தில் பேசிக்கொள்ளவில்லை, அவர்கள் என்னைப் பார்க்கவும் இல்லை. என் காலுக்கு அருகிலிருந்த சாக்கடையில் இரண்டு பித்தளைப் பல்சக்கரங்கள் கிடந்தன. சாவி கொடுக்கும் கடிகாரத்தில் இருக்கும் பல்சக்கரங்கள் போன்றவை.

குப்பைத்தொட்டி மற்றும் சரக்கு வாகனத்திற்கு இடையில் ஒளிந்திருப்பது நன்றாக இருந்தது. எனவே நிறைய நேரம் அங்கேயே இருந்தேன். சாலையைப் பார்த்துக்கொண்டே இருந்தேன். அங்கேயிருந்த வாகனங்கள் ஆரஞ்சு அல்லது கருப்பு அல்லது இரண்டும் சேர்ந்த நிறத்தில் இருந்தன. பகலில் பார்த்தால் என்ன வண்ணங்களில் தெரியும் என்று சொல்ல முடியாது.

கூட்டல் குறிகளை இடைவெளியின்றி அடுக்க முடியுமா என்று யோசித்தேன், மனதில் இதுபோன்ற வடிவில் கற்பனை செய்தேன்

அப்போது அம்மாவின் குரல் கேட்டது: "க்றிஸ்டோஃபர்...? க்றிஸ்டோஃபர்...?" என்று கத்தியபடி சாலையில் ஓடிவந்துகொண்டிருந்தாள். நான் அவளைப் பார்த்ததும் குப்பைத்தொட்டிக்கும் சரக்கு வாகனத்திற்கும் இடையில் இருந்து வெளியே வந்தேன். என் பக்கத்தில் ஓடிவந்து, "கடவுளே..." என்றாள். விரல்களை என் முகத்துக்கு முன்னால் நீட்டி, "நீ இன்னொரு முறை இப்படிச் செய்தால், கடவுள்மேல் ஆணையாக க்றிஸ்டோஃபர், உன்னை நேசிக்கிறேன், ஆனால் என்ன செய்வேன் என்று எனக்கே தெரியாது," என்றாள்.

தனியாக வீட்டைவிட்டு வெளியே வரமாட்டேன் என்று அம்மா சத்தியம் செய்யச் சொன்னாள். ஏனென்றால் அது ஆபத்தானது. மேலும், லண்டனில் உள்ளவர்களை நம்ப முடியாது. ஏனென்றால் அவர்கள் அந்நியர்கள். அடுத்த நாள், அவள் மறுபடி கடைக்குச் செல்லவேண்டி இருந்தபோது அழைப்புமணி அடித்தால் கதவைத் திறக்கக்கூடாது என்று சத்தியம் வாங்கிக்கொண்டாள். திரும்பி வந்தபோது டோபிக்கான உணவு வில்லைகள், மூன்று Star Trek திரைப்படங்கள் வாங்கி வந்தாள். நான் அதை திரு.ஷியர்ஸ் வரும்வரை முன்னறையில் உட்கார்ந்து பார்த்தேன். அவர் வந்ததும் என்னுடைய அறைக்குத் திரும்பிச் சென்றேன். இந்த 451C, சாப்டர் சாலை, லண்டன் NW2 5NG வீட்டில் தோட்டம் இருந்தால் நன்றாக இருக்கும் என்று நினைத்தேன், ஆனால் இங்கே தோட்டம் இல்லை.

மறுநாள், அம்மா வேலை பார்க்கும் அலுவலகத்தில் இருந்து தொலைபேசி அழைப்பு வந்தது. அவள் இடத்தில் வேலை செய்ய இன்னொருவரைத் தேர்வு செய்துவிட்டோம் இனிமேல் வேலைக்கு வரவேண்டாம் என்று சொன்னார்கள். அம்மா

கோபத்துடன் இது சட்டவிரோதமானது நான் புகார் கொடுப்பேன் என்றாள். ஆனால் திரு. ஷியர்ஸ், "முட்டாள்தனமாகப் பேசாதே, அது தற்காலிக வேலை, சும்மா இரு," என்று கத்தினார்.

நான் தூங்குவதற்கு முன்னால் அம்மா என் அறைக்குள் வந்தாள். அம்மாவிடம் "நான் தேர்வு எழுத ஸ்விண்டனுக்குப் போகவேண்டும்," என்றேன்.

அம்மா "க்றிஸ்டோஃபர். இப்போது இது வேண்டாம். உன் அப்பா என்னை நீதிமன்றத்துக்கு இழுக்கப் போவதாக தொலைபேசியில் மிரட்டிக்கொண்டிருக்கிறார். ரோஜர் வேறு என் கழுத்தை நெரிக்கிறார். இது சரியான நேரமல்ல," என்றாள்.

நான் "ஆனால் நான் போகவேண்டும். ஏனென்றால் எல்லா ஏற்பாடும் செய்தாகிவிட்டது, அருட்தந்தை. பீட்டர்ஸ் கண்காணிப்பாளராக இருக்கப்போகிறார்," என்றேன்.

அம்மா "இங்கே பார். இது ஒரு தேர்வு, அவ்வளவுதான். என்னால் உன் பள்ளியில் பேசமுடியும், அதைத் தள்ளிப்போடச் சொல்லலாம். நீ வேறொரு சமயம் அதை எழுதிக்கொள்ளலாம்," என்றாள

நான் "வேறொரு சமயத்தில் எழுத என்னால் முடியாது. எல்லா ஏற்பாடுகளும் செய்தாகிவிட்டது. திருமதி. கேஸ்கோய்ன் பள்ளியிலேயே தனிஅறை ஒதுக்கித் தருவதாகச் சொல்லி இருக்கிறார்," என்றேன்.

அம்மா "க்றிஸ்டோஃபர், நான் இதை எவ்வளவு சரியாகச் செய்ய முடியுமோ அப்படிச் செய்ய முயற்சி செய்துகொண்டிருக்கிறேன். அதேசமயம், இது கைநழுவிப் போய்விடுவதற்கு சாத்தியமான நிலையிலும் இருக்கிறேன், புரிகிறதா? எனவே, என்னைக் கொஞ்சம்--" என்றாள்.

பிறகு அம்மா பேசுவதை நிறுத்திவிட்டுக் கையால் வாயை மூடிக்கொண்டு எழுந்து நின்று அறையைவிட்டு வெளியேறினாள். சுரங்கப்பாதையில் வலித்ததுபோல மறுபடியும் என் நெஞ்சில் வலித்தது. ஏனென்றால் என்னால் ஸ்விண்டனுக்குச் சென்று உயர்நிலைத் தேர்வை எழுத முடியாது என்று தோன்றியது.

இரவில் நாய்க்கு நடந்த விநோத சம்பவம் | 241

மறுநாள் காலை உணவு அறையில் இருக்கும் சன்னல் வழியாக வெளியே பார்த்துக்கொண்டிருந்தேன், எத்தனை கார்கள் வருகின்றன என்பதை வைத்து இன்று **மிகச்சிறந்த நாள்** அல்லது **சிறந்தநாள்** அல்லது **மிகமிகச்சிறந்த நாள்** அல்லது **மோசமான நாள்** என்று முடிவு செய்ய விரும்பினேன், ஆனால் பள்ளிப் பேருந்தில் செல்லும்போது பார்ப்பது போல இங்கு இல்லை. ஏனென்றால் சன்னல் வழியாக எவ்வளவு நேரம் வேண்டுமானாலும் பார்க்கலாம், எவ்வளவு கார்கள் வேண்டுமானாலும் பார்க்கலாம், நான் 3 மணிநேரங்கள் பார்த்ததில் 5 சிவப்பு கார்களும் 4 மஞ்சள் கார்களும் வரிசையாகப் போனது. எனவே இந்த நாள் **சிறந்தநாள்** மற்றும் **மோசமான நாள்**. எனவே, இந்த உத்தி இனிமேல் வேலை செய்யப் போவதில்லை என்று நினைத்துக்கொண்டேன். ஆனால், கார்களைப் பார்த்துக்கொண்டிருக்கும்போது என் உயர்நிலைத் தேர்வைப் பற்றிய ஞாபகமோ நெஞ்சில் இருக்கும் வலி பற்றிய ஞாபகமோ வரவில்லை.

அன்று மதியம் அம்மா என்னை வாடகைக் காரில் ஹேம்ஸ்டெட் ஹீத்துக்கு அழைத்துச் சென்றாள். நாங்கள் இருவரும் மலை உச்சியில் உட்கார்ந்து ஹீத்ரூ விமான நிலையத்துக்கு வரும் விமானங்களை தொலைவில் இருந்து பார்த்துக்கொண்டிருந்தோம். அங்கிருந்த ஐஸ்க்ரீம் வண்டியில் இருந்து நான் சிவப்புநிற ஐஸ் வாங்கிக்கொண்டேன். அம்மா தான் திருமதி. கேஸ்கோய்னுடன் பேசிவிட்டதாகச் சொன்னாள். நான் உயர்நிலைத் தேர்வை அடுத்த வருடம் எழுதப் போகிறேன் என்று சொல்லிவிட்டதாகச் சொன்னாள், நான் சிவப்புநிற ஐஸைத் தூக்கி எறிந்துவிட்டு வெகுநேரம் கிறீச்சிட்டுக் கத்தினேன், நெஞ்சில் வலி அதிகமாக இருந்ததால் மூச்சுவிடச் சிரமமாக இருந்தது. யாரோ ஒருவர் நான் நன்றாக இருக்கிறேனா என்று அம்மாவிடம் கேட்டார். அம்மா, “பார்த்தால் எப்படித் தெரிகிறது?” என்றவுடன் அவர் விலகிப் போனார்.

கத்தியதால் நான் மிகவும் களைத்துப் போயிருந்தேன். அம்மா என்னை மறுபடி வேறு வாடகைக் காரில் வீட்டுக்கு அழைத்து வந்தாள். மறுநாள் சனிக்கிழமை. அம்மா திரு. ஷியர்ஸிடம் வெளியில் சென்று எனக்காக கணிதம் மற்றும் அறிவியல் புத்தகங்களை நூலகத்தில் இருந்து எடுத்து வரும்படிச்

சொன்னாள். அவர் எடுத்து வந்த புத்தகங்கள் **100 கணிதப் புதிர்கள், பிரபஞ்சத்தின் தோற்றுவாய் மற்றும் அணுசக்தி**, ஆனால் அவை குழந்தைகளுக்கானவை. மேலும் அவை நல்ல புத்தகங்கள் இல்லை என்பதால் நான் படிக்கவில்லை. திரு. ஷியர்ஸ், "என் பங்களிப்பு ஏற்றுக்கொள்ளப்பட்டது என்று அறிந்ததில் மகிழ்ச்சி," என்றார்.

மேலும், ஹேம்ஸ்டட் ஹீத்தில் அந்த சிவப்புநிற ஐசைத் தூக்கி எறிந்ததில் இருந்து நான் எதுவும் சாப்பிடவில்லை, அம்மா சிறுவயதில் எனக்காகச் செய்தது போல நட்சத்திரங்கள் அடங்கிய அட்டவணை ஒன்றைத் தயாரித்தாள். அளவிடப்பட்ட குவளையில் காம்ப்ளான் அல்லது ஸ்ட்ராபெர்ரி பாலை ஊற்றி 200 மி.லி குடித்தால் வெண்கல நட்சத்திரமும், 400 மி.லிக்கு வெள்ளி நட்சத்திரமும் 600 மி.லிக்கு தங்க நட்சத்திரமும் கொடுப்பாள்.

அம்மாவும் திரு. ஷியர்ஸூம் விவாதம் செய்யத் தொடங்கியதும் நான் சமையலறையில் இருந்த சிறிய வானொலிப் பெட்டியை எடுத்துக்கொண்டு என் அறைக்குச் சென்றேன். இரண்டு நிலையங்களுக்கு இடையில் வைத்து, ஒலி அளவை அதிகமாக வைத்து என் காதுக்கருகில் வைத்துக்கொண்டேன். அந்தச் சத்தம், என் தலைக்குள் நிறைந்து வலித்தால் எனக்கு வேறு எந்த வலியும் தெரியாது. எடுத்துக்காட்டாக என் நெஞ்சு வலி, அம்மாவுக்கும் திரு. ஷியர்ஸூக்கும் நடக்கும் விவாதம், என்னால் உயர்நிலைத் தேர்வு எழுதமுடியாமல் இருப்பது, 451C, சாப்டர் சாலை, லண்டன் NW2 5NGயில் தோட்டம் இல்லை என்கிற உண்மை அல்லது நான் நட்சத்திரங்களைப் பார்க்க முடியாது என்கிற விஷயம் ஆகியவையும் என் நினைவுக்கு வராது.

அதன்பிறகு திங்கள்கிழமை இரவில் நேரம் கழித்து திரு. ஷியர்ஸ் என் அறைக்கு வந்து என்னை எழுப்பினார். அவர் பீர் குடித்திருந்தார். ஏனென்றால் அவரிடமிருந்து அப்பா ரோட்ரியோடு பீர் குடிக்கும்போது வரும் வாசனை வந்தது. அவர் "நீ பெரிய புத்திசாலி என்று உனக்கு நினைப்பு, அப்படித்தானே? எப்போதும், எப்போதும் நீ அடுத்தவர்களைப் பற்றி ஒரு நொடிகூட நினைக்க மாட்டாயா? நல்லது, நீ மட்டும் இப்போது

மகிழ்ச்சியாக இருக்கிறாய் என்று என்னால் உறுதியாகச் சொல்ல முடியும், சரியா?" என்றார்.

அம்மா உள்ளே வந்து அவரை இழுத்துச் சென்றாள். அம்மா என்னிடம், "மன்னித்துவிடு க்றிஸ்டோஃபர், இதற்காக நான் உண்மையில் வருந்துகிறேன்," என்றாள்.

அடுத்தநாள் திரு. ஷியர்ஸ் வேலைக்குச் சென்றபின் அம்மா இரண்டு பெரிய பெட்டிகளில் தன்னுடைய உடைகளை எடுத்துக்கொண்டு என்னை, டோபியைத் தூக்கிக்கொண்டு கீழே கார் இருக்கும் இடத்திற்கு வரச்சொன்னாள். பெட்டிகளை வண்டியில் ஏற்றிவிட்டு வண்டியில் கிளம்பினோம். ஆனால் அது திரு.ஷியர்ஸின் வண்டி. நான் "நீ இந்தக் காரைத் திருடுகிறாயா?" என்றேன்.

அம்மா "இல்லை, நான் இதை அவரிடம் கேட்டு வாங்கியிருக்கிறேன்," என்றாள்.

நான் "நாம் எங்கே போகிறோம்?" என்றேன்.

அம்மா "வீட்டுக்குப் போகிறோம்," என்றாள்.

நான் "ஸ்விண்டனில் உள்ள வீட்டுக்கா?" என்றேன்.

அம்மா "ஆமாம்," என்றாள்.

நான் "அங்கே அப்பா இருப்பாரா?" என்றேன்.

அம்மா "க்றிஸ்டோஃபர், தயவுசெய்து என்னைத் தொந்தரவு செய்யாதே. சரியா?" என்றாள்.

நான் "அப்பாவோடு இருக்க நான் விரும்பவில்லை," என்றேன்.

அம்மா "கொஞ்சம்... பொறு... எல்லாம் சரியாக நடக்கும், க்றிஸ்டோஃபர். சரியா? எல்லாம் சரியாகவே நடக்கும்," என்றாள்.

நான் "நாம் ஸ்விண்டனுக்குப் போவது தேர்வு எழுதவா?" என்றேன்.

அம்மா "என்ன?" என்றாள்.

நான் "நாளைக்கு நான் என் கணிதத் தேர்வை எழுத வேண்டுமே!" என்றேன்.

அம்மா மெதுவாக, "நாம் ஏன் ஸ்விண்டனுக்குப் போகிறோம் என்றால் இனி நாம் லண்டனில் இருந்தால் ஒருவர் வருத்தப்படப் போகிறார். நான் உன்னைச் சொல்லவில்லை," என்றாள்.

நான் "நீங்கள் சொல்வதன் பொருள் என்ன?" என்றேன்.

அம்மா "இப்போது எனக்காக நீ கொஞ்சநேரம் பேசாமல் இருக்கவேண்டும்," என்றாள்.

நான் "எவ்வளவு நேரம் பேசாமல் இருக்கவேண்டும்?" என்றேன்.

அம்மா "கடவுளே!" என்றாள். பிறகு, "அரைமணி நேரம், க்றிஸ்டோஃபர். அரைமணி நேரத்திற்கு நீ பேசக்கூடாது என்று விரும்புகிறேன்," என்றாள்.

ஸ்விண்டனுக்குப் போக 3 மணி நேரம் 12 நிமிடங்கள் ஆனது. நடுவில் எரிபொருள் நிரப்பும் இடத்தில் அம்மா எனக்குச் சாக்லேட் வாங்கிக் கொடுத்தாள், ஆனால் நான் சாப்பிடவில்லை. இடையில் மிகநீளமான போக்குவரத்து நெரிசலில் மாட்டிக்கொண்டோம். அடுத்துள்ள வாகனச் சாலைத் தடத்தில் ஏற்பட்ட விபத்தைப் பார்ப்பதற்காக அனைவரும் மெதுவாகச் சென்றதால் இது ஏற்பட்டது. போக்குவரத்து நெரிசல் ஏற்பட மெதுவாக வண்டி ஓட்டுவது மட்டும் காரணமா? போக்குவரத்து நெரிசலைப் பாதிக்கும் காரணிகள் என்ன என்று யோசித்து அதற்கான சூத்திரத்தை உருவாக்க முயற்சி செய்தேன் (அ) போக்குவரத்தின் அடர்த்தி (ஆ) போக்குவரத்தின் வேகம் (இ) முன்னால் போகும் வண்டி நின்றவுடன் பின்னால் உள்ளவர்கள் எவ்வளவு வேகமாக வண்டியை நிறுத்துகிறார்கள். ஆனால் நான் களைத்திருந்தேன், ஏனென்றால் தேர்வு எழுதமுடியாமல் போனதை நினைத்தபடி முதல்நாள் இரவு தூங்காமல் இருந்தேன். எனவே இப்போது தூங்கினேன்.

ஸ்விண்டனுக்குப் போனவுடன் அம்மாவிடம் இருந்த சாவியால் வீட்டைத் திறந்து உள்ளே நுழைந்தோம். அம்மா, "ஹலோ?" என்றாள். ஆனால் வீட்டில் யாருமில்லை. ஏனென்றால் அப்போது

மணி பகல் 1:23. எனக்குப் பயமாக இருந்தது. அம்மா நான் பாதுகாப்பாக இருப்பேன் என்றாள். எனவே மாடியில் என் அறைக்குச் சென்று கதவைத் தாளிட்டுக்கொண்டேன். டோபியை வெளியில் எடுத்து அறைக்குள் ஓடவிட்டேன். என் கணினியில் Minesweeper விளையாட்டின் நிபுணர்களுக்கான பகுதியை 174 நொடிகளில் முடித்தேன், அது என் சிறந்த ஆட்டத்தைவிட 75 நொடிகள் அதிகம்.

பிறகு மணி 6:35 ஆனது. அப்பா, தனது வண்டியில் வீட்டுக்கு வந்தது கேட்டதும் நான் கட்டிலை கதவுக்குக் குறுக்காக அவர் உள்ளே வரமுடியாதபடி நகர்த்தினேன். அப்பா வீட்டுக்குள் வந்தவுடன் அம்மாவும் அப்பாவும் ஒருவருக்கொருவர் கத்திக்கொண்டார்கள்.

அப்பா "எப்படி நீ இந்த வீட்டுக்குள் நுழைந்தாய்?" என்று கத்தினார்.

அம்மா "இது என்னுடைய வீடும்கூட என்பதை மறந்துவிடாதே," என்று கத்தினாள்.

அப்பா "அந்த மாமா வேலை பார்ப்பவனும் வந்திருக்கிறானா?" என்று கத்தினார்.

நான் டெர்ரி சித்தப்பா வாங்கிக் கொடுத்த பாங்கோ மேளத்துடன் அறை மூலையில் தலையை அழுத்தியபடி மேளத்தைத் தட்டி முனகிக்கொண்டிருந்தேன். ஒருமணி நேரம் கழித்து அம்மா உள்ளே வந்து அப்பா வெளியே போய்விட்டதாகச் சொன்னாள். அப்பா ரோட்ரியுடன் தற்காலிகமாகத் தங்கிக்கொள்வார் என்றும் இன்னும் ஓரிரு வாரங்களில் நாங்கள் தனியாக இருக்க ஓர் இடத்தை ஏற்பாடு செய்துவிடலாம் என்றாள்.

நான் தோட்டத்திற்குச் சென்று அங்கே வைத்திருந்த டோபியின் கூண்டை எடுத்து வந்து சுத்தம் செய்து டோபியை அதற்குள் வைத்தேன்.

அம்மாவிடம் நாளை நான் தேர்வை எழுத முடியுமா என்று கேட்டேன்.

அம்மா "என்னை மன்னித்துவிடு க்றிஸ்டோஃபர்," என்றாள்.

நான் "நான் தேர்வை எழுத முடியுமா?" என்றேன்.

அம்மா "நான் சொல்வதை நீ கவனிக்கவில்லை. அப்படித்தானே க்றிஸ்டோஃபர்," என்றாள்.

நான் "கவனிக்கிறேன்" என்றேன்.

அம்மா "நான்தான் உன்னிடம் சொன்னேனே. உங்கள் தலைமை ஆசிரியைக்குத் தொலைபேசியில் பேசினேன். அவரிடம் நீ லண்டனில் இருப்பதாகச் சொல்லிவிட்டேன். நீ அடுத்த வருடம் தேர்வு எழுதுவாய் என்று சொல்லிவிட்டேன்," என்றாள்.

நான் "ஆனால் நான் இப்போது இங்கே இருக்கிறேன். இப்போது என்னால் எழுத முடியும்," என்றேன்.

அம்மா "என்னை மன்னித்துவிடு க்றிஸ்டோஃபர். நான் எல்லாவற்றையும் சரியாகச் செய்ய வேண்டுமென்று நினைக்கிறேன். எதையும் கெடுத்துவிடக்கூடாது என்றுதான் முயற்சி செய்கிறேன்," என்றாள்.

மறுபடியும் எனக்கு நெஞ்சு வலிக்கத் தொடங்கியது. நான் கைகளை மடித்துக்கொண்டு முன்னும் பின்னும் அசைந்து முனகத் தொடங்கினேன்.

அம்மா, "நாம் இங்கே வருவோம் என்று எனக்குத் தெரியாது," என்றாள்.

ஆனால் நான் முனகுவதைத் தொடர்ந்தேன்.

அம்மா "சரி விடு. இதனால் எதுவும் சரியாகப் போவதில்லை," என்றாள்.

பிறகு என்னுடைய Blue Planet காணொளிகளில் ஒன்றான ஆர்க்டிக் பகுதியில் பனிக்கடியில் வசிக்கும் விலங்குகளைப் பற்றிய அல்லது கூன்முதுகு திமிங்கிலங்களின் வலசை பற்றிய காணொளியைப் பார்க்க விரும்புகிறேனா என்று கேட்டாள். ஆனால் நான் பதில் சொல்லவில்லை. ஏனென்றால் நான் கணிதத்தில் உயர்நிலைத் தேர்வு எழுதப் போவதில்லை என்று எனக்குத் தோன்றியது, அந்த வலி ரேடியேட்டரின் சூடான பகுதியில் விரலை வைக்கும்போது உங்களை அழவைப்பது

போல ஏற்படும் வலி, கையை எடுத்துவிட்டாலும் அந்த வலி தொடர்ந்து இருக்கும்.

பிறகு அம்மா எனக்கு கேரட், ப்ரோக்கோலி மற்றும் தக்காளிச்சாறு சாப்பிடக் கொடுத்தாள், நான் சாப்பிடவில்லை.

அன்று இரவு நான் தூங்கவும் இல்லை.

அடுத்தநாள் காலை, அம்மா என்னைப் பள்ளிக்கு திரு. ஷியர்ஸின் வண்டியில் அழைத்துச் சென்றாள். ஏனென்றால் பள்ளிப் பேருந்தைத் தவறவிட்டுவிட்டோம். வண்டியில் ஏறும் முன்பு திருமதி. ஷியர்ஸ் சாலையைக் கடந்து வந்து அம்மாவிடம், "பரவாயில்லை, உனக்குத் தைரியம் அதிகம்," என்றார்.

அம்மா, "வண்டியில் ஏறு, க்றிஸ்டோஃபர்," என்றாள்.

ஆனால் கதவு பூட்டியிருந்ததால் என்னால் ஏற முடியவில்லை.

திருமதி. ஷியர்ஸ், "கடைசியாக உன்னையும் கழட்டிவிட்டு விட்டானா அவன்?" என்றார்.

அம்மா, வண்டியில் ஏறி என் பக்கக் கதவைத் திறந்ததும் நான் ஏறிக்கொண்டேன், நாங்கள் புறப்பட்டோம்.

பள்ளிக்குச் சென்றதும் ஷெவோன், "ஆக, நீங்கள் க்றிஸ்டோஃபரின் அம்மாவா," என்றாள். என்னை மறுபடி பார்த்ததில் மகிழ்ச்சி என்றும் நான் நன்றாக இருக்கிறேனா என்றும் கேட்டாள், நான் களைத்திருக்கிறேன் என்றேன். அம்மா, நான் தேர்வு எழுத முடியாமல் போனதற்காக வருத்தப்பட்டுச் சரியாக சாப்பிடுவதோ, தூங்குவதோ இல்லை என்று விளக்கினாள்.

பிறகு அம்மா கிளம்பிப் போனதும், என் வலியை மறப்பதற்காக நான் பேருந்து ஒன்றை பரிமாணங்களோடு வரைந்தேன், இப்படி

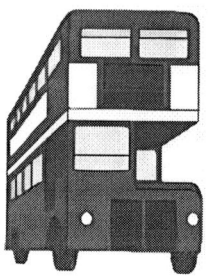

மதிய உணவுக்குப்பின் ஷெவோன், தான் திருமதி. கேஸ்கோய்ன் உடன் பேசிவிட்டதாகவும் என்னுடைய தேர்வின் கேள்வித்தாள்களை 3 முத்திரையிடப்பட்ட உறையில் இன்னமும் மேசைமேல் வைத்திருப்பதாகவும் சொன்னாள்.

அப்படியென்றால் நான் தேர்வை எழுத முடியுமா என்று கேட்டேன். ஷெவோன், "அப்படித்தான் நினைக்கிறேன். அருட்தந்தை. பீட்டர்ஸுடன் இன்று மதியம் பேசப் போகிறோம், அவரால் இப்போதும் கண்காணிப்பாளராக வரமுடியுமா என்று கேட்கப் போகிறோம். திருமதி. கேஸ்கோய்ன் நீ தேர்வை எழுதப்போகிறாய் என்று தேர்வு நிலையத்திற்கு சொல்லப் போகிறார். அநேகமாக, சரி என்றுதான் சொல்வார்கள். ஆனால் அதை உறுதியாகச் சொல்ல முடியவில்லை," என்றாள். பிறகு சில விநாடிகள் பேசுவதை நிறுத்திவிட்டு, "இதை உன்னிடம் கேட்கவேண்டும் என்று நினைத்தேன். அப்போதுதான் நீ அதைப்பற்றி யோசிக்க முடியும்," என்றாள்.

நான் "எதைப் பற்றி யோசிக்க வேண்டும்?" என்றேன்.

ஷெவோன் "இதைத்தான் நீ செய்ய விரும்புகிறாயா க்றிஸ்டோஃபர்?" என்றாள். நான் இந்தக் கேள்வியைப் பற்றி யோசித்தேன். ஆனால் என்னால் உறுதியாக பதிலைச் சொல்ல முடியவில்லை. ஏனென்றால் நான் என் உயர்நிலை கணிதத் தேர்வை எழுத விரும்புகிறேன். ஆனால் இப்போது மிகவும் களைப்பாக இருக்கிறேன். மேலும், கணிதம் பற்றி யோசித்தால் மூளை சரியாக வேலை செய்யவில்லை, சில சூத்திரங்களைப் பற்றி யோசித்தால் எதுவும் ஞாபகத்துக்கு வரவில்லை. இது, எனக்குப் பயத்தைக் கொடுத்தது.

ஷெவோன், "நீ இதைச் செய்யவேண்டிய கட்டாயம் எதுவும் இல்லை க்றிஸ்டோஃபர். நீ செய்ய விரும்பவில்லை என்று சொன்னாலும் யாரும் உன்மேல் கோபப்படப் போவதில்லை. அது தவறானதோ அல்லது சட்டவிரோதமானதோ அல்லது முட்டாள்தனமோ இல்லை. அது, உன் விருப்பம் என்று மட்டுமே இருக்கும். அது நல்லது," என்றாள்.

நான் "நான் இதைச் செய்ய விரும்புகிறேன்" என்றேன். ஏனென்றால் நான் ஒரு விஷயத்தை என் அட்டவணையில் சேர்த்தபின் அதை நீக்க விரும்புவதில்லை. அப்படிச் செய்வது எனக்கு வருத்தமாக இருக்கும்.

ஷெவோன் "சரி," என்றாள்.

பிறகு அவள், அருட்தந்தை. பீட்டர்ஸுக்குத் தொலைபேசியில் பேசினாள், அவர் மதியம் 3:27க்கு வந்தார். "என்ன இளைஞனே, நாம் தயாராக இருக்கிறோமா?" என்றார்.

நான் **தாள் 1**-ஐ கலைவகுப்பு அறையில் உட்கார்ந்து எழுதினேன். அருட்தந்தை. பீட்டர்ஸ் கண்காளிப்பாளராக இருந்தார், நான் தேர்வை எழுதும்போது அவர் மேசையில் உட்கார்ந்துகொண்டு டீட்ரிச் பான்ஹோஃபா எழுதிய The Cost of Discipleship என்ற புத்தகத்தை படித்துக்கொண்டிருந்தார், பிறகு சான்ட்விச் சாப்பிட்டார். இடையில் எழுந்துசென்று சன்னலுக்குப் பக்கத்தில் நின்றுகொண்டு புகைபிடித்தார். ஆனால் அவ்வப்போது நான் ஏமாற்றுகிறேனா என்பதற்காக என்னைப் பார்த்துக்கொண்டார்.

வினாத்தாளைப் பிரித்துப் படித்ததும் எனக்கு எந்தக் கேள்விக்கு எப்படி பதில் எழுதுவது என்று புரியவில்லை. மேலும், என்னால் சீராக மூச்சுவிட முடியவில்லை. யாரையாவது அடிக்க வேண்டும் அல்லது என் ஸ்விஸ் ராணுவக் கத்தியால் குத்தவேண்டும் போல இருந்தது. ஆனால் அங்கே அடிக்கவோ அல்லது குத்தவோ அருட்தந்தை. பீட்டர்ஸைத் தவிர யாரும் இல்லை. மேலும், அவர் உயரமானவர், அவரை அடித்தாலோ அல்லது ஸ்விஸ் ராணுவக் கத்தியால் குத்தினாலோ மீதமுள்ள தேர்வுகளுக்கு அவர் கண்காணிப்பாளராக இருக்கமாட்டார். எனவே ஷெவோன் சொல்லிக் கொடுத்தபடி ஆழமாக மூச்சை இழுத்து வெளியே விட்டேன், பள்ளியில் யாரையாவது

அடிக்கவேண்டும் என்று தோன்றும்போது இப்படி செய்யச் சொன்னாள். எனவே 50 முறை மூச்சை எண்ணி, அவற்றை இயல் எண்களின் மும்மடங்காக சொல்லிக்கொண்டே வந்தேன், இதைப்போல

1, 8, 27, 64, 125, 216, 343, 512, 729, 1000, 1331, 1728, 2197, 2744, 3375, 4096, 4913…

இது என்னைக் கொஞ்சம் அமைதிப்படுத்தியது. ஆனால் 2 மணிநேரத் தேர்வில் 20 நிமிடங்கள் போய்விட்டன. எனவே வேகமாகச் செய்யவேண்டியிருந்தது, மேலும், எனக்கு விடைகளைச் சரிபார்க்க நேரம் இல்லை.

அன்று இரவு வீட்டுக்குச் சென்ற கொஞ்சநேரத்தில் அப்பா வந்தார். நான் அவரைப் பார்த்ததும் கத்தத் தொடங்கினேன். அம்மா எனக்கு எதுவும் ஆக விடமாட்டேன் என்றாள். நான் தோட்டத்திற்குச் சென்று படுத்துக்கொண்டு வானத்தில் உள்ள நட்சத்திரங்களைப் பார்த்து என்னை மறக்க முயற்சி செய்தேன். அப்பா வெளியில் வந்து என்னை நிறையநேரம் பார்த்துக்கொண்டே இருந்தார். பிறகு வேலியை ஓங்கிக் குத்தி அதை ஓட்டையாக்கிவிட்டு கிளம்பிப் போனார்.

அன்று இரவு கொஞ்சநேரம் மட்டுமே தூங்கினேன். ஏனென்றால் நான் கணிதத்தில் உயர்நிலைத் தேர்வை எழுதுகிறேன். இரவு உணவாக கீரை சூப் மட்டும் சாப்பிட்டேன்.

அடுத்தநாள், **தாள் 2**-ஐ எழுதினேன். அருட்தந்தை. பீட்டர்ஸ் டீட்ரிச் பான்ஹோஃபா எழுதிய The Cost of Discipleship புத்தகத்தைப் படித்தார். ஆனால் இந்தமுறை புகை பிடிக்கவில்லை. ஷெவோன் தேர்வுக்கு முன்பாக என்னைக் கழிப்பறைக்குச் சென்றுவிட்டு வரச் செய்தாள், பிறகு நானே தேர்வு அறையில் சென்று உட்கார்ந்து மூச்சுவிடுதல் மற்றும் அதை எண்ணுவதைச் செய்ய வைத்தாள்.

அன்று மாலை கணினியில் The 11th Hour விளையாடிக்கொண்டிருந்தபோது வாசலில் ஒரு வாடகை வண்டி வந்து நின்றது. திரு. ஷியர்ஸ் அதில் இருந்து இறங்கி, அம்மாவுடைய பொருட்களைப் பெட்டியில் வைத்து அதைத்

தோட்டத்தின் நடைபாதையில் எறிந்தார். அதில் தலைமுடி உலர்த்தும் கருவி, சில அரைக்கால் கால்சராய்கள், லோ'ரியால் ஷாம்பு, வறுக்காத தானியங்கள் மற்றும் பழங்கள் அடங்கிய பெட்டி, இரண்டு புத்தகங்கள்; ஆண்ட்ரூ மார்ட்டன் எழுதிய **டயானா: அவரது உண்மைக்கதை** மற்றும் ஜில்லி கூப்பர் எழுதிய **போட்டியாளர்கள்**, சட்டமிடப்பட்ட என்னுடைய புகைப்படம் ஆகியவை இருந்தன. புகைப்படத்தின் கண்ணாடி தரையில் விழுந்ததும் உடைந்துவிட்டது.

பிறகு, தன் பையிலிருந்து சில சாவிகளை எடுத்து அவருடைய வண்டியை எடுத்துக்கொண்டு போனார். அம்மா வீட்டிலிருந்து வெளியே ஓடிவந்து, "நீயும் இங்கே திரும்பி வரலாம் என்று நினைக்காதே," என்று கத்தினாள். அந்த வறுக்காத தானியங்களின் பெட்டியைத் தூக்கி எறிந்தாள். அது வண்டியின் பின்பகுதியில் பட்டது. திருமதி. ஷியர்ஸ் இதைத் தன் வீட்டின் ஜன்னலில் இருந்து பார்த்துக்கொண்டிருந்தார்.

மறுநாள் **தாள் 3**-ஐ எழுதினேன். அருட்தந்தை. பீட்டர்ஸ் **டெய்லி மெயில்** படித்துக்கொண்டிருந்தார். மூன்றுமுறை புகைபிடித்தார்.

இது எனக்கு மிகவும் பிடித்த கேள்வியாக இருந்தது.

பின்வரும் முடிவை நிரூபிக்கவும்.

n^2+1, n^2-1 மற்றும் $2n$ (இங்கே n›) என்று எழுதப்படக்கூடிய முக்கோணத்தின் பக்கங்கள் செங்கோணங்களாக இருக்கும்.

இதை வேறு எடுத்துக்காட்டு மூலம் தவறானது என்று நிரூபிக்கவும்.

இந்தக் கேள்விக்கு விடையை எப்படி எழுதினேன் என்று விளக்குவதாக இருந்தேன். ஷெவோன், அது அவ்வளவு சுவாரசியமாக இருக்காது என்றாள். எனக்குச் சுவாரசியமாக இருந்ததே என்றேன். யாரும் புத்தகத்தில் கணிதத் தேர்வு கேள்விகளுக்கான விடைகளை விரும்ப மாட்டார்கள் என்றாள். வேண்டுமானால் அதைப் *பின்னிணைப்பு* என்று எழுதலாம் என்றாள். அது, புத்தகத்தின் கடைசியில் வரும், வேண்டும் என்பவர்கள் படிக்கலாம். அப்படியே செய்திருக்கிறேன்.

அதன்பிறகு எனக்கு அவ்வளவாக நெஞ்சு வலிக்கவில்லை, மூச்சுவிடவும் சுலபமாக இருந்தது. ஆனால் தேர்வை நான் நன்றாக எழுதியிருக்கிறேனா என்று தெரியவில்லை. மேலும், திருமதி. கேஸ்கோய்ன் நான் தேர்வு எழுதப்போவதில்லை என்று சொல்லிவிட்ட பிறகு, தேர்வு நிலையம் என் விடைத்தாளை அனுமதிக்குமா என்று தெரியவில்லை.

நல்ல விஷயம் நடக்கப்போகிறது என்று முன்கூட்டியே தெரிவது நல்லது, கிரகணம் அல்லது க்றிஸ்துமஸ் பரிசாக நுண்ணோக்கி கிடைப்பதுபோல. அதேபோல, கெட்ட விஷயம் நடக்கப்போகிறது என்று தெரிவது கெட்டது. வயிறு நிறையும் அளவுக்கு சாப்பிடுவது அல்லது பிரான்ஸுக்குப் போவதுபோல. ஆனால் மோசமானது என்னவென்றால், நல்லது நடக்குமா அல்லது கெட்டது நடக்குமா என்று உங்களுக்குத் தெரியாமல் இருப்பது.

அன்று இரவு அப்பா வீட்டுக்கு வந்தார். நான் சோஃபாவில் உட்கார்ந்து University Challenge நிகழ்ச்சியில் வரும் அறிவியல் கேள்விகளுக்குப் பதில் சொல்லிக்கொண்டிருந்தேன். முன்னறையின் கதவுக்குப் பக்கத்தில் நின்றுகொண்டு, "கத்தாதே க்றிஸ்டோஃபர். நான் உன்னை எதுவும் செய்யமாட்டேன்" என்றார்.

அவருக்குப் பின்னால் அம்மா நின்றுகொண்டிருந்ததால் நான் கத்தவில்லை.

பிறகு, என் பக்கத்தில் வந்து மண்டியிட்டு உட்கார்ந்தார், நாயிடம் நான் ஆபத்தானவன் இல்லை என்று காண்பிக்க உட்காருவது போல. பிறகு அப்பா "உன்னிடம் தேர்வு எப்படி இருந்தது என்று கேட்க நினைத்தேன்," என்றார்.

நான் எதுவும் பேசவில்லை.

அம்மா, "சொல்லு க்றிஸ்டோஃபர்," என்றாள்.

நான் அப்போதும் பேசவில்லை.

அம்மா, "க்றிஸ்டோபர், தயவுசெய்து பேசு," என்றாள்.

நான் "அனைத்து விடையும் சரியாக எழுதியிருக்கிறேனா என்று தெரியவில்லை, ஏனென்றால் களைப்பாக இருந்தேன், சாப்பிடவும் இல்லை. எனவே சரியாக யோசிக்க முடியவில்லை," என்றேன்.

அப்பா, தலையை ஆட்டியபடி கொஞ்சநேரம் பேசாமல் இருந்தார். பிறகு "நன்றி," என்றார்.

நான் "எதற்காக நன்றி," என்றேன்.

அப்பா "சும்மா... நன்றி," என்றார். பிறகு, "உன்னை நினைத்து மிகவும் பெருமைப்படுகிறேன் க்றிஸ்டோஃபர். மிகவும் பெருமைப்படுகிறேன். நீ கண்டிப்பாக நன்றாகச் செய்திருப்பாய்," என்றார்.

அவர் கிளம்பிச் சென்றதும் நான் மறுபடி University Challenge பார்த்தேன்.

அடுத்த வாரம் அம்மாவை வேறு இடம் பார்த்துக்கொள்ளும்படி அப்பா சொன்னார். ஆனால் அம்மாவிடம் வாடகை கொடுப்பதற்கான பணம் இல்லை. நான் அப்பாவை வெலிங்டனை கொலை செய்ததற்காக காவல்துறையினர் சிறைக்கு அனுப்புவார்களா என்று கேட்டேன். அவர் சிறையில் இருந்தால் நாங்கள் இந்த வீட்டில் இருக்கலாம். அம்மா, திருமதி. ஷியர்ஸ் புகார் அளிப்பது என்பதைச் செய்தால் மட்டுமே காவல்துறையினர் அவரைக் கைது செய்வார்கள் என்றாள். அதாவது, ஒருவர் செய்த குற்றத்திற்காக அவரைக் கைது செய்யவேண்டும் என்று காவல்துறையினரிடம் சொல்வது, ஏனென்றால் சிறு குற்றங்களுக்காக அவர்கள் யாரையும் கைது செய்வதில்லை, யாராவது சொன்னால் மட்டுமே செய்வார்கள் என்றாள். மேலும், நாயைக் கொல்வது சிறிய குற்றம் என்றாள்.

ஆனால் பிறகு அனைத்தும் சரியாகிவிட்டது. ஏனென்றால் அம்மாவுக்குத் தோட்டப் பொருள்கள் விற்கும் இடத்தில் காசாளராக வேலை கிடைத்தது. மேலும், மருத்துவர் அம்மாவுக்கு கவலைப்படாமல் இருக்க மாத்திரைகள் கொடுத்தார். அதனால் சில சமயம் அம்மாவுக்கு தலைசுற்றல் வந்தது, வேகமாக எழுந்தால் கீழே விழுந்தாள். பெரிய வீட்டிலிருந்த செங்கலால்

ஆன சிறிய அறை ஒன்றிற்குக் குடியேறினோம். படுக்கை அறையும் சமையல் அறையும் ஒன்றாக இருந்தது எனக்குப் பிடிக்கவில்லை. ஏனென்றால் வீடு மிகவும் சிறியது, தாழ்வாரம் பழுப்பு வண்ணத்தில் இருந்தது, கழிப்பறையை அனைவரும் பயன்படுத்தினர், ஒவ்வொருமுறை நான் பயன்படுத்துவதற்கு முன்பும் அம்மா அதைச் சுத்தம் செய்யவேண்டி இருந்தது. இல்லையென்றால் நான் பயன்படுத்தமாட்டேன். சில சமயம் நான் என் உடைகளை நனைத்துவிடுவேன். ஏனென்றால் யாராவது உள்ளே இருப்பார்கள். மேலும், அந்தத் தாழ்வாரம் பள்ளியில் கழிப்பறை சுத்தம் செய்யப் பயன்படுத்தப்படும் கிருமிநாசினியின் வாசனை மற்றும் குழம்பு வாசனை அடித்தது, அறைக்குள் காலுறை வாசனை மற்றும் பைன் வாசனை இருந்தது.

மேலும், தேர்வின் முடிவுகளைத் தெரிந்துகொள்ள காத்திருப்பதும் எனக்குப் பிடிக்கவில்லை. எதிர்காலத்தைப் பற்றி நினைக்கும்போது எதையும் தெளிவாக என்னால் யோசிக்க முடியவில்லை, இது பயத்தைக் கொடுத்தது. எனவே ஷெவோன் எதிர்காலத்தைப் பற்றி யோசிக்க வேண்டாம் என்றாள். "இன்றை மட்டும் யோசி, நடந்த விஷயங்களைப் பற்றி யோசி. குறிப்பாக, நல்ல விஷயங்களைப் பற்றி மட்டும் யோசி," என்றாள்.

நல்ல விஷயங்களில் ஒன்று, அம்மா எனக்கு மரப்புதிர் ஒன்றை வாங்கிக் கொடுத்தாள், இதைப் போல

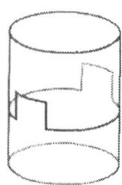

மேல்பகுதியை, கீழ்ப்பகுதியிலிருந்து தனியாகப் பிரிக்கவேண்டும். உண்மையில், அது அவ்வளவு சுலபமாக இல்லை.

இன்னொரு நல்ல விஷயம், அம்மா தன் அறைக்கு கோதுமை நிறம் கலந்த வெள்ளை வண்ணம் பூசினாள், என் தலையில் கொஞ்சம் வண்ணம் ஒட்டிக்கொண்டது. அம்மா, நான் குளிக்கும்போது அதை ஷாம்பு பயன்படுத்திக்

கழுவி எடுத்துவிடலாம் என்றாள். நான் அவளைத் தொட அனுமதிக்கவில்லை, எனவே 5 நாள்களுக்கு என் தலையில் அந்த வண்ணம் இருந்தது. பிறகு அதைக் கத்தரித்து எடுத்துவிட்டேன்.

ஆனால் நல்ல விஷயங்களைவிட கெட்ட விஷயங்கள் அதிகமாக இருந்தன.

அதில் ஒன்று, அம்மா 5:30 மணிவரை வேலையிலிருந்து வரமாட்டாள். எனவே 3:49ல் இருந்து 5:30வரை அப்பா வீட்டில் இருக்கவேண்டும். நான் தனியாக இருக்க அம்மா அனுமதிக்கவில்லை. எனக்கு வேறுவழி இல்லை என்று அம்மா சொல்லிவிட்டாள். அப்பா உள்ளே வருவார் என்பதால் நான் கட்டிலை கதவுக்குப் பக்கத்தில் நகர்த்திவிடுவேன். சில சமயம் கதவுக்கு வெளியிலிருந்து என்னோடு பேச முயற்சி செய்வார், நான் பதில் பேசமாட்டேன். சில சமயம் அவர் வெகுநேரம் கதவுக்குப் பக்கத்தில் உட்கார்ந்திருப்பது கேட்கும்.

இன்னொரு கெட்ட விஷயம், டோபி இறந்தான். அவனுக்கு வயது 2 வருடம் 7 மாதங்கள். எலிகளுக்கு இது முதுமையான வயது. நான் அவனைப் புதைக்கவேண்டும் என்றேன். ஆனால் அம்மா வீட்டில் தோட்டம் இல்லை, எனவே அவனைப் பெரிய செடிகள் வளர்க்கும் தொட்டியில் புதைத்தேன். நான் இன்னொரு எலி வளர்க்க வேண்டும் என்றேன். ஆனால் அம்மா அறை சிறியது என்பதால் முடியாது என்று சொல்லிவிட்டாள்.

அந்தப் புதிரை நான் விடுவித்துவிட்டேன். ஏனென்றால் அதில் இரண்டு போல்ட்டுகள் இருப்பதையும் சிறுதுளையில் உலோகக் கம்பிகள் இருந்ததையும் கண்டுபிடித்து விட்டேன். இப்படி

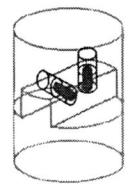

இரண்டு உலோகத் துண்டுகளும் நழுவி விழும் வகையில் பிடித்துக்கொள்ளவேண்டும். அவை இரண்டு மரத்துண்டுகளையும் இணைக்காவிட்டால் தானாகப் பிரிந்துவிடும்.

ஒருநாள், என்னை அழைத்துச்செல்ல அம்மா வந்தபோது அப்பா, “க்றிஸ்டோஃபர் உன்னோடு பேசலாமா?” என்றார்.

நான் “இல்லை,” என்றேன்.

அம்மா, “பரவாயில்லை பேசு, நான் இங்கேயே இருப்பேன்,” என்றாள்.

நான் “நான் அப்பாவோடு பேச விரும்பவில்லை,” என்றேன்.

அப்பா “சரி, இப்படிச் செய்யலாம்.” என்றார். அவர் கையில் சமையலறையில் உள்ள கடிகாரம் ஒன்றை வைத்துக்கொண்டிருந்தார். அது பாதி வெட்டப்பட்ட தக்காளி வடிவில் இருக்கும். அவர் அதிலிருந்த பொத்தானை அழுத்தியதும் அது ஓடத் தொடங்கியது. “ஐந்து நிமிஷம் மட்டும், சரியா? அதுபோதும், பிறகு நீ போகலாம்,” என்றார்.

நான் சோஃபாவில் உட்கார்ந்துகொண்டேன். அவர் நாற்காலியில் உட்கார்ந்துகொண்டார். அம்மா முன்னறை நடைபாதையில் இருந்தாள். அப்பா “க்றிஸ்டோஃபர், கவனி... இப்படியே இருந்துவிட முடியாது. நீ என்ன நினைக்கிறாய் என்று எனக்குத் தெரியாது. ஆனால் இது... இது என்னை அவ்வளவு காயப்படுத்துகிறது. நீ இந்த வீட்டில் இருக்கும்போது என்னோடு பேசாமல் இருப்பது... நீ என்னை நம்புவதற்குக் கற்றுக்கொள்ள வேண்டும். எவ்வளவு நாள் ஆனாலும் பரவாயில்லை... இன்று ஒரு நிமிடம், நாளை இரண்டு நிமிடம் அடுத்து மூன்று நிமிடம் என்று, இதற்கு எத்தனை வருடங்கள் ஆனாலும் எனக்குக் கவலை இல்லை. எனக்கு இது முக்கியம். மற்ற எதையும்விட இது எனக்கு முக்கியம்,” என்றார்.

இடதுகையின் கட்டைவிரலில் இருந்து தோலின் சிறுபகுதியை பிய்த்து எடுத்தார்.

பிறகு தொடர்ந்தார்: “இதை ஒரு... இதை ஒரு திட்டம் என்று வைத்துக்கொள்ளலாம். இருவரும் சேர்ந்து நிறைவேற்ற வேண்டிய திட்டம். நீ என்னோடு அதிகநேரம் செலவிட வேண்டும். நான்... நான், நீ என்னை நம்பலாம் என்று காண்பிக்க வேண்டும். முதலில் அது கடினமாக இருக்கும். ஏனென்றால்...

ஏனென்றால், இதுவொரு கடினமான திட்டம். ஆனால் போகப் போகச் சரியாகிவிடும். நான் உறுதியளிக்கிறேன்," என்றார்.

தன் கைவிரல் நுனிகளால் நெற்றியைத் தேய்த்தார். பிறகு, "நீ இப்போதே எதுவும் சொல்ல வேண்டிய அவசியம் இல்லை. நீ இதைப் பற்றி யோசித்தால்போதும். பிறகு... நான் உனக்கு ஒரு பரிசுகொண்டு வந்திருக்கிறேன். நான் சொன்னதெல்லாம் உண்மை என்று காண்பிக்க, என்னை மன்னித்துவிடு என்று சொல்வதற்காகவும். மேலும்... இதனால் நான் என்ன சொல்கிறேன் என்று நீ உணர்வாய்," என்றார்.

நாற்காலியிலிருந்து எழுந்து சமையலறைக் கதவைத் திறந்தார். பெரிய அட்டைப்பெட்டி ஒன்றிற்குள் கைவிட்டு மணல் நிறத்தில் சிறிய நாய்க்குட்டி ஒன்றை வெளியில் எடுத்தார்.

மீண்டும் நடந்து வந்து என்னிடம் அதைக் கொடுத்தார். "இவனுக்கு வயது இரண்டு மாதங்கள். கோல்டன் ரிட்ரீவர் வகையைச் சேர்ந்தவன்," என்றார்.

நாய் என் மடியில் உட்கார்ந்தது நான் அதைத் தள்ளிவிட்டேன்.

யாரும் எதுவும் பேசவில்லை.

அப்பா, "க்றிஸ்டோஃபர், உன்னைப் பாதிக்கிற செயலை நான் இனிமேல் எப்போதும் செய்யவே மாட்டேன்," என்றார்.

மறுபடியும் யாரும் பேசவில்லை.

அம்மா அறைக்குள் வந்து, "நீ இவனை அங்கே வைத்துக்கொள்ள முடியாது, அந்த அறை மிகச்சிறியது. உன் அப்பா இங்கே இவனை கவனித்துக்கொள்வார். நீ எப்போது வேண்டுமானாலும் இவனை நடப்பதற்கு அழைத்துச் செல்லலாம்," என்றாள்.

நான் "இவனுக்குப் பெயர் இருக்கிறதா?" என்றேன்.

அப்பா "இல்லை அதை நீ முடிவுசெய்யலாம்," என்றார்.

அந்த நாய் என் விரலைச் சப்பியது.

ஐந்து நிமிடம் முடிந்ததும் கடிகாரம் சத்தமிட்டது. எனவே அம்மாவும் நானும் அறைக்குத் திரும்பினோம்.

அடுத்த வாரம் புயலும் மின்னலுமாக இருந்தது. அப்பாவின் வீட்டுக்குப் பக்கத்தில் உள்ள பூங்காவில் உள்ள பெரிய மரத்தை மின்னல் தாக்கியதால் கீழே விழுந்தது. ஆட்கள் வந்து அதை அறுத்தெடுத்து லாரியில் போட்டுகொண்டு சென்றனர். கரியாகிப்போன கட்டை மட்டுமே மிச்சமிருந்தது.

என் தேர்வு முடிவுகள் வந்துவிட்டன, நான் முதல் வகுப்பில் தேர்ச்சி பெற்றிருந்தேன். இது நல்ல விஷயம். எனவே நான் இப்படி உணர்ந்தேன்.

அந்த நாய்க்கு சாண்டி என்று பெயர் வைத்தேன். அப்பா அவனுக்கு கழுத்துப்பட்டையும் கயிறும் வாங்கி வந்தார். அவனை கடைவரை அழைத்துச் செல்ல அனுமதித்தார். அவனோடு ரப்பர் எலும்பை வைத்து விளையாடினேன்.

அம்மாவுக்கு ஃப்ளூ ஜுரம் வந்ததால் மூன்று நாள் நான் அப்பாவுடன் இருந்தேன். இப்போது சாண்டி என்னோடு படுத்துக்கொள்கிறான். இரவில் என் அறைக்குள் யாராவது வந்தால் குரைப்பான். அப்பா, காய்கறித் தோட்டம் ஒன்றை அமைத்தார், நான் அவருக்கு உதவினேன். கேரட், பட்டாணி மற்றும் கீரை பயிரிட்டோம். அவை வளர்ந்து தயாரானதும் நான் அவற்றைச் சாப்பிடுவேன்.

அம்மாவோடு புத்தகக் கடைக்குச் சென்று உயர்நிலை தேர்வுக்கானகூடுதல் கணிதம் புத்தகத்தை வாங்கி வந்தேன். அப்பா திருமதி. கேஸ்கோய்னுடன் பேசி அடுத்த வருடம் நான் தேர்வு எழுத சம்மதம் வாங்கிவிட்டார்.

அதிலும் முதல் தரநிலை பெற்றுத் தேர்வு அடைவேன். இரண்டு வருடங்களில் உயர்நிலை இயற்பியல் தேர்வு எழுதி அதில் முதல் தரநிலை வாங்கப் போகிறேன்.

அது முடிந்ததும், நகரத்தில் உள்ள பல்கலைக்கழகத்துக்குச் செல்வேன். அது லண்டனாக இருக்கவேண்டும் என்பதில்லை.

ஏனென்றால் எனக்கு லண்டன் பிடிக்கவில்லை, வேறு நகரங்களிலும் நிறைய பல்கலைக்கழகங்கள் இருக்கின்றன. அவை அனைத்துமே பெரிய நகரங்கள் அல்ல. தோட்டமும் தனிக் கழிப்பறையும் உள்ள வீட்டில் இருப்பேன். கூடவே சாண்டியையும் என் கணினியையும் என் புத்தகங்களையும் எடுத்துச் செல்வேன்.

முதல் தரநிலையோடு பட்டப்படிப்பில் தேர்ச்சி பெற்று விஞ்ஞானி ஆவேன்.

இதை என்னால் செய்யமுடியும் என்று எனக்குத் தெரியும். ஏனென்றால் நான் தனியாக லண்டனுக்குச் சென்றிருக்கிறேன், **வெலிங்டனைக் கொன்றது யார்?** என்ற மர்மத்தை விடுவித்து விட்டேன், என் அம்மாவைக் கண்டுபிடித்து விட்டேன். எனவே நான் தைரியசாலி. மேலும், நான் புத்தகம் ஒன்றை எழுதியிருக்கிறேன். இதன் பொருள், என்னால் எதையும் செய்ய முடியும்.

◉

பின்னிணைப்பு

கேள்வி:

பின்வரும் முடிவை நிரூபிக்கவும்.

n^2+1, n^2-1 மற்றும் $2n$ (இங்கே $n>1$) என்று எழுதப்படக்கூடிய முக்கோணத்தின் பக்கங்கள் செங்கோணங்களாக இருக்கும்.

இதை வேறு எடுத்துக்காட்டு மூலம் தவறானது என்று நிரூபிக்கவும்.

பதில்:

முதலில், n^2+1, n^2-1 மற்றும் $2n$ (இங்கே $n>1$) என்று குறிக்கப்படும் முக்கோணத்தில், அதிக நீளமுள்ள பக்கம் எது என்பதை நிர்ணயிக்க வேண்டும்

$n^2+1-2n = (n-1)^2$

மேலும், $n>1$ எனும்போது $(n-1)^2 > 0$

எனவே $n^2+1-2n > 0$

எனவே $n^2+1 > 2n$

அதுபோலவே $(n^2+1)-(n^2-1) = 2$

எனவே $n^2+1 > n^2-1$

இதன்மூலம் n^2+1 என்ற பகுதியே அதிக நீளமுள்ளது என்றும், அதன் பக்கங்கள் இப்படி குறிக்கப்படுகின்றன n^2+1, n^2-1 மற்றும் $2n$ (இங்கே $n>1$).

இதைப் பின்வரும் வரைபடம் மூலமாகவும் நிறுவலாம். (ஆனால் இது எதையும் நிரூபிப்பதில்லை):

பிதாகரஸ் தேற்றத்தின்படி இரண்டு சிறிய பக்கங்களின் இருமடங்கு முக்கோணத்தில், சரியான கோணத்தின் எதிர்ப்பக்கம் இருந்தால் அது சமஅளவுள்ள முக்கோணமாகும். எனவே இம்முக்கோணம் சரியான கோணத்தில் இருக்கிறது என்று நிரூபிக்க இதை நிரூபிக்க வேண்டும்.

இரவில் நாய்க்கு நடந்த விநோத சம்பவம் | 261

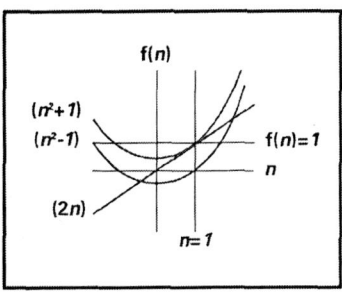

இரு சிறிய பக்கங்களின் இருமடங்கு $(n^2-1)^2+(2n)^2$
$(n^2-1)^2+(2n)^2 = n^4-2n^2+1+4n^2 = n^4+2n^2+1$
கோணத்தின் இருமடங்கு $(n^2+1)^2$
$(n^2+1)^2 = n^4+2n^2+1$

எனவே தேற்றத்தின்படி, இரண்டு சிறுபக்கங்களின் மடங்கும் சரியான கோணத்தின் இருமடங்கும் சமமாக இருக்கிறது.

வினாவில் கொடுக்கப்பட்டுள்ள "முக்கோணத்தின் பக்கங்கள் n^2+1, n^2-1 மற்றும் $2n$ (இங்கே $n>1$)" என்பது "முக்கோணத்தின் பக்கங்கள் n^2+1, n^2-1 மற்றும் $2n$ (இங்கே $n>1$)"

எடுத்துக்காட்டாகக் கொடுக்க வேண்டிய முக்கோணத்தின் அளவும் n^2+1, n^2-1 மற்றும் $2n$ (இங்கே $n>1$).

எனவே கோணத்தின் எதிர்ப்பக்கம் ABC என்பது AB.
எனவே $AB = 65$
எனவே $BC = 60$
எனவே $CA = \sqrt{(AB^2 - BC^2)}$
$= \sqrt{(65^2 - 60^2)} = \sqrt{(4225-3600)} = \sqrt{625} = 25$
$AB = n^2+1 = 65$ என்றுகொண்டால்
$n = \sqrt{(65-1)} = \sqrt{64} = 8$ ஆகும்
எனவே $(n^2-1) = 64-1 = 63 \neq BC = 60 \neq CA = 25$
மேலும், $2n = 16 \neq BC = 60 \neq CA = 25$

எனவே ABC என்ற முக்கோணம் சரியான அளவில் உள்ளது. ஆனால் அதன் பக்கங்களை n^2+1, n^2-1 மற்றும் $2n$ (இங்கே $n>1$) என்று எழுத முடியாது.

◉

அடிக்குறிப்புகள்

1 நான் இதை 1996ல் அம்மாவோடு நகரத்தில் உள்ள நூலகத்துக்குச் சென்றபோது ஒரு புத்தகத்தில் பார்த்தேன்.

கதைக்குத் திரும்பவும்.

2 இது உருவகம் அல்ல, இது உவமை. அதாவது, உண்மையிலேயே பார்ப்பதற்கு இரண்டு சிறிய எலிகள் மூக்கில் ஒளிந்துகொண்டிருப்பது போல இருந்தது. நீங்கள் உங்கள் மனத்தில் ஒரு மனிதன் இரண்டு மூக்கிலும் எலிகள் வைத்திருப்பது போல கற்பனை செய்து பார்த்தால் அந்த அதிகாரி எப்படியிருப்பார் என்று உங்களுக்குத் தெரியும். உவமை என்பது பொய் இல்லை, அது மோசமான உவமையாக இல்லாதவரை.

கதைக்குத் திரும்பவும்

3 ஆனால் நான் ஷ்ரெட்டீஸோ தேநீரோ சாப்பிட மாட்டேன். ஏனென்றால் அவை இரண்டுமே பழுப்பு நிறம்.

கதைக்குத் திரும்பவும்

4 ஒருமுறை 5 வாரங்கள் நான் யாரோடும் பேசவில்லை.

கதைக்குத் திரும்பவும்

5 எனக்கு 6 வயதாகும்போது அம்மா ஸ்ட்ராபெர்ரி பாலை அளவிடப்பட்ட குடுவையில் வைத்துக் கொடுப்பார். கால் லிட்டர் பாலை எவ்வளவு நேரத்தில் குடிக்கிறேன் என்பதே பந்தயம்.

கதைக்குத் திரும்பவும்

6 மனிதர்கள் எப்போதும் நாம் உண்மையே பேசவேண்டும் என்கிறார்கள். ஆனால் அதற்காக நீங்கள் வயதானவர்களை வயதானவர்கள் என்று சொல்லக்கூடாது அல்லது உங்களிடமிருந்து வரும் வாசனை பிடிக்கவில்லை என்று சொல்லக்கூடாது அல்லது வயதில் பெரியவர்கள் தங்கள் உடலிலிருந்து வாயுவை வெளியேற்றினால் அதைச் சொல்லக்கூடாது. ஒருவர் உங்களிடம் மோசமாக நடந்துகொண்டால் தவிர 'எனக்கு உங்களைப் பிடிக்கவில்லை' என்று சொல்லக்கூடாது.

கதைக்குத் திரும்பவும்

7 முட்டாள்தனமான செய்கைகள் என்றால், வெண்ணெயைச் சமையலறை மேசையில் கொட்டி அதைக் கத்தியால் மேசை முழுவதும் பரப்புவது அல்லது எதையாவது வாயு அடுப்பில் வைத்து எரித்துப் பார்ப்பது. எடுத்துக்காட்டாக, என் காலணிகள் அல்லது வெள்ளிக்காகிதம் அல்லது சர்க்கரை.

கதைக்குத் திரும்பவும்

8   இதை ஒரே ஒருமுறை மட்டும் செய்தேன். அம்மா பேருந்தில் நகரத்துக்குச் சென்றிருந்தாள், நான் அதற்கு முன்னால் கார் ஓட்டியதில்லை. மேலும், எனக்கு வயது 8 வருடம், 5 மாதங்கள். எனவே காரைச் சுவரில் மோதிவிட்டேன். இப்போது அந்தக் கார் இல்லை. ஏனென்றால் அம்மா இறந்துவிட்டாள்.

கதைக்குத் திரும்பவும்

9   சமையலறையில் இருக்கும் மேசை, நாற்காலிகளை நகர்த்தினால்கூடப் பரவாயில்லை, அது வேறு. ஆனால் முன்னறை அல்லது சாப்பிடும் அறையில் உள்ள மேசை, நாற்காலி அல்லது சோஃபாவை நகர்த்தினால் எனக்குத் தலைசுற்றும். அம்மா வீட்டைச் சுத்தம் செய்யும்போது அடிக்கடி மாற்றி வைத்துவிடுவாள். எனவே நான் இதற்காகத் தனித் திட்டவரைவு வைத்திருந்தேன், எது எங்கே இருக்கவேண்டும் என்று துல்லியமாக அளந்து வைத்துக்கொண்டேன், மாற்றிவைத்தாலும் மறுபடி அதே இடத்திலேயே வைத்துவிடுவேன். பிறகு நான் நன்றாக உணர்வேன். ஆனால் அம்மா இறந்தபின் அப்பா வீட்டை அப்படிச் சுத்தம் செய்வதில்லை. ஒருமுறை, திருமதி. ஷியர்ஸ் அவ்வாறு நகர்த்தி சுத்தம் செய்ததும் அவரைப் பார்த்து முனகினேன், அவர் அப்பாவிடம் கத்தினார். அதன்பிறகு அவரும் அப்படிச் செய்வதில்லை.

கதைக்குத் திரும்பவும்

10 டோல் என்பது இந்தியக் காட்டு நாய், பார்க்க நரிபோல இருக்கும்.

கதைக்குத் திரும்பவும்

11 லங்கூர் என்பது என்டெல்லஸ் வகைக் குரங்கு.

கதைக்குத் திரும்பவும்

12 இது நிச்சயமாக உண்மை. ஏனென்றால் மனிதர்கள் எதையாவது பார்க்கும்போது என்ன நினைப்பார்கள் என்று ஷெவோனிடம் கேட்டபோது அவள் சொன்னது இது.

கதைக்குத் திரும்பவும்

13 ஓவியவகுப்பில் நாங்கள் ஓவியம் வரைவோம். ஆனால் காலையில் முதல் வகுப்பிலும் மதியநேர முதல் வகுப்பிலும் மதியநேர இரண்டாம் வகுப்பிலும் நாங்கள் வேறுபல செயல்களைச் செய்வோம். எடுத்துக்காட்டாக படிப்பது, வெளியில் எப்படி நடந்துகொள்வது, விலங்குகளைக் கவனித்துக்கொள்வது, வாரக் கடைசியில் என்ன செய்தோம், எழுத்து மற்றும் கணிதம், அந்நியர்களால் வரும் ஆபத்து, பணம், சுத்தம் ஆகியவை.

கதைக்குத் திரும்பவும்

◉

மொழிபெயர்ப்பாளரின் பிற நூல்கள்:

- நீர்க்கோழி, ஹாருகி முரகாமி, 2016, வலசை பதிப்பகம்.
- பயணம்: சிரியாவின் சிதைந்த இதயத்தை நோக்கி, சமர் யாஸ்பெக் 2018, எதிர் வெளியீடு.
- ஆர்தேமியோ க்ரூஸின் மரணம், கார்லோஸ் புயந்தஸ் 2018, எதிர் வெளியீடு.
- கினோ, ஹாருகி முரகாமி, 2018, எதிர் வெளியீடு.
- கசார்களின் அகராதி, (ஆண் பிரதி), மிலோராத் பாவிச், 2019, எதிர் வெளியீடு.
- கசார்களின் அகராதி, (பெண் பிரதி), மிலோராத் பாவிச், 2019, எதிர் வெளியீடு.
- கரடிகள் நெருப்பைக் கண்டுபிடித்துவிட்டன, உலகச் சிறுகதைகள், 2020, எதிர் வெளியீடு.
- பெண்களற்ற ஆண்கள், ஹாருகி முரகாமி, 2022, எதிர் வெளியீடு.